അനശ്വര രക്തസാക്ഷി ഭഗത് സിംഗിന്റെ പേര് ഒരു ഇന്ത്യക്കാരനും അറിയാത്തതല്ല. വളരെ ചെറുപ്പത്തിൽ തന്നെ അദ്ദേഹം അവതരിപ്പിച്ച രാജ്യസ്നേഹം, ആത്മത്യാഗം, ധൈര്യം എന്നിവയുടെ സദ്ഗുണങ്ങളുടെ ഒരു മികച്ച ഉദാഹരണം ഒരു സാധാരണ മനുഷ്യന് സങ്കൽപ്പിക്കാൻ കഴിയില്ല. ഇന്ത്യയെ ഒരു രാഷ്ട്രമായി രൂപീകരിക്കുന്നതിലെ ഉദാത്തമായ പ്രവർത്തനങ്ങൾക്ക് ഭഗത് സിംഗ് നൽകിയ സംഭാവനകൾ അതിൽ തന്നെ അനന്യമാണ്. വരും കാലങ്ങളിൽ ബഗത് സിങ്ങിനോട് ഇന്ത്യ കടപ്പെട്ടിരിക്കും. അനശ്വര രക്തസാക്ഷി ഭഗത് സിംഗിന്റെ ജീവിതകഥ വളരെ മനോഹരമായി ഈ പുസ്തകത്തിൽ അവതരിപ്പിച്ചിരിക്കുന്നു.

ഭഗത് സിംഗ്

ഇന്ത്യയുടെ അനശ്വര വിപ്ലവകാരി

By - ഡോ. ഭവൻ സിംഗ് റാണ

ഡയമണ്ട് ബുക്സ്

പ്രസാധകർ : ഡയമണ്ട് പോക്കറ്റ് ബുക്സ് (പി) ലിമിറ്റഡ്.
X-30, ഓഖ്ല ഇൻഡസ്ട്രിയൽ ഏരിയ, ഘട്ടം-II
ന്യൂഡൽഹി-110020
ഫോൺ : 011-40712200
ഇ-മെയിൽ : sales@dpb.in
വെബ്സൈറ്റ് : www.dpb.in
അച്ചടിച്ചത് : Repro (India)

ഭഗത് സിംഗ് *(ഇന്ത്യയിലെ ഒരു അനശ്വര വിപ്ലവകാരി)*

By - ഡോ. ഭവൻ സിംഗ് റാണ

ആമുഖം

അനശ്വര രക്തസാക്ഷി ഭഗത് സിംഗിന്റെ പേര് ഒരു ഇന്ത്യക്കാരനും അറിയാത്തതല്ല. വളരെ ചെറുപ്പത്തിൽ തന്നെ അദ്ദേഹം അവതരിപ്പിച്ച രാജ്യസ്നേഹം, ആത്മത്യാഗം, ധൈര്യം എന്നിവയുടെ സദ്ഗുണങ്ങളുടെ ഒരു മികച്ച ഉദാഹരണം ഒരു സാധാരണ മനുഷ്യന് സങ്കൽപ്പിക്കാൻ കഴിയില്ല. ഇന്ത്യയെ ഒരു രാഷ്ട്രമായി രൂപീകരിക്കുന്നതിലെ ഉദാത്തമായ പ്രവർത്തനങ്ങൾക്ക് ഭഗത് സിംഗ് നൽകിയ സംഭാവനകൾ അതിൽ തന്നെ അനന്യമാണ്. ഇതിന് ഭഗത് സിങ്ങിനോട് ഇന്ത്യ വരും വർഷങ്ങളിൽ കടപ്പെട്ടിരിക്കും.

ജീവിച്ചിരിക്കുമ്പോഴും രക്തസാക്ഷിത്വത്തിനു ശേഷവും ഇത്ര ചെറുപ്പത്തിൽ ബ്രിട്ടീഷ് സർക്കാരിന് ഉറക്കമില്ലാത്ത രാത്രികൾ നൽകിയത് എന്തിനായിരുന്നു? ആ കാലഘട്ടത്തിലെ പ്രശസ്തരായ നേതാക്കൾ, രാഷ്ട്രീയത്തിലെ വലിയ കളിക്കാർ, ഈ യുവത്വത്തെക്കുറിച്ച് ചിന്തിക്കാൻ നിർബന്ധിതരായതിന്റെ കാരണം എന്താണ്? ആ കാലഘട്ടത്തിൽ ഇന്ത്യൻ രാഷ്ട്രീയത്തിൽ കരിനിഴൽ വീഴ്ത്തിയ മഹാത്മാഗാന്ധി പോലും ഈ മിടുക്കനായ വ്യക്തിയുടെ രക്തസാക്ഷിത്വത്തിൽ വിമർശനത്തിന്റെ നിഴലായി മാറാൻ നിർബന്ധിതനായി? ഈ മഹാനായ വ്യക്തിയുടെ നിസ്വാർത്ഥമായ രാജ്യസ്നേഹവും ത്യാഗത്തിന്റെ ആദർശവും സമാനതകളില്ലാത്ത ധൈര്യവുമാണ് എല്ലാത്തിനും പിന്നിൽ എന്നത് തീർച്ചയാണ്.

അദ്ദേഹം ജനിച്ചത് പഞ്ചാബിലാണ്, എന്നാൽ അദ്ദേഹത്തിന്റെ കാഴ്ചപ്പാട് പഞ്ചാബിൽ മാത്രമായിരുന്നില്ല. ഇന്ത്യയുടെ മുഴുവൻ ഭൂപ്രദേശവും അദ്ദേഹത്തിന്റെ മാതൃരാജ്യമായിരുന്നു, അദ്ദേഹം എല്ലാ ഇന്ത്യക്കാർക്കും അവകാശപ്പെട്ടതാണ്. ഒരു സിഖ് കുടുംബത്തിൽ ജനിച്ചെങ്കിലും അദ്ദേഹം ഒരു സിഖ് മാത്രമായിരുന്നില്ല; അവൻ ഒരു യഥാർത്ഥ ഇന്ത്യക്കാരനും യഥാർത്ഥ മനുഷ്യനുമായിരുന്നു. സത്യസന്ധനായ ഒരു വ്യക്തിയുടെ കാഴ്ചപ്പാട് മതത്തിലോ ജാതിയിലോ സംസ്ഥാനത്തിലോ ഒതുങ്ങുന്നതല്ല. ഇന്ത്യയുടെയാകെ താൽപര്യങ്ങൾ മുൻനിർത്തിയാണ് അദ്ദേഹം തന്റെ ജീവൻ ബലിയർപ്പിച്ചത്. ചരിത്രത്തിൽ ഭഗത് സിങ്ങിന്റെ സ്ഥാനം അതിൽ തന്നെ അതുല്യമാണ്.

ഈ പുസ്തകത്തെക്കുറിച്ച് മൗലികത അവകാശപ്പെട്ടാൽ മാത്രമേ അത് സ്വയം പ്രശംസയാകൂ. ഡോ. പട്ടാഭി സീതാരാമയ്യ, വിപ്ലവകാരിയും എഴുത്തുകാരനുമായ മന്മഥ് നാഥ് ഗുപ്ത, ശ്രീ കെ.കെ.ഖുള്ളർ, മേജർ ഗുരുദേവ് സിംഗ് ദയാൽ, ശ്രീ സുരേഷ് ചന്ദ്ര ശ്രീവാസ്തവ തുടങ്ങിയ വിവിധ ഗ്രന്ഥങ്ങളുടെ രചയിതാക്കളിൽ നിന്നും പണ്ഡിതന്മാരിൽ നിന്നും പ്രശസ്ത ചരിത്രകാരന്മാരിൽ നിന്നും ഇത് എഴുതുന്നതിന് സഹായം സ്വീകരിച്ചിട്ടുണ്ട്. അതുകൊണ്ട് അവർക്കെല്ലാം നന്ദി പറയേണ്ടത് എന്റെ കടമയാണ്. മെറ്റീരിയലിന്റെ ആധികാരികത സംബന്ധിച്ച് ഞാൻ സമഗ്രമായ ശ്രദ്ധ ചെലുത്തിയിട്ടുണ്ട്. എന്നിരുന്നാലും, അതിൽ എന്തെങ്കിലും കുറവുണ്ടെങ്കിൽ, തെറ്റ് എന്റേതാണ്. വിവേകമുള്ള വായനക്കാരോട് എന്റെ അഗാധമായ ക്ഷമാപണം. -

ഭവൻ സിംഗ് റാണ

ഉള്ളടക്കം

1

ആദ്യകാല ജീവിതം

ലോകത്തിലെ എല്ലാ ജീവജാലങ്ങളും ജനിക്കുകയും മരിക്കുകയും ചെയ്യുന്നു. ഈ ചക്രം കടന്നുപോയി, എന്നേക്കും തുടരും. ഈ ലോകത്തിൽ നിന്ന് അസംഖ്യം ആളുകൾ കടന്നു വന്നിട്ടുണ്ട്, എന്നാൽ ഇന്ന് അവരുടെ പേരുകൾ ആർക്കും അറിയില്ല. എന്നാൽ ശാരീരികമായി അവിടെ ഇല്ലാതിരുന്നിട്ടും സമൂഹത്തിന്റെയും രാജ്യത്തിന്റെയും ഹൃദയങ്ങളിൽ നിന്നും മനസ്സിൽ നിന്നും ഒരിക്കലും അകന്നു പോകാത്ത ചില വ്യക്തികളുണ്ട്. അവരുടെ മഹത്തായ പ്രവൃത്തികൾ അവരുടെ നാമത്തെ എന്നെന്നേക്കുമായി അനശ്വരമാക്കുന്നു. അത്തരത്തിലുള്ള ഒരു പേരാണ് ഭഗത് സിംഗ്, ഇന്ത്യക്കാർ വരും കാലങ്ങളിൽ മറക്കില്ല.

ജനനവും കുട്ടിക്കാലവും

1907 സെപ്തംബർ 27 ന് പഞ്ചാബിലെ ലിയാൽപൂർ ജില്ലയിലെ ബംഗ ഗ്രാമത്തിലാണ് ഭഗത് സിംഗ് ജനിച്ചത് (ഇപ്പോൾ ഈ സ്ഥലം പാസ്കിസ്ഥാനിലാണ്). ജനനസമയത്ത് അദ്ദേഹത്തിന്റെ പിതാവ് സർദാർ കിഷൻ സിംഗ് ഇന്ത്യയുടെ സ്വാതന്ത്ര്യസമരത്തിൽ പങ്കെടുത്തതിന് ലാഹോർ സെൻട്രൽ ജയിലിലായിരുന്നു. സർദാർ കിഷൻ സിംഗിന് രണ്ട് ഇളയ സഹോദരന്മാരുണ്ടായിരുന്നു, സർദാർ അജിത് സിംഗ്, സർദാർ സ്വർണ്ണ സിംഗ്. ഈ സമയത്ത്, സർദാർ അജിത് സിംഗ് മാൻഡലേ ജയിലിൽ (ബർമ) ആയിരുന്നു, സർദാർ സ്വർണ്ണ സിംഗ് തന്റെ ജ്യേഷ്ഠൻ സർദാർ കിഷൻ സിങ്ങിനൊപ്പം തടവിൽ കഴിയുകയായിരുന്നു. അങ്ങനെ, ഭഗത് സിങ്ങിന്റെ ജനനസമയത്ത്, സ്വാതന്ത്ര്യത്തിനുവേണ്ടിയുള്ള പോരാട്ടത്തിന്റെ പേരിൽ അദ്ദേഹത്തിന്റെ അച്ഛനും അമ്മാവന്മാരും ജയിലിലായിരുന്നു. വീട്ടിൽ അമ്മ ശ്രീമതി വിദ്യാവതിയും മുത്തച്ഛൻ അർജുൻ സിങ്ങും മുത്തശ്ശി ജയ് കൗറും ഉണ്ടായിരുന്നു. ഒരുപക്ഷേ കുഞ്ഞ് ഭഗത് സിങ്ങിന്റെ ജനനം ഭാഗ്യമായിരിക്കാം, അല്ലെങ്കിൽ അവരുടെ നല്ല കാലം ആരംഭിച്ചിരിക്കാം, ജനിച്ച് മൂന്നാം ദിവസം അവന്റെ പിതാവ് സർദാർ കിഷൻ സിങ്ങും അമ്മാവൻ സർദാർ സ്വർണ്ണ സിംഗും ജയിലിൽ നിന്ന് ജാമ്യത്തിലിറങ്ങി, ഏകദേശം ഇത്തവണ അദ്ദേഹത്തിന്റെ മറ്റൊരു അമ്മാവൻ സർദാർ അജിത് സിങ്ങും ജയിൽ മോചിതനായി. അങ്ങനെ, അവന്റെ ജനനത്തിനു തൊട്ടുപിന്നാലെ സന്തോഷത്തിന്റെ പ്രവാഹം അവന്റെ വീട്ടിലൂടെ ഒഴുകി, അവന്റെ ജനനം ഭാഗ്യമായി വാഴ്ത്തപ്പെട്ടു. അവന്റെ മുത്തശ്ശി ഈ ഭാഗ്യവാനായ കുട്ടിക്ക് ഭഗ്രോൺവാല എന്ന് പേരിട്ടു, അതായത് ഭാഗ്യമുള്ളവൻ ഇതിന്റെ അടിസ്ഥാനത്തിലാണ് അദ്ദേഹത്തെ ഭഗത് സിംഗ് എന്ന് വിളിക്കാൻ തുടങ്ങിയത്.

ഭഗത് സിംഗ് മാതാപിതാക്കളുടെ രണ്ടാമത്തെ കുട്ടിയായിരുന്നു. സർദാർ കിഷൻ സിങ്ങിന്റെ മൂത്ത മകന്റെ പേര് ജഗത് സിംഗ് എന്നായിരുന്നു, അവൻ അഞ്ചാം ക്ലാസിൽ പഠിക്കുമ്പോൾ പതിനൊന്നാമത്തെ വയസ്സിൽ മരിച്ചു. അതിനാൽ, വളരെ ചെറുപ്പത്തിൽ തന്നെ ആദ്യത്തെ മകൻ മരിച്ചതിനാൽ, ഭഗത് സിംഗ് തന്റെ മാതാപിതാക്കളുടെ ആദ്യത്തെ കുട്ടിയായി ഫണഫഠൗഫപ്പെടുന്നു. ഭഗത് സിങ്ങിനെ കൂടാതെ, അദ്ദേഹത്തിന്റെ പിതാവ് സർദാർ കിഷൻ സിംഗിന് നാല് ആൺമക്കളും മൂന്ന് പെൺമക്കളും കൂടി ഉണ്ടായിരുന്നു. മൊത്തത്തിൽ, അദ്ദേഹത്തിന് ആറ് ആൺമക്കളും മൂന്ന് പെൺമക്കളും ആയിരുന്നു അവരുടെ പേരുകൾ കാലക്രമത്തിൽ ഇവയായിരുന്നു: ജഗത് സിംഗ്, ഭഗത് സിംഗ്, കുൽവീർ സിംഗ്, കുൽതാർ സിംഗ്, രാജേന്ദ്ര സിംഗ്, രൺവീർ സിംഗ്, ബിബി അമർ കൗർ, ബിബി പ്രകാശ് കൗർ (സുമിത്ര), ബിബി ശകുന്തള.

ഭഗത് സിംഗ് തന്റെ കുടുംബ പാരമ്പര്യത്തിലൂടെ രാജ്യസ്നേഹത്തിലേക്ക് പ്രവേശിച്ചു. അദ്ദേഹത്തിന്റെ മുത്തച്ഛൻ സർദാർ അർജുൻ സിംഗ് ബ്രിട്ടീഷ് സർക്കാരിന്റെ ശക്തനായ എതിരാളിയായിരുന്നു. ഇംഗ്ലീഷുകാർക്കെതിരെ ഒരു വാക്ക് പറഞ്ഞാൽ മരണത്തെ ക്ഷണിക്കുന്നതിന് തുല്യം ആയിരുന്നു. അന്ന്. ഇംഗ്ലീഷുകാരെ പുകഴ്ത്തുന്നത് തങ്ങളുടെ കടമയായി അക്കാലത്ത് ആളുകൾ കരുതി, കാരണം അതിലൂടെ എല്ലാ നേട്ടങ്ങളും ലഭിക്കുമായിരുന്നു. സർദാർ അർജുൻ സിങ്ങിന്റെ രണ്ട് സഹോദരന്മാർ - സർദാർ ബഹാദൂർ സിംഗ്, സർദാർ ദിൽ ബാഗ് സിംഗ് - ഇംഗ്ലീഷുകാരെ തങ്ങളുടെ മതമായി കണക്കാക്കി, അതേസമയം സർദാർ അർജുൻ സിംഗ് ഇംഗ്ലീഷുകാരെ വെറുത്തു. അതിനാൽ, അവന്റെ രണ്ട് സഹോദരന്മാരും അവനെ ഒരു വിഡ്ഢിയായി കണക്കാക്കി. സർദാർ അർജുൻ സിംഗിന് മൂന്ന് ആൺമക്കളുണ്ടായിരുന്നു-സർദാർ കിഷൻ സിംഗ്, സർദാർ അജിത് സിംഗ്, സർദാർ സ്വർണ്ണ സിംഗ്. മൂന്ന് സഹോദരന്മാരും പിതാവിനെപ്പോലെ നിർഭയരും രാജ്യസ്നേഹികളുമായിരുന്നു.

ഭഗത് സിങ്ങിന്റെ പിതാവ് സർദാർ കിഷൻ സിങ്ങിനെതിരെ ബ്രിട്ടീഷുകാർക്കെതിരായ ഇന്ത്യയുടെ സ്വാതന്ത്ര്യത്തിനായുള്ള പ്രസ്ഥാനങ്ങളിൽ പങ്കെടുത്തതിന് സർക്കാർ 42 കേസുകൾ ചുമത്തി. ജീവിതകാലത്ത് രണ്ടര വർഷത്തെ തടവിന് ശിക്ഷിക്കപ്പെട്ടു, രണ്ട് വർഷത്തോളം വീട്ടുതടങ്കലിലായിരുന്നു. ബ്രിട്ടീഷ് സർക്കാർ സർദാർ അജിത് സിംഗിനെ ഭയന്ന് വിറച്ചിരുന്നു. ബ്രിട്ടീഷുകാർക്കെതിരായ പ്രസ്ഥാനങ്ങളിൽ പങ്കെടുത്തതിന് 1907 ജൂണിൽ ഇന്ത്യയിൽ നിന്ന് വളരെ അകലെയുള്ള ബർമ്മയുടെ തലസ്ഥാനമായ റംഗൂണിലേക്ക് അദ്ദേഹത്തെ അയച്ചു. ഭഗത് സിംഗിന്റെ ജനനസമയത്ത് അദ്ദേഹം അവിടെ തടവിലായിരുന്നു. കുറച്ച് മാസങ്ങൾക്ക് ശേഷം, അവിടെ നിന്ന് മോചിതനായ ശേഷം അദ്ദേഹം ഇറാൻ, തുർക്കി, ഓസ്ട്രിയ വഴി ജർമ്മനിയിലെത്തി. ഒന്നാം ലോകമഹായുദ്ധത്തിൽ ജർമ്മനിയുടെ തോൽവിക്ക്

ശേഷം അദ്ദേഹം അവിടെ നിന്ന് ബ്രസീലിലേക്ക് പോയി. 1946-ൽ ഇടക്കാല സർക്കാർ രൂപീകരിച്ചതിനുശേഷം ജവഹർലാൽ നെഹ്റുവിന്റെ ശ്രമഫലമായി അദ്ദേഹം വീണ്ടും ഇന്ത്യയിലെത്തി.

ഭഗത് സിംഗിന്റെ ഇളയ അമ്മാവൻ സ്വർണ്ണ സിംഗ് അദ്ദേഹത്തിന്റെ പിതാവിനെയും രണ്ട് ജ്യേഷ്ഠന്മാരെയും പോലെ ഒരു സ്വാതന്ത്ര്യ സമര സേനാനിയായിരുന്നു. മൂത്ത സഹോദരൻ കിഷൻ സിംഗ് 'ഭാരത് സൊസൈറ്റി' സ്ഥാപിച്ചു. സ്വർണ സിങ്ങും ഒപ്പം ചേർന്നു. രാജ്യദ്രോഹക്കുറ്റത്തിന് ശിക്ഷിക്കപ്പെട്ട അദ്ദേഹത്തെ ലാഹോർ സെൻട്രൽ ജയിലിലടച്ചു. ഇവിടെ അവനെ വളരെ കഠിനാധ്വാനം ചെയ്തു, അത് അവനെ ഒരു ടി.ബി രോഗിയാക്കി 23 വയസ്സുള്ളപ്പോൾ അദ്ദേഹം മരിച്ചു.

അത്തരത്തിലുള്ള ഒരു കുടുംബത്തിൽ ജനിച്ച് സ്വാഭാവികമായും ദേശസ്നേഹത്തിന്റെയും സ്വാതന്ത്ര്യത്തിന്റെയും പാഠങ്ങൾ പഠിക്കാൻ ഭഗത് സിംഗ് എത്തി. 'വരാനിരിക്കുന്ന സംഭവങ്ങളിൽ മുമ്പേ അവരുടെ നിഴൽ വീഴ്ത്തി'-ഭഗത് സിങ്ങിന്റെ കാര്യത്തിൽ ഈ വാക്ക് ശരിയാണെന്ന് തെളിഞ്ഞു. കുട്ടിക്കാലം മുതലേ അസാധാരണമാംവിധം വിചിത്രമായിരുന്നു അവന്റെ ശീലങ്ങളും സംസാരങ്ങളും കൂട്ടുകെട്ടും. അദ്ദേഹത്തിന് മൂന്ന് വയസ്സുള്ളപ്പോൾ ഒരു ദിവസം, അദ്ദേഹത്തിന്റെ പിതാവ് സർദാർ കിഷൻ സിംഗ് ഭഗത് സിംഗിനൊപ്പം അദ്ദേഹത്തിന്റെ സുഹൃത്ത് ശ്രീ നന്ദ് കിഷോർ മേത്തയുടെ വയലിലേക്ക് പോയി. കുട്ടി ഭഗത് സിംഗ് മണ്ണിന്റെ കൂമ്പാരങ്ങളിൽ ചെറിയ വൈക്കോൽ ഒട്ടിച്ചു. ഭഗത് സിംഗും അദ്ദേഹത്തിന്റെ പ്രവർത്തനങ്ങൾ നിരീക്ഷിച്ചുകൊണ്ടിരുന്ന മേത്തയും തമ്മിലുള്ള സംഭാഷണം ശ്രദ്ധേയമാണ്:

മേത്ത: "നിന്റെ പേരെന്താണ്?"

ഭഗത് സിംഗ്: "ഭഗത് സിംഗ്."

മേത്ത: "നീ എന്ത് ചെയ്യുന്നു?"

ഭഗത് സിംഗ്: "ഞാൻ തോക്കുകൾ വിതയ്ക്കുന്നു."

മേത്ത (ആശ്ചര്യപ്പെട്ടു) : "തോക്കുകളോ?"

ഭഗത് സിംഗ്: "അതെ, തോക്കുകൾ."

മേത്ത: "എന്തിനാ കുട്ടീ?"

ഭഗത് സിംഗ്: "എന്റെ രാജ്യത്തിന് സ്വാതന്ത്ര്യം ഉറപ്പാക്കാൻ."

മേത്ത: "നിങ്ങളുടെ മതം എന്താണ്?"

ഭഗത് സിംഗ്: "രാജ്യത്തെ സേവിക്കാൻ."

അതുപോലെ, അമ്മാവൻ അജിത് സിംഗിനെ നാടുകടത്തിയ സംഭവം ഭഗത്

സിങ്ങിൽ മായാത്ത അവമതിപ്പ് സൃഷ്ടിച്ചു. ഭർത്താവിൽ നിന്ന് പിരിഞ്ഞുനിൽക്കുന്നതിൽ അവരുടെ ഭാര്യ നിരന്തരം കരയുമായിരുന്നു. അവളുടെ കരയുന്ന മുഖം കണ്ട് ഭഗത് സിംഗ് പറയും, "അമ്മായി, കരയരുത്, ഞാൻ വലുതാകുമ്പോൾ, ഞാൻ ഇംഗ്ലീഷുകാരെ നാട്ടിൽ നിന്ന് ആട്ടിയോടിക്കും, അമ്മാവനെ വീട്ടിലേക്ക് കൊണ്ടുവരും." കേവലം അഞ്ച് വയസ്സുള്ളപ്പോൾ, അവൻ തന്റെ കളിക്കൂട്ടുകാരെ രണ്ട് ഗ്രൂപ്പുകളായി തിരിക്കുകയും ഒരാൾ മറ്റൊരാളെ ആക്രമിക്കുകയും ചെയ്യുമായിരുന്നു .

ഇതെല്ലാം വ്യക്തമാകുന്നത് ബാല്യകാലം മുതൽ തന്നെ ഭഗത് സിങ്ങിൽ ദേശസ്നേഹത്തിന്റെ വികാരം അലിഞ്ഞുചേർന്നിരുന്നു എന്നാണ്. ശ്രീ നന്ദ് കിഷോർ മേത്ത തന്നെ ഒരു രാജ്യസ്നേഹിയായിരുന്നു. മുകളിൽ സൂചിപ്പിച്ച ഭഗത് സിങ്ങുമായുള്ള സംഭാഷണത്തിന് ശേഷം അദ്ദേഹം സർദാർ കിഷൻ സിങ്ങിനോട് പറഞ്ഞു, "സഹോദരാ, നിങ്ങൾ വളരെ ഭാഗ്യവാനാണ്, നിങ്ങളുടെ വീട്ടിൽ ഒരു മഹാത്മാവ് ജനിക്കുന്നു. ഈ കുട്ടിക്ക് പേരിടാനും ലോക പ്രശസ്തനാകാനും ഞാൻ അനുഗ്രഹിക്കുന്നു. ഈ രാജ്യത്തിന്റെ ചരിത്രത്തിൽ അദ്ദേഹത്തിന്റെ നാമം അനശ്വരമായിരിക്കും. വാസ്തവത്തിൽ, കാലക്രമേണ ശ്രീ മേത്തയുടെ പ്രവചനം സത്യമായി.

വിദ്യാഭ്യാസം

നാലഞ്ചു വയസ്സുള്ളപ്പോൾ ഭഗത് സിംഗിനെ ബംഗ ഗ്രാമത്തിലെ ഡിസ്ട്രിക്ട് ബോർഡ് പ്രൈമറി സ്കൂളിൽ ചേർത്തു. ചേട്ടന്റെ കൂടെ സ്കൂളിൽ പോകും. സ്കൂളിലെ കൂട്ടുകാരെല്ലാം അവനെ സ്നേഹിച്ചിരുന്നു. എല്ലാ വിദ്യാർത്ഥികളും അവനുമായി സൗഹൃദം സ്ഥാപിക്കാൻ ആഗ്രഹിച്ചു. ഭഗത് സിംഗ് തന്നെ മറ്റ് വിദ്യാർത്ഥികളെയും തന്റെ സുഹൃത്തുക്കളാക്കി. അവന്റെ സുഹൃത്തുക്കൾ അവനെ എത്രമാത്രം സ്നേഹിക്കുന്നതെന്ന് തെളിവാണ്. പല അവസരങ്ങളിലും അവനെ തോളിൽ കയറ്റി വീട്ടിൽ കൊണ്ട് വിടുമായിരുന്നു. എന്നാൽ ഭഗത് സിങ്ങിന് കുട്ടിക്കാലം മുതൽ തന്നെ വിചിത്രമായ ശീലങ്ങളുണ്ടായിരുന്നു. കുട്ടികൾ കളിക്കാനോ വായിക്കാനോ ഇഷ്ടപ്പെടുന്ന പ്രായത്തിൽ അവന്റെ മനസ്സ് വിചിത്രമായ കാര്യങ്ങൾ ചിന്തിച്ചു അലഞ്ഞു. സ്കൂളിലെ ചെറിയ മുറികളിൽ ഇരുന്നു ബോറടിച്ചു. അവൻ തന്റെ ക്ലാസ് വിട്ട് നടക്കാൻ തുറന്ന ഗ്രൗണ്ടിലേക്ക് പോകും. കരകവിഞ്ഞൊഴുകുന്ന നദികളും ട്വിറ്റർ പക്ഷികളും മെല്ലെ വീശുന്ന കാറ്റും അവന്റെ ഹൃദയം കീഴടക്കി. ഭഗത് സിംഗ് ക്ലാസ്സിൽ നിന്ന് ഇറങ്ങിപ്പോയത് മൂത്ത സഹോദരൻ ജഗത് സിംഗ് ശ്രദ്ധിച്ചപ്പോൾ, അവൻ തുറസ്സായ സ്ഥലത്ത് ഇരിക്കുന്നത് കാണുന്നതിന് വേണ്ടി മാത്രമാണ്. ജഗത് സിംഗ് പറയും, "നീ ഇവിടെ എന്താണ് ചെയ്യുന്നത്? ഗുരുജി ക്ലാസിൽ പഠിപ്പിക്കുന്നു, വരൂ, പോകാം,

എഴുന്നേൽക്കൂ." ചിരിച്ചുകൊണ്ട് കുട്ടി ഭഗത് സിംഗ് പറയും, "എനിക്ക് ഇവിടെ

ഇരിക്കാൻ ഇഷ്ടമാണ്."

"നിങ്ങള് ഇവിടെ എന്താണ് ചെയ്യുന്നത്?"

"ഒന്നുമില്ല, ഞാൻ നിശബ്ദമായി നിലം കാണുന്നു."

"ഗ്രൗണ്ടോ? ഗ്രൗണ്ടിൽ എന്താണ് കാണാൻ?"

"ഒന്നുമില്ല ഭയ്യാ, എനിക്കും ഈ തുറന്ന നിലം പോലെ സ്വതന്ത്രനാകണം."

തന്റെ ഇളയ സഹോദരന്റെ ഇത്തരം സംസാരങ്ങളിൽ നിന്ന് ജഗത് സിംഗിന് തലയും വാലും മനസ്സിലായില്ല. വെറുപ്പോടെ അവൻ പറയും, "ഇതൊക്കെ ചെയ്യേണ്ടി വന്നാൽ പിന്നെ എന്തിനാ നിന്നെ സ്കൂളിൽ ചേർത്തത്, കൃഷി ചെയ്യണമായിരുന്നു, പഠിച്ചില്ലെങ്കിൽ ടീച്ചർ തല്ലും".

"എന്നെ എന്തിനു തല്ലണം?"

"പാഠം പഠിക്കാതെ വന്നാൽ അടി കിട്ടും".

"എന്നാൽ ഭയ്യാ, പാഠം പുസ്തകങ്ങളിലുണ്ട്. ഞാൻ പഠിക്കും."

ഭഗത് സിംഗ്, വാസ്തവത്തിൽ, മൂർച്ചയേറിയ ബുദ്ധിശക്തിയുള്ള ഒരു കുട്ടിയായിരുന്നു, അദ്ദേഹം മറ്റ് സഹപാഠികളേക്കാൾ നിർഭയനും ധൈര്യശാലിയും തുറന്നുപറയുന്നവനും ആയിരുന്നു. എന്നാൽ അതിനിടയിൽ പെട്ടെന്ന് ഒരു ദുരന്തം സംഭവിച്ചു. കൂടെ പഠിച്ച ജ്യേഷ്ഠൻ ജഗത് സിംഗ് മരിച്ചു. അദ്ദേഹത്തിന് പതിനൊന്ന് വയസ്സേ ഉണ്ടായിരുന്നുള്ളൂ. ഈ സംഭവം ഭഗത് സിംഗിന് വലിയ ഞെട്ടലുണ്ടാക്കി.

ഇതിനുശേഷം സർദാർ കിഷൻ സിംഗ് ലാഹോറിനടുത്തുള്ള നവകോട്ടിലേക്ക് മാറി. അദ്ദേഹത്തിന് അവിടെ കുറച്ച് ഭൂമിയും സ്വത്തുക്കളും ഉണ്ടായിരുന്നു. ഭഗത് സിംഗും പ്രാഥമിക വിദ്യാഭ്യാസം പൂർത്തിയാക്കിയിരുന്നു. സിഖുകാർക്ക് പൊതുവെ തങ്ങളുടെ കുട്ടികളെ ഖൽസ സ്കൂളുകളിൽ ചേർക്കുന്ന ഒരു പാരമ്പര്യമുണ്ടായിരുന്നു. എന്നാൽ ഈ സ്കൂളിന്റെ ചായ്‌വ് ഇംഗ്ലീഷിനോടായിരുന്നു. ഇവിടുത്തെ അധ്യാപകരും മാനേജ്മെന്റും മറ്റുള്ളവരെക്കാൾ ഇംഗ്ലീഷുകാരെ ബഹുമാനിച്ചിരുന്നു. സർദാർ കിഷൻ സിംഗിന് ഇത് ഒട്ടും ഇഷ്ടപ്പെട്ടില്ല. അദ്ദേഹം യഥാർത്ഥ രാജ്യസ്നേഹിയും സ്വാതന്ത്ര്യ സമര സേനാനിയും ആയിരുന്നു. അടിമത്തത്തിന്റെ നിഴൽ പോലും കാണാത്ത ഒരു സ്കൂളിൽ ഭഗത് സിംഗിനെ ചേർക്കാൻ അവൻ ആഗ്രഹിച്ചു. അങ്ങനെ അവനെ ഡി.എ.വി.യിൽ പ്രവേശിപ്പിക്കാൻ തീരുമാനിച്ചു, ലാഹോർ. ഡി.എ.വി. സ്കൂൾ ദേശീയ ചിന്തയിൽ മുഴുകി. ഭഗത് സിംഗിനെ ഈ സ്കൂളിൽ ചേർത്തതിന് സർദാർ കിഷൻ സിങ്ങിനെ അദ്ദേഹത്തിന്റെ സമൂഹം എതിർത്തിരുന്നുവെങ്കിലും അദ്ദേഹം അത് കാര്യമാക്കിയില്ല. 1916-17 കാലഘട്ടത്തിലാണ് ഈ സംഭവം. ഈ സ്കൂളിൽ ഇംഗ്ലീഷ്, ഉറുദു തുടങ്ങിയ വിഷയങ്ങൾക്കൊപ്പം സംസ്കൃതവും ഭഗത് സിംഗ് പഠിച്ചു. അദ്ദേഹം സംസ്കൃതത്തെ പ്രത്യേകം സ്നേഹിച്ചിരുന്നു. 1918 ജൂലൈ 22-ന്

മുത്തച്ഛന് എഴുതിയ കത്തുകളിൽ നിന്നാണ് സംസ്കൃതത്തോടുള്ള അദ്ദേഹത്തിന്റെ ഇഷ്ടം നാം മനസ്സിലാക്കുന്നത്. പരീക്ഷാഫലത്തെക്കുറിച്ചും സംസ്കൃതത്തിലും ഇംഗ്ലീഷിലും യഥാക്രമം 150-ൽ 110, 68 എന്നീ മാർക്കുകളെക്കുറിച്ചും അദ്ദേഹം എഴുതി.

ഏകദേശം 1919-ൽ ഈ സമയത്ത്, റൗലറ്റ് നിയമത്തിനെതിരെ ഇന്ത്യയിലുടനീളം പ്രകടനങ്ങൾ നടന്നു. അമൃത്സറിലെ ജാലിയൻവാലാബാഗിൽ ആയിരക്കണക്കിന് ആളുകൾ പങ്കെടുത്ത ഒരു പ്രകടനം നടക്കുകയായിരുന്നു. നിരായുധരായ ഈ ആളുകളെ ജനറൽ ഡയർ കൂട്ടക്കൊല ചെയ്തു. ജാലിയൻ വാലാബാഗ് കാണ്ഡ് തങ്ങളുടെ രാജ്യത്തിനായി കരുതുന്ന ഇന്ത്യക്കാരുടെ ദേശസ്നേഹ ദൃഢനിശ്ചയത്തെ ശക്തിപ്പെടുത്തി. ദേശാഭിമാനി കുടുംബത്തിലെ മൂന്നാം തലമുറയിൽ പെട്ടയാളാണ് ഭഗത് സിംഗ്. അങ്ങനെയെങ്കിൽ, ഈ കണ്ടാൽ ബാധിക്കപ്പെടാതെ അദ്ദേഹം തുടരാൻ എങ്ങനെ സാധിക്കും? ഈ കാൻഡിന്റെ വാർത്ത അറിഞ്ഞ അദ്ദേഹം ലാഹോറിൽ നിന്ന് അമൃത്സറിലെത്തി, തങ്ങളുടെ രാജ്യസ്നേഹത്തിനായി ജീവൻ ബലിയർപ്പിച്ച ആളുകൾക്ക് ആദരാഞ്ജലികൾ അർപ്പിച്ചു. ഭഗത് · സിംഗിന്റെ ദൃഷ്ടിയിൽ ജാലിയൻ വാലാബാഗ് ഒരു പുണ്യസ്ഥലമായി രൂപാന്തരപ്പെട്ടു. ഇത് കണ്ടപ്പോൾ അവൻ ആകെ ഞെട്ടിപ്പോയി. അവിശ്വസനീയമായ സംയമനത്തോടെ അദ്ദേഹം സ്വയം രചിച്ചു. ജാലിയൻ വാലാബാഗ് മുഴുവൻ ചോരപ്പുഴകളിൽ കുതിർന്നതുപോലെ തോന്നി. "ഈ നാടിന്റെ പേരിൽ സത്യം ചെയ്യൂ, ഭാരതമാതാവിന്റെ പേരിൽ സത്യം ചെയ്യൂ, ഈ രക്തം പാഴാകാതിരിക്കട്ടെ, ത്യാഗം ചെയ്യണം, എല്ലാം ത്യജിക്കണം, സ്വന്തം ജീവൻ പോലും ത്യജിക്കണം" എന്ന് നാട് പറയുന്നതുപോലെ തോന്നി. ഇംഗ്ലീഷുകാരുടെ ഈ ക്രൂരത അവസാനിപ്പിക്കണം..." ഭഗത് സിംഗ് രക്തം പുരണ്ട ഒരുപിടി മണ്ണ് എടുത്ത് സ്വയം ത്യാഗത്തിന് പ്രതിജ്ഞയെടുത്തു. അവൻ ഈ മണ്ണ് ഒരു കുപ്പിയിലാക്കി. തന്റെ നാടിനെയും നാട്ടുകാരെയും അപമാനിച്ചതിന് പ്രതികാരം ചെയ്യണമെന്ന് ഈ മണ്ണ് അവനെ ഓർമ്മിപ്പിച്ചുകൊണ്ടിരുന്നു.

1920-ൽ മഹാത്മാഗാന്ധി നിസ്സഹകരണ പ്രസ്ഥാനം ആരംഭിച്ചു. ഈ പ്രസ്ഥാനത്തിലൂടെ അദ്ദേഹം തന്റെ നാട്ടുകാരോട് സർക്കാർ കോടതികൾ, തസ്തികകൾ, പദവികൾ, സേവനങ്ങൾ എന്നിവയിൽ നിന്ന് സ്വയം വിട്ടുനിൽക്കാൻ ആവശ്യപ്പെട്ടു. വിദ്യാർത്ഥികളോട് സ്കൂളുകളും കോളേജുകളും വിടാൻ ആവശ്യപ്പെട്ടു. തൽഫലമായി, 1921-ൽ ഭഗത് സിംഗ് സ്കൂൾ വിട്ടു. ഡി.എ.വി.യിൽ ഒമ്പതാം ക്ലാസ് വിദ്യാർത്ഥിയായിരുന്നു. സ്കൂൾ. നിസ്സഹകരണ പ്രസ്ഥാനത്തിന്റെ സ്വാധീനത്തിൽ പ്രമുഖ നഗരങ്ങളിൽ നിരവധി സ്കൂളുകളും കോളേജുകളും സ്ഥാപിക്കപ്പെട്ടു. ഈ കാലയളവിൽ രാജ്യത്ത് നിരവധി സർവകലാശാലകളും വിദ്യാപീഠങ്ങളും (പഠനകേന്ദ്രങ്ങൾ) സ്ഥാപിക്കപ്പെട്ടു. ഗുജറാത്ത് വിദ്യാപീഠം, ബീഹാർ വിദ്യാപീഠം, പഞ്ചാബ്, കാശി വിദ്യാപീഠം, ബംഗാൾ

രാഷ്ട്രീയ വിശ്വവിദ്യാലയം, തിലക് മഹാരാഷ്ട്ര വിദ്യാപീഠം, പഞ്ചാബ് ഝാൻസി വിദ്യാപീഠം, രാഷ്ട്രീയ മുസ്ലീം വിദ്യാലയം, അലിഗഡ് തുടങ്ങിയവ ഈ കാലയളവിൽ സ്ഥാപിതമായ സർവ്വകലാശാലകളിൽ ഉൾപ്പെടുന്നു. ലാലാ ലജ്പത് റായ് ലാഹോറിൽ നാഷണൽ കോളേജ് സ്ഥാപിച്ചു. ഈ കോളേജ് കാശി വിദ്യാപീഠത്തോട് അഫിലിയേറ്റ് ചെയ്തു. നിസ്സഹകരണ പ്രസ്ഥാനത്തിൽ പങ്കെടുത്ത നിരവധി വിദ്യാർത്ഥികൾ ഈ കോളേജിൽ സ്വയം പ്രവേശനം നേടി. ഭഗത് സിംഗും ഈ കോളേജിൽ അഡ്മിഷൻ എടുത്തു.

ഡിഎവിയിൽ നിന്ന് ഹൈസ്കൂൾ പാസായതിന് ശേഷം ഭഗത് സിംഗ് ലാഹോറിലെ നാഷണൽ കോളേജിൽ പ്രവേശനം നേടിയതായി പല പുസ്തകങ്ങളും പരാമർശിക്കുന്നു. സ്കൂൾ എന്നാൽ ഈ പ്രസ്താവന ശരിയല്ല. സത്യമാകട്ടെ, ഡി.എ.വി. മഹാത്മാഗാന്ധിയുടെ ആഹ്വാനപ്രകാരം അദ്ദേഹം ഒമ്പതാം ക്ലാസ് വിദ്യാർത്ഥിയായിരുന്നു. നാഷണൽ കോളേജിൽ പ്രവേശനത്തിന് രണ്ട് മാസത്തെ സമയം അനുവദിച്ചു, അതിനുശേഷം അദ്ദേഹത്തിന് ഒരു പരീക്ഷ എഴുതേണ്ടിവന്നു. ആ പരീക്ഷ പാസായതിന് ശേഷമാണ് അയാൾക്ക് നാഷണൽ കോളേജിൽ പ്രവേശനം ലഭിച്ചത്.

വിപ്ലവകാരികളുമായി സമ്പർക്കത്തിൽ

നാഷണൽ കോളേജിൽ അദ്ദേഹത്തിന് ദേശസ്നേഹം വളർത്തിയെടുക്കാനും വികസിപ്പിക്കാനും നല്ല അവസരം ലഭിച്ചു. കഠിനാധ്വാനികളായ പ്രവർത്തകരെ സ്വയം ഭരണം നേടുന്നതിന് സജ്ജമാക്കുക എന്ന ലക്ഷ്യത്തോടെയാണ് ഈ കോളേജ് സ്ഥാപിതമായത്, അതേസമയം സർക്കാർ കോളേജുകളിലും മറ്റും പഠിക്കുന്ന വിദ്യാർത്ഥികളുടെ ലക്ഷ്യം പരീക്ഷ വിജയിച്ച് സർക്കാർ സർവീസിൽ പ്രവേശിക്കുക എന്നതായിരുന്നു. അതെ, ഗാന്ധി ആശ്രമങ്ങളിലെപ്പോലെ കർശനമായിരുന്നില്ല ഇവിടുത്തെ നിയമങ്ങൾ. എല്ലാ വിദ്യാർത്ഥികളും സാധാരണ വസ്ത്രം ധരിച്ചിരുന്നു. ഖാദിയോട് (കൈകൊണ്ട് നിർമ്മിച്ച തുണി) നേരിയ ചായ്വ് ഉണ്ടായിരുന്നുവെന്നതിൽ സംശയമില്ല, പക്ഷേ യന്ത്രത്തിൽ നിർമ്മിച്ച വസ്ത്രങ്ങൾ ധരിച്ച വിദ്യാർത്ഥികളും ഉണ്ടായിരുന്നു. ഏറ്റവും കുറച്ച് വസ്ത്രങ്ങൾ ധരിക്കുക, എല്ലാ പ്രവർത്തനങ്ങളും സ്വന്തം കൈകൊണ്ട് ചെയ്യുക, ഭക്ഷണം പാകം ചെയ്യാത്ത പച്ചക്കറികൾ കഴിക്കുക എന്നിവ നല്ലതായി കണക്കാക്കപ്പെട്ടിരുന്നു. ഗാന്ധി ആശ്രമത്തിലെ പോലെ പ്രഭാത പ്രാർത്ഥനയ്ക്കും വൈകുന്നേരത്തെ ധ്യാനത്തിനും നിയമമില്ലായിരുന്നു. അതിനാൽ, ഈ കോളേജിന്റെ അന്തരീക്ഷം ആകർഷകമായി ഭഗത് സിംഗ് കണ്ടെത്തി.

യശ് പാൽ, ഭഗവതി ചരൺ, സുഖ് ദേവ്, രാം കിഷൻ, തീർഥ് റാം, ഝന്ദ സിംഗ് തുടങ്ങിയ വിപ്ലവകാരികളുമായി അദ്ദേഹം ഈ കോളേജിൽ ബന്ധപ്പെട്ടു. ഭഗവതി ചരൺ, സുഖ് ദേവ് എന്നിവരുമായി അദ്ദേഹം ജീവിതത്തിൽ വളരെക്കാലം ബന്ധം

ഉണ്ടായിരുന്നു. ഈ കോളേജിൽ പതിവ് അധ്യാപനത്തിനു പുറമേ ഭായ്

പർമാനന്ദിന്റെയും ലാലാ ലജ്പത് റായിയുടെയും പ്രഭാഷണങ്ങളും ഉണ്ടായിരുന്നു. ഈ പ്രഭാഷണങ്ങൾ വിദ്യാർത്ഥികളെ ദേശഭക്തി, ദേശീയത തുടങ്ങിയ വിഷയങ്ങളിൽ ബോധവൽക്കരിച്ചു. ഈ കോളേജിലെ ചരിത്രാദ്ധ്യാപകനായിരുന്നു പ്രൊഫ. ജയ് ചന്ദ് വിദ്യാലങ്കർ. വിദ്യാർത്ഥികൾ അദ്ദേഹത്തെ വളരെയധികം ആകർഷിച്ചു. പ്രഫ. ജയ് ചന്ദ് വിദ്യാലങ്കർ ഭഗത് സിങ്ങിനെ പ്രത്യേകം ഇഷ്ടപ്പെട്ടു. വിപ്ലവകാരികളെ കുറിച്ച് അദ്ദേഹം ഭഗത് സിംഗിനോട് വിശദമായി പറയാറുണ്ടായിരുന്നു. നിരവധി വിപ്ലവകാരികളുമായി അദ്ദേഹം സ്വയം ബന്ധപ്പെട്ടിരുന്നു. അദ്ദേഹത്തിന്റെ ചിന്തകളാണ് ഭഗത് സിംഗിനെ ഏറ്റവും കൂടുതൽ സ്വാധീനിച്ചത്. വാസ്തവത്തിൽ ഭഗത്സിങ്ങിന്റെ രാഷ്ട്രീയ ഗുരുവായിരുന്നു.

ഉല്ലാസവും വികൃതിയുമായ ഒരു വിദ്യാർത്ഥിയുടെ രൂപത്തിൽ

ഭഗത് സിംഗ് തന്റെ പഠനത്തിനായി പരമാവധി ഊർജ്ജം ചെലവഴിച്ചു. ചരിത്രത്തോടും രാഷ്ട്രീയത്തോടും അദ്ദേഹത്തിന് പ്രത്യേക ഇഷ്ടമുണ്ടായിരുന്നു. അധ്യാപകരോടും സുഹൃത്തുക്കളോടും ഈ വിഷയങ്ങൾ വിശദമായി ചർച്ച ചെയ്തു. അവൻ തമാശക്കാരനും വികൃതിയുമായ വിദ്യാർത്ഥിയായിരുന്നു. ലാഹോറിലെ നാഷണൽ കോളേജിലെ വിദ്യാർത്ഥിയായിരുന്നപ്പോൾ സോന്ധി അദ്ദേഹത്തെ ഇന്ത്യൻ ചരിത്രം പഠിപ്പിച്ചു. പ്രൊഫ. സോന്ധിക്ക് സവിശേഷമായ ഒരു സ്വഭാവം ഉണ്ടായിരുന്നു-അദ്ദേഹം പ്രഭാഷണം നടത്തുമ്പോൾ പോലും ഉറങ്ങുകയായിരുന്നു. ക്ലാസിലെ വികൃതികളായ വിദ്യാർത്ഥികൾ പ്രൊഫസറുടെ ഈ സ്വഭാവത്തിലേക്ക് ആകർഷിക്കപ്പെട്ടു. അവരിൽ ഒരാളായിരുന്നു ഭഗത് സിംഗ്. ഈ പ്രൊഫസറെ ശല്യപ്പെടുത്തുകയും അസംബന്ധം പറയുകയും ചെയ്യുന്നതുകൊണ്ട് വിദ്യാർത്ഥികൾക്ക് ഒരു പ്രത്യേക ആനന്ദം ലഭിച്ചിരുന്നു.

ഒരിക്കൽ പ്രൊഫ. സോന്ധി അശോക ചക്രവർത്തിയെ കുറിച്ച് പഠിപ്പിക്കുകയായിരുന്നു. എന്നാൽ അവന്റെ സ്വഭാവമനുസരിച്ച് അവൻ അധ്യാപനത്തിനിടയിൽ ഉറങ്ങാൻ തുടങ്ങി. ഭഗത് സിങ്ങിനും സുഖ് ദേവിനും യശ് പാലിനും അദ്ദേഹത്തിന്റെ പ്രഭാഷണം കേൾക്കുന്നതിൽ ശ്രദ്ധ കേന്ദ്രീകരിക്കാൻ കഴിഞ്ഞില്ല. ക്ലാസ്സിൽ നിന്ന് ഇറങ്ങി നടക്കാൻ അവർ ആഗ്രഹിച്ചു, പക്ഷേ അവരുടെ മുന്നിൽ പ്രൊഫസറെക്കൊണ്ട് അത് സാധ്യമായില്ല. ഭഗത് സിംഗ് എഴുന്നേറ്റു നിന്ന് ചോദിച്ചു, "സർ, ഇംഗ്ലീഷുകാർ ഇന്ത്യയിൽ ഭിക്ഷാടകരായാണ് വന്നത്, എന്നാൽ പിന്നീട് അവർ ഇവിടെ ഭരണാധികാരികളായി. ഇത് ശരിയാണോ?" അശോകന്റെ നീതി സ്നേഹത്തെക്കുറിച്ചായിരുന്നു പ്രൊഫസർ പറഞ്ഞത്. ഈ

അപ്രസക്തമായ ചോദ്യം കേട്ട് അവൻ ദേഷ്യപ്പെട്ടു, "എന്റെ ചിന്തകളുടെ ഒഴുക്കിനെ തടസ്സപ്പെടുത്തരുതെന്ന് ഞാൻ നിങ്ങളോട് പലതവണ ആവശ്യപ്പെട്ടിട്ടുണ്ട്, പക്ഷേ നിങ്ങൾ കേൾക്കുന്നില്ല..."

പ്രൊഫസർ മറുപടി പറയുന്നതിന് മുമ്പ് സുഖ് ദേവ് എഴുന്നേറ്റ് പറഞ്ഞു. "സർ, ഈ ഭഗത് സിംഗ് ഒരു തികഞ്ഞ വിഡ്ഢിയാണ്. നിങ്ങൾ ഷാജഹാന്റെ ഭരണകാലത്തെക്കുറിച്ച് പഠിപ്പിക്കുകയായിരുന്നു, അവൻ ഇംഗ്ലീഷുകാരെ കൊണ്ടുവന്നു."

"ഷാജഹാനെക്കൊണ്ട് നിങ്ങൾ എന്താണ് ചെയ്യുന്നത്? ഞാൻ ഷാജഹാന്റെ പേര് പോലും ഉച്ചരിച്ചിട്ടുണ്ടോ?" സോന്ധി അലറിവിളിച്ചു.

ഇനി യാഷ് പാലിന്റെ ഊഴമായിരുന്നു. അവൻ ഇരിപ്പിടത്തിൽ നിന്ന് എഴുന്നേറ്റു പറഞ്ഞു, "സാർ, നിങ്ങൾ മൊഹമ്മദ് തുഗ്ലക്കിന്റെ ഭ്രാന്തിനെക്കുറിച്ച് പഠിപ്പിക്കുന്നുവെന്ന് ഞാൻ രണ്ടുപേരോടും പറയുകയായിരുന്നു, പക്ഷേ അവർ എന്നെ വിശ്വസിച്ചില്ല."

പ്രൊഫസർ തൽക്ഷണം വിളിച്ചുപറഞ്ഞു, "നിങ്ങളെല്ലാവരും ഉപയോഗശൂന്യരായ കൂട്ടാളികളാണ്, എനിക്ക് നിങ്ങളെ പഠിപ്പിക്കാൻ കഴിയില്ല." ഇതും പറഞ്ഞ് അവൻ ഞരക്കത്തോടെ ക്ലാസ്സ് വിട്ടു. വിദ്യാർത്ഥികൾ പൊട്ടിച്ചിരിച്ച് ക്ലാസിൽ നിന്ന് ഇറങ്ങിയോടി.

ഇത് പലപ്പോഴും സംഭവിച്ചു. പ്രൊഫ. സോന്ധിയുടെ ക്ലാസ്സിൽ വിദ്യാർത്ഥികൾക്ക് ബോറടി തോന്നിയപ്പോഴെല്ലാം ഭഗത് സിംഗ് തുടങ്ങിയവർ അദ്ദേഹത്തെ ഈ രീതിയിൽ ശല്യപ്പെടുത്തി. പ്രൊഫസർ ക്ലാസ് വിട്ടുപോകും, വിദ്യാർത്ഥികൾക്ക് അവരുടെ വഴിയുണ്ടായിരുന്നു. അതുപോലെ, പ്രൊഫ. മേത്തയും ഈ വിദ്യാർത്ഥികൾക്ക് ഒരു വിനോദ മാർഗമായിരുന്നു. പ്രൊഫ. മേത്ത ഭക്തിയോടെ പഠിപ്പിച്ചു, പക്ഷേ അദ്ദേഹത്തിന്റെ ഹിന്ദി പരിജ്ഞാനം വളരെ മോശമായിരുന്നു. വിചിത്രമായ രീതിയിലാണ് അദ്ദേഹം ഹിന്ദി വാക്കുകൾ ഉച്ചരിച്ചത്. ചില വാക്കിന് തുല്യമായ ഹിന്ദി അദ്ദേഹം വിദ്യാർത്ഥികളോട് ചോദിച്ചപ്പോൾ വിദ്യാർത്ഥികൾ അദ്ദേഹത്തിന് ശുദ്ധമായ ഒരു പഞ്ചാബി വാക്ക് നൽകി. ഇത് കേട്ട് മറ്റ് വിദ്യാർത്ഥികൾ പൊട്ടിച്ചിരിച്ചു, പ്രൊഫ. മേത്തയ്ക്ക് അസ്വസ്ഥത തോന്നി. എന്നിട്ട് ഭഗത് സിങ്ങിന്റെ സഹപ്രവർത്തകനായ ഝന്ദ സിങ്ങിനെ ചൂണ്ടി അവൻ പറയും, "ക്ലാസിൽ നിന്ന് പുറത്തുകടക്കുക." പിന്നീട് യശ് പാലിനും സുഖ് ദേവിനും ഭഗത് സിങ്ങിനും ഒന്നോ രണ്ടോ വിദ്യാർത്ഥികൾക്കും സമാനമായ ഉത്തരവുകൾ ഓരോന്നായി വിളിച്ചുപറഞ്ഞു.

വിദ്യാർത്ഥി ജീവിതത്തിലെ മറ്റ് പ്രവർത്തനങ്ങൾ

പഠനത്തിനൊപ്പം ദേശീയ പ്രശ്നങ്ങളിലേക്കും ഭഗത് സിംഗിന്റെ ചായ്‌വ്

വളർന്നു. എല്ലാത്തരം പുതിയ സംഭവങ്ങളിലും അദ്ദേഹം എപ്പോഴും സജീവമായിരുന്നു, അവർക്കായി സജീവമായി പ്രവർത്തിച്ചു. 1921 നവംബർ 14-ന് അദ്ദേഹം തന്റെ ദാദാജിക്ക് എഴുതിയ ഒരു കത്തിൽ നിന്ന് നമുക്ക് അത് അറിയാം. ഈ കത്തിൽ അദ്ദേഹം തന്റെ ദാദാജിക്ക് എഴുതി, "റെയിൽവേ ജീവനക്കാരൻ ഈ ദിവസങ്ങളിൽ ഒരു പണിമുടക്ക് ആസൂത്രണം ചെയ്യുന്നു. അടുത്ത ആഴ്ചയ്ക്ക് ശേഷം അത് ആരംഭിക്കുമെന്ന് പ്രതീക്ഷിക്കുന്നു."

ദേശസ്നേഹത്തിന്റെ ഗാനങ്ങൾ ആലപിക്കുന്നതിലും ആവേശകരമായ നാടകങ്ങളിൽ പങ്കെടുക്കുന്നതിലും ഇത്തരത്തിലുള്ള മറ്റ് സാമൂഹികവും ദേശീയവുമായ പ്രവർത്തനങ്ങളിൽ അദ്ദേഹം അഗാധമായ താൽപ്പര്യം പ്രകടിപ്പിച്ചു. നാഷണൽ നൈറ്റ് ക്ലബ്ബിന്റെ സജീവ അംഗമായിരുന്നു. ഈ ക്ലബ്ബ് ഒരിക്കൽ ചന്ദ്ര ഗുപ്ത ചക്രവർത്തിയുമായി ബന്ധപ്പെട്ട ഒരു നാടകം അവതരിപ്പിച്ചു. ഈ നാടകത്തിൽ ശശി ഗുപ്ത എന്ന കഥാപാത്രത്തെ ഭഗത് സിംഗ് അവതരിപ്പിച്ചു. അദ്ദേഹത്തിന്റെ വേഷം ചുറ്റും പ്രശംസിക്കപ്പെട്ടു. അദ്ദേഹത്തിന്റെ വിജയകരവും മികച്ചതുമായ പ്രകടനത്തിന് അദ്ദേഹത്തെ അഭിനന്ദിച്ചുകൊണ്ട് ഭായി പർമാനന്ദ പറഞ്ഞു, "എന്റെ ഭഗത് സിംഗ് തീർച്ചയായും ശശി ഗുപ്തയെ ഭാവിയിൽ തെളിയിക്കും." ഈ ക്ലബ്ബ് "റാണാ പ്രതാപ്", "ദി മഹാഭാരതം" തുടങ്ങിയ നാടകങ്ങൾ അവതരിപ്പിച്ചു. ഈ നാടകങ്ങളിലെല്ലാം ഭഗത് സിംഗ് പ്രധാന വേഷങ്ങൾ ചെയ്തു. ഈ നാടകങ്ങൾ അവതരിപ്പിക്കുന്നതിന്റെ പ്രധാന ലക്ഷ്യം രാജ്യസ്നേഹത്തിന്റെയും ദേശീയതയുടെയും വികാരങ്ങൾ പൊതുസമൂഹത്തിൽ പ്രചരിപ്പിക്കുക, ബ്രിട്ടീഷുകാർക്കെതിരെ ശബ്ദമുയർത്തുക എന്നിവയായിരുന്നു. അതിനാൽ, ഈ ക്ലബ്ബ് സർക്കാർ നിരോധിച്ചു.

വിവാഹത്തിനായി ഭഗത് സിങ്ങിന്റെ മേൽ സമ്മർദ്ദം

ഭഗത് സിംഗ് ബിഎ വിദ്യാർത്ഥിയായപ്പോൾ തന്നെ അവന്റെ മാതാപിതാക്കൾ

വിവാഹത്തിനായി സമ്മർദം ചെലുത്താൻ തുടങ്ങി. ഭഗത് സിങ്ങിന്റെ മുത്തശ്ശിക്ക് അവനെ ഏറ്റവും ഇഷ്ടമായിരുന്നു. ഭഗത് സിംഗ് വിവാഹം കഴിക്കുന്നത് കാണാൻ അവൾ ആഗ്രഹിച്ചു, അങ്ങനെ അവൾക്ക് തന്റെ മരുമകളുടെ (പതോഹു) മുഖം കാണാൻ കഴിയും. ഭഗത് സിംഗ് വീട്ടിൽ രസകരമായി ഒന്നും കണ്ടെത്തിയില്ല എന്ന് അവന്റെ അച്ഛനും നിരീക്ഷിക്കുന്നുണ്ടായിരുന്നു. ഒരിക്കൽ കോൺഗ്രസ് പ്രവർത്തകരുടെ യോഗം ഉണ്ടായിരുന്നു. അതിൽ പങ്കെടുക്കാൻ പോയതായിരുന്നു ഭഗത് സിംഗ്. രാത്രി ഏറെ വൈകിയാണ് വീട്ടിലേക്ക് മടങ്ങിയത്. പരീക്ഷകൾ അടുത്തിരുന്നു, പക്ഷേ ഭഗത് സിംഗ് അത് ശ്രദ്ധിച്ചില്ല. അച്ഛൻ സർദാർ കിഷൻ സിംഗ് ദേഷ്യപ്പെട്ടു. 11.00 മണിക്ക് മടങ്ങിയ ഭഗത് സിങ്ങിനോട് അയാൾ പൊട്ടിത്തെറിച്ചു, "ഈ സമയത്ത് വീട്ടിൽ വന്നാൽ എന്താണ് അർത്ഥമാക്കുന്നത്? പഠിക്കാൻ താൽപ്പര്യമില്ലെങ്കിൽ

വീട്ടിൽ ഇരിക്കുക. ഇങ്ങനെ സമയവും പണവും പാഴാക്കിയിട്ട് എന്ത് പ്രയോജനം?" രാജ്യസ്നേഹത്തിൽ മുഴുകിയ ഭഗത് സിംഗ് മറുപടി പറഞ്ഞു, "പഠനത്തിന് എല്ലാ സമയവും ഉണ്ട്. എന്നിരുന്നാലും ഒരാൾക്ക് രാജ്യത്തോട് ചില കടമകളുണ്ട്." "എനിക്ക് നിങ്ങളുടെ പ്രഭാഷണം കേൾക്കാൻ താൽപ്പര്യമില്ല. ഒന്നുകിൽ ശരിയായി പഠിക്കുക അല്ലെങ്കിൽ ഉപേക്ഷിക്കുക. എനിക്ക് ഇത്തരം കാര്യങ്ങൾ ഒട്ടും സഹിക്കാൻ കഴിയില്ല."

മറുപടിയൊന്നും പറയാതെ ഭഗത് സിംഗ് തന്റെ പഠനത്തിനായി സ്വയം സമർപ്പിച്ചു. ഇടയ്ക്കിടെ അച്ഛനുമായി വഴക്കുണ്ടാകുമായിരുന്നു. അതിനാൽ ഭഗത് സിങ്ങിനെ തിരികെ കൊണ്ടുവരാനും മുത്തശ്ശിയുടെ സമ്മർദ്ദത്തിനു വഴങ്ങിയും ഭഗത് സിംഗിനെ വിവാഹം കഴിപ്പിക്കാൻ പിതാവ് തീരുമാനിച്ചു. ജാട്ടുകൾക്കിടയിൽ ഒരു ചൊല്ലുണ്ട്, ആൺകുട്ടി വഴിപിഴച്ചാൽ അവനെ കൈകാലുകൾ ബന്ധിച്ച് വിവാഹം കഴിക്കണം. അങ്ങനെ, സർഗോധയിലെ മൻവാല ഗ്രാമത്തിൽ താമസിക്കുന്ന സർദാർ തേജ സിങ്ങിന്റെ സഹോദരിയുമായുള്ള ഭഗത് സിംഗിന്റെ വിവാഹം നിശ്ചയിച്ചു. തന്റെ വിവാഹനിശ്ചയം അറിഞ്ഞപ്പോൾ ഭഗത് സിംഗ് പിതാവിന് ഒരു കത്തെഴുതി. ഇത് ഇതുപോലെയാണ്:

"ബഹുമാനപ്പെട്ട അച്ചന്,

ഇത് വിവാഹം കഴിക്കാനുള്ള സമയമല്ല. എന്റെ രാജ്യം എന്നെ വിളിക്കുന്നു. ഹൃദയത്തോടും ആത്മാവോടും കൂടി രാജ്യത്തെ സേവിക്കുമെന്ന് ഞാൻ പ്രതിജ്ഞയെടുത്തു. അല്ലാതെ ഞങ്ങൾക്ക് അതൊരു പുതിയ കാര്യമല്ല. ഞങ്ങളുടെ മുഴുവൻ കുടുംബവും ദേശസ്നേഹത്തിന്റെ വികാരങ്ങളാൽ നിറഞ്ഞിരിക്കുന്നു. ഞാൻ ജനിച്ച് രണ്ടോ മൂന്നോ വർഷം കഴിഞ്ഞ് 1910-ൽ അമ്മാവൻ സ്വർണ്ണ സിംഗ് ജയിലിൽ തന്റെ സ്വർഗ്ഗീയ വാസസ്ഥലത്തേക്ക് പോയി. അമ്മാവൻ അജിത് സിംഗ് വിദേശ രാജ്യങ്ങളിൽ പ്രവാസ ജീവിതം നയിക്കുന്നു. ജയിലുകളിൽ നിങ്ങളും കടുത്ത മാനസികാവസ്ഥയും അനുഭവിച്ചിട്ടുണ്ട്. ഞാൻ നിങ്ങളുടെ കാൽപ്പാടുകൾ പിന്തുടരുക മാത്രമാണ് ചെയ്യുന്നത്, ഇത് ചെയ്യാനുള്ള ധൈര്യം കാണിക്കുന്നു. ദയവു ചെയ്ത് എന്നെ ബന്ധനത്തിൽ കെട്ടരുത്. പകരം എന്റെ ദൗത്യത്തിൽ വിജയിക്കുവാൻ എന്നെ അനുഗ്രഹിക്കണമേ."

ഭഗത് സിങ്ങിന്റെ ഈ കത്ത് കുടുംബത്തെയാകെ ഞെട്ടിച്ചു. ഒരു വശത്ത് കുടുംബത്തിലെ ഏറ്റവും മുതിർന്ന അംഗം, എങ്ങനെയെങ്കിലും തന്റെ പേരക്കുട്ടിയെ വിവാഹം കഴിക്കാൻ ആഗ്രഹിച്ച മുത്തശ്ശി. എന്നാൽ പേരക്കുട്ടിക്ക് തികച്ചും വ്യത്യസ്തമായ ആശയങ്ങളുണ്ടായിരുന്നു. മുത്തശ്ശിയുടെയും ചെറുമകന്റെയും പരസ്പരവിരുദ്ധമായ ഈ ആശയങ്ങൾ സർദാർ കിഷൻ സിങ്ങിനെ വിഷമിപ്പിക്കുന്നതും ആശയക്കുഴപ്പത്തിലാക്കുന്നതുമായ ഒരു അവസ്ഥയിലാക്കി. ഒടുവിൽ, ഒരുപാട് ആലോചിച്ച ശേഷം അയാൾ മകന് എഴുതി:

"പ്രിയപ്പെട്ട ഭഗത് സിംഗ്,

നിങ്ങളുടെ വിവാഹം ഞങ്ങൾ നിശ്ചയിച്ചു. ഞങ്ങൾ പെൺകുട്ടിയെ കണ്ടു, അവളുടെ കുടുംബത്തെ ഞങ്ങൾ ഇഷ്ടപ്പെടുന്നു. ഞാനും നിങ്ങളും പഴയ ദാദിമയുടെ വികാരങ്ങളെ മാനിക്കണം. അതിനാൽ ഈ വിവാഹത്തിന് ഒരു തരത്തിലും തടസ്സം സൃഷ്ടിക്കരുതെന്നും സന്തോഷത്തോടെ അതിന് തയ്യാറാകണമെന്നും ഞാൻ നിങ്ങളോട് കൽപ്പിക്കുന്നു.

ഈ കത്ത് എന്തും പോലെ ഭഗത് സിംഗിനെ നിരാശപ്പെടുത്തി. മുഴുവൻ പ്രശ്നവും അദ്ദേഹം ഗൗരവമായി ചിന്തിച്ചു, തുടർന്ന് കോളേജ് വിടാൻ തീരുമാനിച്ചു, അവൻ തന്റെ പിതാവിന് എഴുതി:

"ബഹുമാനപ്പെട്ട പിതാവേ,

താങ്കളുടെ കത്ത് വായിച്ച് ഞാൻ ഞെട്ടിപ്പോയി. നിങ്ങളെപ്പോലെയുള്ള ദേശസ്നേഹിയും ധീരനുമായ ഒരു വ്യക്തി നിസ്സാര പ്രശ്നങ്ങളിൽ നിന്ന് തളർന്നുപോയാൽ, സാധാരണക്കാരന്റെ അവസ്ഥയെന്താണ്? അമ്മൂമ്മയെ ഓർത്ത് നിങ്ങൾ വിഷമിക്കുന്നു. ദശലക്ഷക്കണക്കിന് ആളുകളുടെ അമ്മയായ ഭാരത് മാതാവിന്റെ വേദനകളെയും കഷ്ടപ്പാടുകളെയും കുറിച്ച് നിങ്ങൾ എപ്പോഴെങ്കിലും ചിന്തിച്ചിട്ടുണ്ടോ? അവളുടെ കഷ്ടപ്പാടുകൾ ലഘൂകരിക്കാൻ ഞങ്ങൾ എല്ലാം സ്വീകരിക്കേണ്ടിവരും. ഞാനിവിടെ നിന്നാൽ കല്യാണം കഴിക്കാൻ നിർബന്ധിതനാകുമെന്ന് എനിക്കറിയാം. അതുകൊണ്ട് ഞാൻ വേറെ സ്ഥലത്തേക്ക് പോവുകയാണ്."

ഈ കത്തിടപാടുകൾക്ക് മുമ്പ്, ഭഗത് സിംഗ് വീട്ടിലായിരുന്നപ്പോൾ വധുവിന്റെ ഭാഗത്തുനിന്ന് ആളുകൾ അദ്ദേഹത്തെ കാണാൻ വന്നിരുന്നു. അതിഥികളുമായുള്ള അദ്ദേഹത്തിന്റെ പെരുമാറ്റം മധുരവും മാന്യവുമായിരുന്നു. അവരെ യാത്രയാക്കാൻ അദ്ദേഹം ലാഹോറിലേക്ക് പോയിരുന്നു. തിരികെ വരുമ്പോൾ താൻ വിവാഹം കഴിക്കില്ലെന്ന് പിതാവിനോട് വ്യക്തമായി പറഞ്ഞിരുന്നു.

"പക്ഷെ എന്തുകൊണ്ട്?" അച്ഛൻ ചോദിച്ചു.

ഭഗത് സിംഗ് പറഞ്ഞു, "ഞാൻ എന്നെത്തന്നെ പിന്തുണയ്ക്കാൻ തുടങ്ങുന്നതുവരെ വിവാഹം അഭികാമ്യമല്ല."

പിതാവ് കിഷൻ സിംഗ് രോഷാകുലനായി: "നിങ്ങൾ കൂടുതൽ അറിയാമെന്ന് കാണിക്കാൻ ശ്രമിക്കുകയാണ്, വിവാഹം കഴിക്കുക, നിങ്ങളുടെ കാലിൽ ഇരിക്കാൻ ശ്രമിക്കുക, ഞാൻ ഇത് വേണ്ടെന്ന് പറയുന്നില്ല. വിവാഹശേഷം നിങ്ങൾക്ക് എന്തെങ്കിലും വലിയ പ്രശ്നങ്ങൾ നേരിടേണ്ടിവരുമോ, എന്നോട് പറയൂ?" ഒരു വഴിയും കാണാതെ ഭഗത് സിംഗ് പറഞ്ഞു, "ഞാൻ ഇപ്പോൾ വളരെ ചെറുപ്പമാണ് വിവാഹത്തിനുള്ള പക്വത ആയിട്ടില്ല"

"മറ്റ് പ്രശ്നങ്ങൾക്ക്, പ്രായമായ ഒരാളെപ്പോലെ നിങ്ങളുടെ സംസാരം. വിവാഹത്തിന് മാത്രമേ നിങ്ങൾക്ക് പ്രായപൂർത്തിയായിട്ടുള്ളൂ. മുന്നോട്ട് പോകൂ, വിവാഹം കഴിക്കൂ. ഭാര്യയെ ആവശ്യമെന്ന് തോന്നുമ്പോൾ മാത്രം വീട്ടിലേക്ക് വിളിക്കുക."

വീണ്ടും ഒരു തടസ്സം നേരിട്ടപ്പോൾ ഭഗത് സിംഗ് പറഞ്ഞു, "ഞാൻ വിവാഹം കഴിക്കുകയാണെങ്കിൽ, ഞാൻ വിദ്യാസമ്പന്നയായ ഒരു പെൺകുട്ടിയെ വിവാഹം കഴിക്കും." തന്റെ വിവാഹം നിശ്ചയിച്ച പെൺകുട്ടി വിദ്യാസമ്പന്നയായ പെൺകുട്ടിയല്ലെന്ന് അവനറിയാമായിരുന്നു. എന്നാൽ അപ്പോഴും തന്റെ കുടുംബാംഗങ്ങളുടെ തീരുമാനം മാറ്റുന്നതിൽ വിജയിക്കാനായില്ല. അവസാനം, നിസ്സഹായനായി, ബിഎ പഠനം പാതി വഴിയിൽ ഉപേക്ഷിച്ച് കോളേജിൽ നിന്ന് ഓടിപ്പോകേണ്ടിവന്നു.

ഭഗത് സിംഗിലെ സ്വാധീനം.

ഭഗത് സിങ്ങിന്റെ കുടുംബം ദേശീയവാദികളും രാജ്യത്തിന്റെ സ്വാതന്ത്ര്യത്തെ സ്നേഹിക്കുന്നവരുമായിരുന്നുവെന്ന് നേരത്തെ എഴുതിയിട്ടുണ്ട്. ഒരു മനുഷ്യന്റെ സ്വന്തം കുടുംബമാണ് അവന്റെ ആദ്യത്തെ വിദ്യാലയം. ഭഗത് സിങ്ങിന്റെ സ്വഭാവ രൂപീകരണത്തിലെ ആദ്യ സ്വാധീനം അദ്ദേഹത്തിന്റെ കുടുംബമായിരുന്നു. അദ്ദേഹത്തിന്റെ കുടുംബത്തിൽ അമ്മാവൻ സർദാർ അജിത് സിംഗ് അദ്ദേഹത്തെ ഏറ്റവും കൂടുതൽ സ്വാധീനിച്ചു. അമ്മാവൻ സർദാർ അജിത് സിംഗ് കഴിഞ്ഞാൽ അടുത്ത പ്രധാന സ്വാധീനം രക്തസാക്ഷി കർത്താർ സിംഗ് സരഭ ആയിരുന്നു. 1914-15-ൽ കാനഡയിൽ നിന്നും യു.എസ്.എയിൽ നിന്നും മടങ്ങിയെത്തിയ പഞ്ചാബ് കർഷകർ ഗദ്ദർ (കലാപം) എന്നറിയപ്പെടുന്ന പ്രസ്ഥാനം ആരംഭിച്ചു. ഈ പ്രസ്ഥാനത്തിനിടയിൽ അദ്ദേഹം അതിന്റെ നേതാക്കളായ കർതാർ സിംഗ് സരഭ, റാസ് ബിഹാരി ബോസ് തുടങ്ങിയവരുമായി ബന്ധപ്പെട്ടു. അവർ സബ്സ്ക്രിപ്ഷൻ എടുക്കുന്നതിനോ സർദാർ കിഷൻ സിങ്ങുമായി ചില പ്രശ്നങ്ങൾ ചർച്ച ചെയ്യുന്നതിനോ ബംഗയിൽ വരാറുണ്ടായിരുന്നു. 1915-ൽ ലാഹോർ ഗൂഢാലോചന കേസുമായി ബന്ധപ്പെട്ട് കർതാർ സിംഗ് സാരഭയെ അറസ്റ്റ് ചെയ്തു. കോടതി അവനെക്കുറിച്ച് നിരീക്ഷിച്ചു: "സംശയമില്ല, അവൻ ഒരു ചെറുപ്പക്കാരനാണ്. എന്നാൽ അവൻ തീർച്ചയായും വിമതർക്കിടയിൽ ഏറ്റവും അപകടകാരിയാണ്. അവൻ ഒരു ദയയും അർഹിക്കുന്നില്ല, അതിനാൽ. , അവനോട് ഒരു ദയയും കാണിക്കരുത്. 1916-ൽ 20-ാം വയസ്സിൽ മാത്രം ശരാഭയെ തൂക്കിക്കൊല്ലാൻ വിധിച്ചു. പുഞ്ചിരിച്ചുകൊണ്ട് അയാൾ തൂങ്ങിക്കിടക്കുന്ന കുരുക്കിൽ ചുംബിക്കുകയും സ്വയം ത്യാഗം ചെയ്യുകയും ചെയ്തു. അന്ന് ഭഗത് സിംഗ് കുട്ടിയായിരുന്നെങ്കിലും ബാധിക്കാതെ ഇരിക്കാൻ കഴിഞ്ഞില്ല. ഒമ്പത് വയസ്സുള്ള (കുട്ടി) ഭഗത് സിങ്ങിനെ ഈ ധീരമായ ത്യാഗം ആഴത്തിൽ സ്വാധീനിച്ചു. ഭഗത് സിംഗ്

അറസ്റ്റിലാകുമ്പോൾ, അദ്ദേഹം എപ്പോഴും കൂടെ സൂക്ഷിച്ചിരുന്ന സരഭയുടെ ഒരു ഫോട്ടോ അദ്ദേഹത്തിന്റെ വ്യക്തിയിൽ നിന്ന് കണ്ടെത്തിയതിൽ നിന്ന് ഇത് സൗകര്യപ്രദമായി വിലയിരുത്താം. വീട്ടിൽ, ഇടയ്ക്കിടെ ശരഭയുടെ ഫോട്ടോ അമ്മയെ കാണിച്ച് അദ്ദേഹം നിരീക്ഷിച്ചു, "പ്രിയപ്പെട്ട മാതാവേ! ഇതാണ് എന്റെ ഗുരു (ഗുരു), എന്റെ സഹോദരനും എന്റെ സഹകാരിയും." വീട്ടിൽ ജോലി ചെയ്യുമ്പോഴോ ചുറ്റിനടക്കുമ്പോഴോ, അവൻ പലപ്പോഴും സരഭയുടെ പ്രിയപ്പെട്ട ക്വാർട്ടറ്റിനെ വിളിച്ചു:

"സേവ ദേശ് ദി ജിദാരിയെ ബഡി അങ്കി
ഗല്ലൻ കർണിയൻ ഫിർ സുഖലിയൻ നേ
ജിനൻ ദേശ് സേവാ വിച്ച് ജോഡി പയ്യ
ഉനൻലഖ് മുസിബതൻ ഝേലിയ നാ"

(എന്റെ വിനീതാത്മാ. രാജ്യസേവനത്തെക്കുറിച്ച് സംസാരിക്കുന്നത് നിസ്സംശയമായും വളരെ സൗകര്യപ്രദമാണ്, പക്ഷേ, പ്രായോഗികമായി, രാജ്യസേവനം വളരെ ബുദ്ധിമുട്ടാണ്. ഈ ഉത്തരവാദിത്തം ചുമലിലേറ്റാൻ തീരുമാനിക്കുന്നവർ അവരുടെ ജീവിതത്തിൽ എണ്ണമറ്റ ദുരിതങ്ങൾ അനുഭവിക്കേണ്ടിവരും. ജീവനുകൾ).

ശ്രീ നന്ദ് കിഷോർ മേത്ത, ലാലാ പൂണ്ടി ദാസ്, സൂഫി അംബാ പ്രസാദ്, പഞ്ചാബ് കേസരി (പഞ്ചാബ് സിംഹം) ലാലാ ലജ്പത് റായി എന്നിവരെയും മറ്റ് രാഷ്ട്രീയ നേതാക്കളെയും ഭഗത് സിംഗ് കുട്ടിക്കാലത്തുതന്നെ അറിഞ്ഞു. അവരെല്ലാം വ്യത്യസ്തമായ നടപടികളിൽ അദ്ദേഹത്തെ സ്വാധീനിച്ചു.

വിദ്യാർത്ഥി ജീവിതവും പരിപാലനവും

ഭഗത് സിംഗ് തന്റെ വിദ്യാർത്ഥി ജീവിതത്തിൽ ലളിതമായ വസ്ത്രങ്ങളുടെ പ്രതീകമായി മാറി. അവന്റെ വസ്ത്രങ്ങൾ വൃത്തിഹീനവും വിചിത്രവുമായിരുന്നു. പഴകിയ, വസ്ത്രങ്ങൾ ധരിക്കുന്നതിലും അയാൾക്ക് എതിർപ്പില്ലായിരുന്നു. ചിലപ്പോൾ അവൻ ലുങ്കി ധരിച്ച് (അനൗപചാരികവും സുഖപ്രദവുമായ പഞ്ചാബ് വസ്ത്രം) കോളേജിൽ വന്നിരുന്നു. അദ്ദേഹത്തിന്റെ സുഹൃത്തായ ശിവ് വർമ്മ തന്റെ വസ്ത്രധാരണ രീതിയെക്കുറിച്ച് എഴുതുന്നു, "ഒരു പുസ്തകവും കയ്യിൽ ഇല്ലാതെ ഞാൻ അവനെ കണ്ടെത്തിയ ഒരു സന്ദർഭവും ഓർക്കുന്നില്ല. ജീർണ്ണിച്ചതും പഴകിയതുമായ വസ്ത്രം ധരിച്ച് ഞാൻ അവനെ കണ്ടിട്ടുണ്ട്. പക്ഷേ അപ്പോഴും അവൻ പോക്കറ്റിൽ പുസ്തകങ്ങൾ കരുതിയിരുന്നു.

2

കോളേജ് കഴിഞ്ഞ്

കോളേജിൽ നിന്ന് ഒളിച്ചോടിയതിന് ശേഷം ഭഗത് സിംഗ് പ്രശസ്ത വിപ്ലവകാരികളെ പരിചയപ്പെട്ടു. സുരേഷ് ചന്ദ്ര ഭട്ടാചാര്യ, ബടുകേശ്വർ ദത്ത്, അജയ് ഘോഷ്, വിജയ് കുമാർ സിൻഹ. അവരെല്ലാം ബംഗാളികളായിരുന്നു, അവരുടെ ഇടയിൽ ഒരു സിഖ് യുവാവ് താമസിക്കുമ്പോൾ, അത് C.I.D യുടെ സംശയം ഉയർത്തും. അതിനാൽ ശ്രീ ഗണേഷ് ശങ്കർ വിദ്യാർത്ഥി പ്രതാപിൽ അദ്ദേഹത്തിന് ജോലി കണ്ടെത്തുകയും മറ്റേതെങ്കിലും സ്ഥലത്ത് താമസിക്കാനുള്ള സൗകര്യം ഒരുക്കുകയും ചെയ്തു. പ്രതാപിൽ ജോലി ലഭിക്കുന്നതിന് മുമ്പ്, ഭഗത് സിംഗ് പത്രങ്ങൾ വിറ്റ് ചില ദിവസങ്ങൾ കഴിഞ്ഞിരുന്നു

കാൺപൂരിലെ ഈ കാലയളവിൽ അദ്ദേഹം ബട്ടുകേശ്വർ ദത്തിൽ നിന്ന് ബംഗാളി പഠിക്കുകയും കാൾ മാർക്സിനെ കുറിച്ച് പഠിക്കുകയും ചെയ്തു. തുടർന്ന് 'ഹിന്ദുസ്ഥാൻ റിപ്പബ്ലിക്കൻ അസോസിയേഷനിൽ' ചേർന്നു. സായുധ വിപ്ലവത്തിലൂടെ രാജ്യത്ത് ജനാധിപത്യം സ്ഥാപിക്കുകയായിരുന്നു ഈ കൂട്ടായ്മയുടെ ലക്ഷ്യം. ഉത്തർപ്രദേശിലെയും പഞ്ചാബിലെയും വിപ്ലവ ആശയങ്ങളുള്ള യുവാക്കളുമായി ഭഗത് സിംഗ് ബന്ധം വളർത്തിയെടുക്കുകയും അവരെ 'ഹിന്ദുസ്ഥാൻ റിപ്പബ്ലിക്കൻ അസോസിയേഷനിൽ' ചേരാൻ പ്രേരിപ്പിക്കുകയും ചെയ്തു. ഇപ്പോൾ അദ്ദേഹം ഈ പാർട്ടിയുടെ ആളായിരുന്നു, പാർട്ടിയുടെ പ്രവർത്തനം അദ്ദേഹത്തിന്റെ മാത്രം ജോലിയായിരുന്നു. സായുധ വിപ്ലവത്തിന് പാർട്ടി തയ്യാറായിരുന്നു, പക്ഷേ അത് ഒരു വലിയ പ്രതിസന്ധിയെ അഭിമുഖീകരിക്കുകയും ചെയ്തു. അതിന് പണമില്ലായിരുന്നു. തട്ടിപ്പ് നടത്താനും അവർ ആലോചിച്ചു. ഒരു വ്യക്തിയുടെ വീട്ടിൽ വെച്ചായിരുന്നു തട്ടിപ്പ് എന്നതായിരുന്നു പ്രധാന കാര്യം. സർക്കാർ ഖജനാവ് കൊള്ളയടിക്കാൻ പാർട്ടിക്ക് മതിയായ മാർഗമില്ല. ഒരു വ്യക്തിയുടെ വീട്ടിൽ നടന്ന കൊള്ളയടിക്ക് പൊതുജനങ്ങളുടെ സഹതാപം നഷ്ടപ്പെട്ടു എന്ന കാരണത്താൽ അവർക്ക് ഈ ആശയം മാറ്റിവയ്ക്കേണ്ടിവന്നു.

വിപ്ലവത്തിന്റെ പ്രചാരണം പതിവായി തുടർന്നു. ഒരിക്കൽ ദസറ മേളയോടനുബന്ധിച്ച് പ്രതാപ് പ്രസിൽ വിപ്ലവ സാഹിത്യം പരസ്യ രൂപത്തിൽ അച്ചടിച്ചു. ഭഗത് സിംഗ് തന്റെ അഞ്ച് കൂട്ടാളികളോടൊപ്പം അതിന്റെ വിതരണത്തിനായി പുറപ്പെട്ടു. പ്രതാപ്ഗഡിലെ മേളയിലാണ് ഇവർ എത്തിയത്. മനോഹരമായ വസ്ത്രങ്ങൾ ധരിച്ച ആളുകൾ പലതരം പാട്ടുകൾ

പാടിക്കൊണ്ടിരുന്നു. ഒരു സ്ഥലത്ത് വൻ ജനക്കൂട്ടമായിരുന്നു. ഭഗത് സിംഗും കൂട്ടാളികളും "എന്റെ നാട്ടുകാരേ, എഴുന്നേൽക്കൂ" എന്നെഴുതിയ പരസ്യം വിതരണം ചെയ്യാൻ തുടങ്ങി. സാധാരണ വേഷത്തിൽ പോലീസുകാർ ആളുകൾക്ക് നടുവിൽ നിൽക്കുന്നുണ്ടായിരുന്നു. ഈ പരസ്യം കണ്ടയുടൻ അവർ ഭഗത് സിങ്ങിന്റെ കൂട്ടാളികൾക്ക് നേരെ ആക്രമണം നടത്തുകയും രണ്ടുപേരെ പിടികൂടുകയും അറസ്റ്റ് ചെയ്യുകയും ചെയ്തു. ഇത് കണ്ട ഭഗത് സിംഗ് കടലാസുകളെല്ലാം വലിച്ചെറിഞ്ഞ് ആൾക്കൂട്ടത്തിലുണ്ടായിരുന്നവരോട് പറഞ്ഞു, "അപ്പുറത്തുള്ള കോൺഗ്രസുകാർ പോസ്റ്ററുകൾ വിതരണം ചെയ്യുന്നു." ഇത് കേട്ട് രണ്ട് പോലീസുകാർ അറസ്റ്റിലായ യുവാക്കൾക്ക് കാവൽ നിന്നു, ബാക്കിയുള്ളവർ ഭഗത് സിംഗ് ചൂണ്ടിക്കാണിച്ച ദിശയിലേക്ക് ഓടി. ഈ പോലീസുകാരെ കാണാതാകുമ്പോൾ തന്നെ ഭഗത് സിംഗും കൂട്ടാളികളും അറസ്റ്റിലായ രണ്ട് കൂട്ടാളികൾക്ക് കാവൽ നിന്നിരുന്ന രണ്ട് പോലീസുകാരെ ആക്രമിച്ചു. അവർ തങ്ങളുടെ കൂട്ടാളികളെ മോചിപ്പിക്കുകയും ഉടൻ തന്നെ അവിടെ നിന്ന് ഓടിപ്പോകുകയും ചെയ്തു. പോലീസും മറ്റു ചിലരും ഇവരെ പിന്തുടരാൻ ശ്രമിച്ചു. എന്നാൽ ഭഗത് സിംഗ് ആകാശത്തേക്ക് മൂന്ന് റൗണ്ട് വെടിയുതിർത്ത് അനുയായികളെ ഭയപ്പെടുത്തി പിന്തിരിഞ്ഞുപോയി

ഒരിക്കൽ അദ്ദേഹം കാൺപൂരിൽ താമസിക്കുമ്പോൾ ഡൽഹിയിൽ കലാപമുണ്ടായി. തുടർന്ന് പ്രതാപിന്റെ ലേഖകനായി ഭഗത് സിംഗിനെ ഡൽഹിയിലേക്ക് അയച്ചു. ഭഗത് സിംഗ് ഈ ജോലി കാര്യക്ഷമതയോടും സത്യസന്ധതയോടും കൂടി നിർവ്വഹിച്ചു. മുകളിൽ സൂചിപ്പിച്ച ഹാൻഡ് ബിൽ വിതരണ സംഭവത്തിന് ശേഷം അദ്ദേഹം കാൺപൂരിൽ താമസിക്കുന്നത് പ്രശ്നമുണ്ടാക്കിയേക്കാം. തൽഫലമായി, കാൺപൂരിൽ താമസിച്ച് ഏകദേശം രണ്ട് മാസത്തിന് ശേഷം, വിദ്യാർത്ഥിജി അദ്ദേഹത്തെ അലിഗഢിലെ ഷാദിപൂർ ഗ്രാമത്തിലേക്ക് നാഷണൽ സ്കൂളിന്റെ ഹെഡ്മാസ്റ്ററായി അയച്ചു. ഭഗത് സിങ്ങിന്റെ കഴിവിനാൽ പ്രചോദിതമായ ഈ വിദ്യാലയം വളരെ ചുരുങ്ങിയ സമയത്തിനുള്ളിൽ മികവ് പുലർത്താൻ തുടങ്ങി. അദ്ദേഹത്തിന്റെ കഴിവും കഠിനാധ്വാനവും വിദ്യാർത്ഥികളും അധ്യാപകരും ആകൃഷ്ടരായി. ഈ വർഷം, അതായത് 1924, കനത്ത വെള്ളപ്പൊക്കത്തിൽ കാൺപൂരിലെ ദുരിതാശ്വാസ പ്രവർത്തനങ്ങളിൽ അദ്ദേഹം വളരെ സജീവമായ പങ്ക് വഹിച്ചു.

മഹാനായ വിപ്ലവകാരിയായ ചന്ദ്രശേഖർ ആസാദിനെ അദ്ദേഹം ഇവിടെ കണ്ടുമുട്ടി. ഈ രണ്ടു വ്യക്തികളുടെയും കൂടിക്കാഴ്ച ഇന്ത്യൻ ചരിത്രത്തിലെ ഒരു സുപ്രധാന സംഭവമായിരുന്നു. ഇരുവരും പരസ്പരം മതിപ്പുളവാക്കി. തങ്ങളുടെ വിപ്ലവ സംഘടനയെ ശക്തിപ്പെടുത്താൻ ഇരുവരും പരസ്പരം തിരയുന്നതായി തോന്നി. ഗംഗയുടെയും യമുനയുടെയും പ്രവാഹങ്ങളുടെ സംഗമം പോലെ, അവർ ഇന്ത്യയുടെ വിപ്ലവ ചരിത്രത്തിൽ മുന്നേറി. ചിതറിപ്പോയ വിപ്ലവകാരികളെ

ഒന്നിപ്പിക്കുന്നതിനെക്കുറിച്ചും ജനറൽ ഡയറെ ഉന്മൂലനം ചെയ്യുന്നതിനെക്കുറിച്ചും കാൻഡിലെ കുറ്റവാളികളെ മോചിപ്പിക്കുന്നതിനെക്കുറിച്ചും ഇരുവരും സംസാരിച്ചു.

കാൺപൂരിൽ നിന്ന് വീട്ടിലേക്ക്

ഇവിടെ ഭഗത് സിംഗ് ഇന്ത്യയുടെ സ്വാതന്ത്ര്യത്തിന്റെ ചരിത്രം സൃഷ്ടിക്കുകയായിരുന്നു, അവിടെ അദ്ദേഹത്തിന്റെ വീട്ടിൽ എല്ലാവരും അവനെക്കുറിച്ച് ആശങ്കാകുലരായിരുന്നു. ഷോക്ക് കാരണം മുത്തശ്ശിക്ക് അസുഖം വന്നു. അവൾ ഭഗത് സിംഗിനെ കാണാൻ വല്ലാതെ ആഗ്രഹിച്ചു. അവൾ സ്വയം ശപിക്കുകയും ഭഗത് സിങ്ങിനെ വിവാഹം കഴിക്കാൻ നിർബന്ധിച്ചതെന്തെന്ന് സ്വയം ചോദിക്കുകയും ചെയ്തു, അതുകൊണ്ടാണ് അവൻ അവൻ വീട് വിട്ട് പോയത് എല്ലാവരും നിസ്സഹായരായി. എന്ത് ചെയ്യണമെന്ന് ആർക്കും അറിയില്ലായിരുന്നു.

ഈ ഭാഗത്ത് ഭഗത് സിംഗ് തന്റെ സുഹൃത്ത് ജക്ഷക നിവാസിയായ രാം ചന്ദ്രയ്ക്ക് ഒരു കത്തെഴുതി. തന്റെ വിലാസം ആർക്കും നൽകരുതെന്ന കർശന നിർദേശത്തോടെയാണ് കത്തിൽ വിലാസവും നൽകിയത്. കുടുംബം നേരിടുന്ന പ്രശ്നം രാംചന്ദ്രയ്ക്ക് അറിയാമായിരുന്നു. കത്തിന്റെ കാര്യം ജയ് ദേവ് ഗുപ്തനോട് പറഞ്ഞെങ്കിലും വിലാസം അദ്ദേഹം വെളിപ്പെടുത്തിയില്ല. നിരന്തരമായ അഭ്യർത്ഥനകളിലും, രാം ചന്ദ്ര വിലാസം പറഞ്ഞില്ല, പക്ഷേ അവനെ (ജയ് ദേവ്) ആ വിലാസത്തിലേക്ക് കൊണ്ടുപോകാൻ അദ്ദേഹം സമ്മതിച്ചു. പിതാവ് സർദാർ കിഷൻ വന്ദേമാതരം പേപ്പറിൽ ഒരു കുറിപ്പിട്ടു "ഭഗത് സിംഗ്, നിങ്ങൾ എവിടെയായിരുന്നാലും വീട്ടിലേക്ക് വരൂ, നിന്റെ മുത്തശ്ശി ഗുരുതരമായ അസുഖത്തിലാണ്." എന്നാൽ ഭഗത് സിംഗ് തിരിച്ചെത്തിയില്ല. രാം ചന്ദ്രയും ജയ് ദേവ് ഗുപ്തയും അദ്ദേഹത്തെ തിരികെ കൊണ്ടുപോകാൻ കാൺപൂരിലെത്തി. കത്തിൽ ശ്രീ വിദ്യാർത്ഥി എന്ന വിലാസമുണ്ടായിരുന്നു. ഇരുവരും വിദ്യാർത്ഥിജിയെ കണ്ടു. വിദ്യാർത്ഥിജി അവരോട് ഷാദിപൂരിലേക്ക് പോകാൻ നിർദ്ദേശിച്ചു. ദൂരെ നിന്ന് അവർ വരുന്നത് ഭഗത് സിംഗ് കണ്ടു. അങ്ങനെ അവൻ അവിടെ നിന്നും ഒഴിഞ്ഞുമാറി. തൽഫലമായി, ഇരുവരും നിരാശരായി വിദ്യാർത്ഥിജിയുടെ അടുത്തേക്ക് മടങ്ങി. ഭഗത് സിംഗിനെ വീട്ടിലേക്ക് അയക്കുമെന്ന് വിദ്യാർത്ഥിജി അവർക്ക് ഉറപ്പ് നൽകി. തുടർന്ന് ഇരുവരും തിരികെപോയി . പ്രശസ്ത ഉറുദു കവി മൗലാന ഹസ്രത്ത് അലിയെ സർദാർ കിഷൻ സിംഗ് കണ്ടുമുട്ടി. മൗലാനാ അലിക്ക് വിദ്യാർത്ഥിജിയെ അറിയാമായിരുന്നു. താൻ വീട്ടിലേക്ക് മടങ്ങിയെത്തിയാൽ ഭഗത് സിംഗിന്റെ കുടുംബത്തിലെ ആരും തന്നെ വിവാഹത്തിന് നിർബന്ധിക്കില്ലെന്ന പരാമർശത്തോടെ അദ്ദേഹം വിദ്യാർത്ഥിജിക്ക് ഒരു കത്തെഴുതി. സമാനമായ ഒരു കത്ത് ഭഗത് സിംഗിനും അയച്ചിരുന്നു. തുടർന്ന് വീട്ടിലേക്ക് മടങ്ങി. അവന്റെ

മുത്തശ്ശി ശരിക്കും രോഗിയായിരുന്നു. തിരിച്ചുവന്നതോടെ കുടുംബത്തിനാകെ സന്തോഷം തിരിച്ചുവന്നു. അവൻ തന്റെ മുത്തശ്ശിയെ ഭക്തിപൂർവ്വം സേവിച്ചു. മരുന്നും ഭക്ഷണവും സ്ഥിരമായി നൽകാനുള്ള ചുമതല അദ്ദേഹം സ്വയം ഏറ്റെടുത്തു. ഏതാനും ദിവസങ്ങൾക്കുള്ളിൽ അവൾ പൂർണ്ണമായും സുഖം പ്രാപിച്ചു. എന്നാൽ മുത്തശ്ശി സുഖം പ്രാപിച്ചതിനെ തുടർന്ന് ഭഗത് സിംഗിന് കാൺപൂരിലേക്ക് മടങ്ങാൻ കഴിഞ്ഞില്ല. കുറച് സമയം അവൻ മുത്തശ്ശിയോടൊപ്പം താമസിക്കുകയും, കുറച് നാൾ അവൻ ലാഹോറിലേക്ക് പോയി. കുറേ ദിവസം ലാഹോറിൽ താമസിച്ചു. ഇന്ത്യയുടെ സ്വാതന്ത്ര്യത്തിനായി ഉത്തരേന്ത്യയിൽ പദ്ധതികൾ തയ്യാറാക്കുന്ന വിപ്ലവകാരികളുമായി അദ്ദേഹം ബന്ധപ്പെട്ടിരുന്നു. കൂടാതെ, അദ്ദേഹം പഞ്ചാബിലെ ഗ്രാമങ്ങളിൽ സഞ്ചരിക്കാൻ തുടങ്ങി. തന്റെ സമൂഹത്തിന്റെ പൊള്ളുന്ന പല പ്രശ്നങ്ങളും മുഖാമുഖം കാണാൻ ഇത് അദ്ദേഹത്തിന് അവസരമൊരുക്കി.

അകാലി പ്രസ്ഥാനവും ഭഗത് സിംഗും

വിവാഹത്തെ സംബന്ധിച്ചിടത്തോളം, അവൻ ഇപ്പോൾ പൂർണ്ണമായും സ്വതന്ത്രനാണ്. 1925-ൽ അദ്ദേഹത്തിന്റെ ജീവിതത്തെ ആകെ മാറ്റിമറിച്ച ഒരു സംഭവമുണ്ടായി. അകാലി പ്രസ്ഥാനത്തിന്റെ തുടക്കമായിരുന്നു ആ സംഭവം. ഗുരുദ്വാരകളുടെ വാർഷിക വരുമാനം കോടിക്കണക്കിന് രൂപയാണ്, എന്നാൽ ഈ പണം ഗുരുദ്വാരയിലെ മഹാന്മാർ അവരുടെ സ്വകാര്യ ചെലവുകൾക്കായി വിനിയോഗിച്ചു. ആരാധനാലയങ്ങളിൽ ലഭിക്കുന്ന പണം ദുരുപയോഗം ചെയ്യുന്നതിനെക്കുറിച്ച് സമൂഹം ആശങ്കാകുലരായിരുന്നു. ഈ പണം സമൂഹത്തിന്റെയും രാജ്യത്തിന്റെയും താൽപ്പര്യങ്ങൾക്കായി ഉപയോഗിക്കണമെന്ന് അവർ ആഗ്രഹിച്ചു. ഈ അഴിമതിക്കെതിരെ സിഖുകാർ ഒരു പ്രസ്ഥാനം ആരംഭിച്ചു. അവർ ജാഥകളായി (ഗ്രൂപ്പുകളായി) ഗുരുനാനാക്ക് മഹാരാജിന്റെ ജന്മസ്ഥലമായ നങ്കാനയിൽ എത്തിത്തുടങ്ങി. നഭ സംസ്ഥാനത്തിന്റെ ഭരണാധികാരി മഹാരാജ റിപുദമൻ സിങ്ങും ഈ മത്സരത്തിൽ ചേർന്നു . ഇതൊരു സാമൂഹിക വിപ്ലവമായിരുന്നു, രാഷ്ട്രീയവുമായി വിദൂരബന്ധം പോലുമില്ലായിരുന്നു. എന്നാൽ സർക്കാരിന് ആശങ്കയും ദേഷ്യവും വന്നു. മഹാരാജ റിപുദമൻ സിംഗിനെ സീറ്റിൽ നിന്ന് മാറ്റി ഡെറാഡൂണിൽ വീട്ടുതടങ്കലിലാക്കി. ഈ പ്രസ്ഥാനം അനുദിനം ശക്തി പ്രാപിച്ചു. അതിനെ ബലം പ്രയോഗിച്ച് തകർക്കാൻ സർക്കാരും തയ്യാറായി. ഇപ്പോൾ ഈ ജാഥകൾ (ഗ്രൂപ്പുകൾ) നങ്കാന സാഹിബിന്റെ ജെയ്റ്റണിലേക്ക് പോകുകയായിരുന്നു. ഈ ജാഥകൾ (ഗ്രൂപ്പ്) എവിടെ നിന്ന് കടന്നുപോയാലും എത്തിച്ചേരുന്നിടത്തെല്ലാം പൊതുജനങ്ങൾ ഈ ഗ്രൂപ്പുകളെ സ്വാഗതം ചെയ്തു. അതുപോലെ, ഒരു ജാഥ (സംഘം) ബംഗ ഗ്രാമത്തിലൂടെ കടന്നുപോകേണ്ടതായിരുന്നു. അതിനെ സ്വാഗതം ചെയ്യാൻ സർദാർ കിഷൻ സിങ്ങിനോട് ആവശ്യപ്പെട്ടെങ്കിലും അന്ന് യാദൃശ്ചികമായി അദ്ദേഹത്തിന്

ഇൻഷുറൻസ് ജോലിയുമായി ബന്ധപ്പെട്ട് ബോംബെയിലേക്ക് പോകേണ്ടി വന്നു. അതിനാൽ അദ്ദേഹം ഈ ചുമതല ഭഗത് സിംഗിനെ ഏൽപ്പിച്ചു. ബ്രിട്ടീഷ് സർക്കാരിനോട് വിശ്വസ്തരായ സർക്കാർ ജീവനക്കാരും സിഖുകാരും ഈ പ്രസ്ഥാനത്തെ എതിർത്തു. സർദാർ കിഷൻ സിങ്ങിന്റെ കസിൻ സഹോദരനായ ദിൽ ബാഗ് സിംഗ് ഇംഗ്ലീഷുകാരുടെ നിരീക്ഷകൻ ആയിരുന്നു. ഗ്രാമത്തിൽ ജാഥയ്ക്ക് സ്വീകരണം നൽകണമെന്ന് അദ്ദേഹം ആഗ്രഹിച്ചില്ല. അദ്ദേഹം ഭഗത് സിംഗിനെ ശക്തമായി എതിർത്തു. ഇത് മാത്രമല്ല, ഗ്രാമത്തിലെ കിണറുകളിലെയും ക്യാനുകളിലെയും എല്ലാ കയറുകളും നശിപ്പിച്ചതിനാൽ ജാഥകൾക്ക് കുടിവെള്ളം പോലും ലഭിക്കുന്നില്ല. പാലിന് ക്ഷാമം സൃഷ്ടിക്കാൻ ഗ്രാമത്തിലെ എല്ലാ കന്നുകാലികളെയും ഓടിച്ചുകളഞ്ഞു, അതിനാൽ പാലും ജാഥകൾക്ക് വിളമ്പാൻ കഴിഞ്ഞില്ല. ദിൽ ബാഗ് സിങ്ങിന്റെ ആളുകൾ പോലീസുകാരെപ്പോലെ എല്ലാ സ്ഥലങ്ങളിലും സ്ഥാനം പിടിച്ചു. ജാഥ ഗ്രാമത്തിലെത്തി. ഈ ജാഥയിൽ ഭഗത് സിംഗ് തന്റെ ആദ്യ രാഷ്ട്രീയ പ്രസംഗം നടത്തി, അതിൽ അയർലണ്ടിന്റെ ചരിത്രത്തെയും ബംഗാളിലെ വിപ്ലവകാരികളെയും കുറിച്ചുള്ള പരാമർശങ്ങൾക്കൊപ്പം ഇന്ത്യയുടെ ഇന്നത്തെ അവസ്ഥയെക്കുറിച്ചും സംസാരിച്ചു. ജാഥയിലെ വോളന്റിയർമാർ എല്ലാവരും ഭഗത് സിങ്ങിനെ സ്തുതിച്ചു, ജട്ട യഥാർത്ഥത്തിൽ ഷെഡ്യൂൾ ചെയ്തതുപോലെ ഒരു ദിവസത്തിനുപകരം മൂന്ന് ദിവസത്തേക്ക് നിർത്തി. ബ്രിട്ടീഷുകാരോട് കൂറുള്ളവരുടെ കൂട്ടത്തിൽ ഒരാൾ പോലും ചേർന്നില്ല. ദിൽ ബാഗ് സിങ്ങിന് കടുത്ത അപമാനം സഹിക്കാൻ ഒരു പോംവഴി മാത്രം ബാക്കിയായി. എല്ലാം സമാധാനപരമായി കടന്നുപോയി. ഭഗത് സിംഗിനെതിരെ സർക്കാരിന് ഒന്നും ചെയ്യാൻ കഴിഞ്ഞില്ല. ഇയാൾക്കെതിരെ ഒരു കേസും ഇല്ലാത്ത സാഹചര്യത്തിൽ പോലീസ് കള്ളക്കേസ് കെട്ടിച്ചമച്ച് ഇയാളുടെ പേരിൽ വാറണ്ട് പുറപ്പെടുവിച്ചു. ഭഗത് സിംഗ് ലാഹോറിലെത്തി. അവിടെ വച്ച് അദ്ദേഹം പ്രൊഫ.ചന്ദ്രനെ കണ്ടു. ചന്ദ്ര അദ്ദേഹത്തിന് ആമുഖ കത്ത് നൽകി പ്രൊഫ. ഡൽഹിയിൽ പോയി വീർ അർജുന്റെ ലേഖകനായി ജോലി തുടങ്ങി. ഇയാൾ ഈ പേപ്പറിൽ വ്യാജപേരിൽ (ബൽവന്ത് സിംഗ്) ജോലി ചെയ്യുകയായിരുന്നു. അകാലി പ്രസ്ഥാനം തിരിച്ചെടുത്തപ്പോൾ അദ്ദേഹം ലാഹോറിലേക്ക് മടങ്ങി.

മറ്റ് രാഷ്ട്രീയ സാമൂഹിക പ്രവർത്തനങ്ങൾ

ലാഹോറിലേക്ക് മടങ്ങിയ ശേഷവും ഉത്തർപ്രദേശിലെ വിപ്ലവകാരികളുമായി അദ്ദേഹം ബന്ധം നിലനിർത്തി. 'ഹിന്ദുസ്ഥാൻ റിപ്പബ്ലിഗൻ അസോസിയേഷൻ' അംഗങ്ങൾ 8 Dn. പാർട്ടിക്ക് പണം കണ്ടെത്തുന്നതിനായി 1925 ഓഗസ്റ്റ് 1-ന് ഹർദോയിൽ നിന്ന് ലഖ്നൗവിലേക്ക് ട്രെയിൻ പുറപ്പെട്ടു. ഈ സംഭവം ഇന്ത്യൻ ചരിത്രത്തിൽ കാക്കോരി കാണ്ട് എന്നാണ് അറിയപ്പെടുന്നത്. ഈ കേസിൽ ചില വിപ്ലവകാരികളെ അറസ്റ്റ് ചെയ്തു. അവരെ ജയിലിൽ നിന്ന് മോചിപ്പിക്കാൻ

പദ്ധതി തയ്യാറാക്കി. പദ്ധതിയിൽ പങ്കുചേരാൻ 1925 നവംബറിൽ ഭഗത് സിംഗ് കാൺപൂരിലേക്ക് പോയി, പക്ഷേ രഹസ്യം ചോർന്നതിനാൽ പദ്ധതി നടപ്പിലാക്കാൻ കഴിഞ്ഞില്ല. 1926 ജനുവരി-ഫെബ്രുവരി മാസങ്ങളിലും സമാനമായ ഒരു പദ്ധതി തയ്യാറാക്കി. ഈ പദ്ധതിയിൽ ഭഗത് സിംഗ് പങ്കെടുത്തെങ്കിലും ഇതും വിജയിക്കാനായില്ല. ലാഹോറിൽ സോഹൻ സിംഗ് ജോറ സ്ഥാപിച്ച കീർത്തി കിസാൻ പാർട്ടിയുമായി അദ്ദേഹം ബന്ധപ്പെട്ടിരുന്നു. അദ്ദേഹത്തിന്റെ ലേഖനങ്ങൾ ഈ പാർട്ടിയുടെ പത്രമായ കീർത്തിയിൽ പ്രസിദ്ധീകരിച്ചു.

'നൗജവാൻ ഭാരത് സഭ'യുടെ സ്ഥാപനം

ലാഹോറിൽ ഭഗത് സിംഗ് തന്റെ സുഹൃത്തുക്കളെയും സമാന ചിന്താഗതിക്കാരായ രാഷ്ട്രീയ പ്രവർത്തകരെയും കൂട്ടി തന്റെ ലക്ഷ്യങ്ങൾ സാക്ഷാത്കരിക്കുന്നതിനായി ഒരു സ്ഥാപനം സംഘടിപ്പിക്കുന്നതിനെക്കുറിച്ച് ചർച്ച ചെയ്തു. വിശദമായ ആലോചനകൾക്ക് ശേഷം അദ്ദേഹം 1926-ൽ 'നൗജവാൻ ഭാരത് സഭ' രൂപീകരിച്ചു. യഥാർത്ഥത്തിൽ ഭഗത് സിംഗ് ആയിരുന്നു അതിന്റെ സ്ഥാപകൻ എങ്കിലും, രാം കൃഷ്ണ ബി.എ. അതിന്റെ പ്രസിഡന്റായി നിയമിക്കപ്പെട്ടു, ഭഗത് സിംഗ് അതിന്റെ സെക്രട്ടറിയായി. ഈ സ്ഥാപനത്തിന്റെ പ്രധാന ലക്ഷ്യങ്ങൾ ഇന്ത്യൻ സംസ്കാരത്തിന്റെ വ്യാപനം, സ്വദേശിക്ക് പ്രോത്സാഹനം, ഇന്ത്യൻ ഭാഷകളുടെ വികസനം, ലളിതമായ ജീവിതത്തിനുള്ള വിദ്യാഭ്യാസം, ശാരീരിക ആരോഗ്യ അവബോധം, സമകാലിക സാമൂഹിക വിഷയങ്ങളെക്കുറിച്ചുള്ള ചർച്ചകൾ എന്നിവയായിരുന്നു. 1930-ൽ ഇന്ത്യാ ഗവൺമെന്റിന്റെ അന്നത്തെ ആഭ്യന്തര മന്ത്രാലയം ഈ പരിപാടികളെ അഭിനന്ദിച്ചു. ഈ സ്ഥാപനം 'കീർത്തി കിസാൻ പാർട്ടി', 'ഹിന്ദുസ്ഥാൻ റിപ്പബ്ലിക്കൻ അസോസിയേഷൻ' എന്നിവയുമായും ബന്ധപ്പെട്ടു.

അതൊരു മതേതര സ്ഥാപനമായിരുന്നു. ഈ സ്ഥാപനത്തിൽ അംഗമാകുന്നതിന് മുമ്പ്, ഓരോരുത്തർക്കും അവരുടെ ജാതിയുടെയും മതത്തിന്റെയും താൽപ്പര്യങ്ങളേക്കാൾ രാജ്യത്തിന്റെ താൽപ്പര്യങ്ങൾ ഉയർന്നതായി പരിഗണിക്കുമെന്ന് പ്രതിജ്ഞയെടുക്കാൻ ആഹ്വാനം ചെയ്തു. ലാഹോർ, അമൃത്സർ, ജലന്ധർ, ലുധിയാന, മോണ്ട്ഗോമറി, മൊറിൻഡ, മുള്ട്ടാൻ, അടക്, സർഗോധ, സിയാൽകോട്ട് തുടങ്ങി പഞ്ചാബിലെ വിവിധ ജില്ലകളിൽ ഈ സംഘടനയ്ക്ക് ശാഖകളുണ്ടായിരുന്നു. രാം കിഷൻ, ശാർദുൽ സിംഗ്, കവിശ്വർ, ഭഗവതി ചൻരൻ വോറ, കേദാർ നാഥ് സെഹ്ഗാൾ, മിർ അബ്ദുൾ മജീദ്, ഡോ. സത്യപാൽ, സൈഫുദ്ദീൻ കിച്ച്ലു, പിണ്ടി ദാസ്, കവി ലാൽ ചന്ദ് ഫലക് എന്നിവരും ഈ സംഘടനയിലെ പ്രധാന അംഗങ്ങളായിരുന്നു. ഇനിപ്പറയുന്നവയായിരുന്നു അതിന്റെ ലക്ഷ്യങ്ങൾ:

(A) ഇന്ത്യയിലെ തൊഴിലാളികളുടെയും കർഷകരുടെയും തികച്ചും സ്വതന്ത്രമായ ഒരു റിപ്പബ്ലിക്കിന്റെ രൂപീകരണം.

(B) ഒരു ഏകീകൃത റിപ്പബ്ലിക് ഓഫ് ഇന്ത്യ രൂപീകരിക്കുന്നതിന് യുവാക്കളിൽ രാജ്യത്തോടുള്ള സ്നേഹം വളർത്തുക.

(C) വർഗീയതയിൽ നിന്ന് മുക്തമായ എല്ലാ സാമൂഹിക, സാമ്പത്തിക, വ്യാവസായിക പ്രസ്ഥാനങ്ങളോടും സഹതാപവും പിന്തുണയും നൽകുന്നതിന്; സ്വതന്ത്ര റിപ്പബ്ലിക് എന്ന അവരുടെ ലക്ഷ്യം സാക്ഷാത്കരിക്കുന്നതിലേക്ക് അവരെ അടുപ്പിക്കുന്നതിന് അനുയോജ്യമായ കർഷകരുടെയും തൊഴിലാളികളുടെയും പ്രസ്ഥാനങ്ങൾക്ക് പിന്തുണ നൽകാനും.

(D)തൊഴിലാളികളെയും കർഷകരെയും സംഘടിപ്പിക്കുക.

ഈ സംഘടന കാൾ മാർക്സിന്റെ സോഷ്യലിസ്റ്റ് തത്വങ്ങളെ അടിസ്ഥാനമാക്കിയുള്ളതാണെന്ന് വ്യക്തമാണ്. 1917-ലെ മഹത്തായ റഷ്യൻ വിപ്ലവത്തിൽ നിന്ന് അവർ ഇതിന് പ്രചോദനം ഉൾക്കൊണ്ടിരിക്കാം. ഹിന്ദുസ്ഥാൻ റിപ്പബ്ലിക്കൻ അസോസിയേഷന്റെ അംഗങ്ങളെ ഈ സംഘടനയിലെ കഴിവുറ്റ അംഗങ്ങളിൽ നിന്ന് തിരഞ്ഞെടുത്തു. 'ഹിന്ദുസ്ഥാൻ റിപ്പബ്ലിക്കൻ അസോസിയേഷൻ' പിന്നീട് 'ഹിന്ദുസ്ഥാൻ സമാജ്വാദി റിപ്പബ്ലിക്കൻ അസോസിയേഷൻ' എന്നറിയപ്പെട്ടു.

ലാഹോർ സ്റ്റുഡന്റ്സ് യൂണിയൻ

1928-ൽ ഭഗത് സിംഗ് ഒരു വിദ്യാർത്ഥി യൂണിയൻ രൂപീകരിച്ചു. 'നൗജവാൻ ഭാരത് സഭ'യിലെ വിദ്യാർത്ഥി അംഗങ്ങളുടെ ശാഖയായിരുന്നു ഈ യൂണിയൻ. വിപ്ലവ അംഗങ്ങളുടെ റിക്രൂട്ടിംഗ് കേന്ദ്രമായി പ്രവർത്തിക്കുന്നതിനാണ് ഇത് രൂപീകരിച്ചത്. 'സഭ'യിലും കൂടുതലും വിദ്യാർത്ഥികളെ റിക്രൂട്ട് ചെയ്തു. കർതാർ സിംഗ് സരഭയെ തൂക്കിലേറ്റിയതിന്റെ സ്മരണയ്ക്കും, 1925 ഓഗസ്റ്റ് 9-ന് കാകോരി കാണ്ഡിലെ രക്തസാക്ഷികളായ രാം പ്രസാദ് ബിസ്മിൽ, അഷ്ഫാഖുള്ള ഖാൻ, റോഷൻ സിംഗ് ലാഹിരി തുടങ്ങിയവരുടെ സ്മരണയ്ക്കും 'സഭ' രക്തസാക്ഷി ദിനം ആചരിച്ചു. രാം പ്രസാദ് ബിസ്മിലിന്റെ ഹൃദയസ്പർശിയായ കഥ ഭഗത് സിംഗ് വിവരിച്ചു. ജനങ്ങൾക്കിടയിലെ തൊട്ടുകൂടായ്മ, ജാതീയത, ഭക്ഷണരീതികളിലെ വേർതിരിവ് എന്നിവയെക്കുറിച്ചുള്ള സങ്കുചിത ചിന്തകൾ ഇല്ലാതാക്കുന്നതിനായി ഹിന്ദുക്കളുടെയും മുസ്ലീങ്ങളുടെയും താഴ്ന്ന ജാതിക്കാരുടെയും സംയുക്ത ഉച്ചഭക്ഷണ പാർട്ടികൾ 'സഭ' സംഘടിപ്പിച്ചു. ഫസൽ, മൻസൂർ ഇലാഹി തുടങ്ങിയ മുസ്ലിം അംഗങ്ങൾ മുസ്ലിം സമുദായത്തിന്റെ ദുരാചാരങ്ങളെ വിമർശിച്ചും നിരവധി ലേഖനങ്ങൾ എഴുതിയിട്ടുണ്ട്. ഹിന്ദു സമൂഹത്തിലെ ജാതീയതയെ

പ്രിൻസിപ്പൽ ഛബിൽ ദാസ് ശക്തമായി വിമർശിച്ചു. തുറന്ന സെഷനുകൾക്ക് പുറമേ, 'സഭ'യുടെ രഹസ്യ യോഗങ്ങളും ഉണ്ടായിരുന്നു. വളരെ പെട്ടെന്നുതന്നെ ഗവൺമെന്റ് 'സഭ'യുടെ രഹസ്യ പ്രവർത്തനങ്ങളും ഹാൻഡ് ബില്ലുകളുടെ വിതരണവും അറിഞ്ഞു. 1930-ൽ ഇത് നിയമവിരുദ്ധമായി പ്രഖ്യാപിക്കപ്പെട്ടു. കക്കോരി ഖണ്ഡിലെ രണ്ട് വിപ്ലവകാരികളായ ജോഗേഷ് ചന്ദ്ര ചാറ്റർജിയും എസ്.എൽ. സന്യാൽ കാൺപൂർ ജയിലിലായിരുന്നു. അവരെ ജയിലിൽ നിന്ന് മോചിപ്പിക്കാൻ ഭഗത് സിംഗ് പരമാവധി ശ്രമിച്ചെങ്കിലും വിജയിച്ചില്ല. ഈ പരാജയത്തിൽ അയാൾക്ക് സങ്കടം തോന്നിയെങ്കിലും തോൽവി സമ്മതിച്ചില്ല. അവൻ എന്നത്തേയും പോലെ സജീവമായി തുടർന്നു.

അറസ്റ്റ്

ഭഗത് സിങ്ങിന്റെ എല്ലാ പ്രവർത്തനങ്ങളും സർക്കാർ സൂക്ഷ്മമായി നിരീക്ഷിച്ചുകൊണ്ടിരുന്നു, എന്നാൽ അദ്ദേഹത്തെ അറസ്റ്റ് ചെയ്യാൻ മതിയായ കാരണമൊന്നും (അദ്ദേഹത്തിനെതിരെ) കണ്ടെത്തിയില്ല. 1927-ലെ ദസറ ദിനത്തിലാണ് അതിന് ആ കാരണം ലഭിച്ചത്. ആ സമയത്ത് ഭഗത് സിംഗ് തിത്‌ലി ബാഗിൽ നിന്ന് മടങ്ങുകയായിരുന്നു. ഈ പൂന്തോട്ടത്തിൽ എണ്ണമറ്റ ഇനം ചിത്രശലഭങ്ങൾ ഉണ്ടായിരുന്നു. ചുവന്ന ചിറകുകളുള്ള ഒരു ചിത്രശലഭത്തെ ഭഗത് സിങ്ങിന് പ്രത്യേകം ഇഷ്ടമായിരുന്നു. ഈ ചിത്രശലഭം നാരങ്ങ, ഓറഞ്ച് മരങ്ങൾക്ക് ചുറ്റും കറങ്ങിനടന്നു, അത് ഭഗത് സിംഗിനെ മത്തുപിടിപ്പിച്ചു. ഈ ഉദ്യാനത്തിൽ നിന്ന് മടങ്ങുമ്പോൾ ആരോ ദസറ ജനക്കൂട്ടത്തിന് നേരെ ബോംബെറിഞ്ഞു. സംഭവത്തിൽ 12 പേർ മരിക്കുകയും 56 പേർക്ക് പരിക്കേൽക്കുകയും ചെയ്തു. കലാപത്തിന് പ്രേരിപ്പിച്ചുവെന്ന് ആരോപിച്ച് ഭഗത് സിംഗിനെ പോലീസ് അറസ്റ്റ് ചെയ്തു, അതേസമയം വിപ്ലവകാരികൾ അത്തരം പ്രവർത്തനങ്ങളെ പൂർണ്ണമായും എതിർത്തു. വാസ്തവമാണെങ്കിൽ, പോലീസുകാരനായ ചാന്നാദിൻ എന്നയാളാണ് ബോംബ് എറിഞ്ഞത്. പിന്നീട് പാമ്പുകടിയേറ്റ് മരിച്ചു. മുഴുവൻ കണ്ടും (എപ്പിസോഡ്) പോലീസിന്റെ ഉദാഹരണത്തിലാണ് നിർമ്മിച്ചത്. കാകോരി കാണ്ഡുമായി ബന്ധപ്പെട്ട വിപ്ലവകാരികളെ കുറിച്ച് അന്വേഷിക്കാനും കൂടുതൽ അറിയാനും ഭഗത് സിങ്ങിനെ അറസ്റ്റ് ചെയ്യാൻ പോലീസ് ആഗ്രഹിച്ചു.

ഒരു മാസത്തോളം ലാഹോർ ജയിലിൽ കിടന്നു, അദ്ദേഹത്തിനെതിരെ കേസെടുക്കാതെ പിന്നീട് വാസ്തൽ ജയിലിലേക്ക് അയച്ചു. ഇയാൾക്കെതിരെ കള്ളക്കേസുണ്ടാക്കാനും തെളിവുകൾ ശേഖരിക്കാനും പോലീസ് പരമാവധി ശ്രമിച്ചെങ്കിലും വിജയിച്ചില്ല. ഒടുവിൽ അറുപതിനായിരം രൂപയുടെ ജാമ്യത്തിൽ വിട്ടയച്ചു. ഇതിനുശേഷം ഇയാൾക്കെതിരെ കേസെടുക്കുകയോ ജാമ്യം റദ്ദാക്കുകയോ ചെയ്തിട്ടില്ല. ഒന്നുകിൽ തനിക്കെതിരെ കേസെടുക്കാനോ

അല്ലെങ്കിൽ ജാമ്യം റദ്ദാക്കാനോ സർക്കാരിനോട് ആവശ്യപ്പെടാൻ ഭഗത് സിംഗ് തന്റെ ജാമ്യക്കാരോട് ആവശ്യപ്പെട്ടു. അങ്ങനെ, 1928-ൽ അദ്ദേഹത്തിന്റെ ജാമ്യം റദ്ദാക്കപ്പെട്ടു. ജാമ്യ കാലയളവിൽ ഭഗത് സിംഗ് തന്റെ രാഷ്ട്രീയ പ്രവർത്തനങ്ങളും ഒരു രഹസ്യ രൂപത്തിൽ തുടർന്നു. ജാമ്യത്തിന് ശേഷം, അയാൾക്ക് പരസ്യമായി സഞ്ചരിക്കാൻ സ്വതന്ത്രനായി. ആ ദിവസങ്ങളിൽ ചില ഇംഗ്ലീഷുകാർ നായാട്ടിന് പോകുമ്പോൾ സർദാർ കിഷൻ സിങ്ങിന്റെ കൃഷിയിടത്തിൽ വന്നിരുന്നു. ഭഗത് സിംഗ് ഒരു ദേശീയ കുടുംബത്തിലെ മകനായതിനാലും ലാഹോറിൽ ചില രാഷ്ട്രീയ പ്രവർത്തനങ്ങൾ നടത്തുന്നതിനാലും അദ്ദേഹത്തിന്റെ പ്രവർത്തനങ്ങൾ നിരീക്ഷണത്തിലാണെന്ന് അവരിൽ നിന്ന് അറിയാൻ കഴിഞ്ഞു. സർക്കാരിന്റെ ശ്രദ്ധ തിരിക്കാൻ സർദാർ കിഷൻ സിംഗ് അദ്ദേഹത്തിന് ഒരു ഡയറി ഫാം തുറന്നുകൊടുത്തു. ഡയറി ഫാമിൽ വ്യത്യസ്തനായ ഭഗത് സിംഗിനെയാണ് നമ്മൾ കാണുന്നത്. പുലർച്ചെ 4.00 മണിക്ക് എഴുന്നേറ്റു, എരുമകളെ കറന്ന്, സൂര്യോദയത്തിനുമുമ്പ് ഒരു ടോംഗയിൽ പാൽ വച്ചുകൊണ്ട്, ലാഹോറിലേക്ക് പോകും , ഒരു സമർത്ഥനായ വ്യവസായിയെപ്പോലെ അവൻ തന്റെ ഇടപാടുകൾ നടത്തി. ചില ദിവസങ്ങളിൽ, വേലക്കാരന്റെ അഭാവത്തിൽ അവൻ എരുമയുടെ ചാണകവും നീക്കം ചെയ്യും. ജാമ്യം ലഭിച്ച ഉടൻ തന്നെ അദ്ദേഹത്തിന്റെ ശ്രദ്ധ ഡെയറിയിൽ നിന്ന് വ്യതിചലിച്ചു. ഉപഭോക്താക്കൾക്ക് കൃത്യസമയത്ത് പാൽ ലഭിക്കാത്തതിനാൽ ഡെയറി അടച്ചിടേണ്ടി വന്നു. ഇവ രണ്ട് അങ്ങേയറ്റത്തെ റോളുകളും ധ്രുവങ്ങളുമായിരുന്നു. ഒരറ്റത്ത് ഭാരതമാതാവിന്റെ സത്യസന്ധനായ വിപ്ലവപുത്രൻ, മറുവശത്ത് ക്ഷീരവ്യവസായി. ജാമ്യ കാലയളവിൽ, അദ്ദേഹത്തിന്റെ ഡയറി രാത്രിയിൽ ഇത്തരത്തിലുള്ള രാഷ്ട്രീയ പ്രവർത്തനങ്ങളുടെ കേന്ദ്രമായി മാറി.

വിപ്ലവകാരികളുടെ ഡൽഹി കൺവെൻഷൻ

പാർട്ടിയെ പുനഃസംഘടിപ്പിക്കുന്നതിനായി 1928 ജൂലൈയിൽ രാജ്യത്തുടനീളമുള്ള വിപ്ലവകാരികൾ ഒരു സമ്മേളനം നടത്താൻ തീരുമാനിച്ചു. ഫിറോസ് ഷാ കോട്ടയുടെ അവശിഷ്ടങ്ങളിൽ 1928 ഓഗസ്റ്റ് അല്ലെങ്കിൽ സെപ്തംബർ മാസങ്ങളിൽ ഈ കൺവെൻഷൻ നടന്നു. (തീയതികളെക്കുറിച്ച്, വ്യത്യസ്ത പുസ്തകങ്ങൾ വ്യത്യസ്ത പതിപ്പുകൾ നൽകുന്നു. ചില പുസ്തകങ്ങളിൽ ഈ കൺവെൻഷൻ 1928 സെപ്റ്റംബറിൽ നടന്നതായി എഴുതിയിരിക്കുന്നു. മറ്റു ചിലർ സെപ്തംബർ 8, 9 തീയതികളെ തീയതിയായി പരാമർശിക്കുന്നു. മറ്റ് പുസ്തകങ്ങൾ പ്രകാരം ഇത് ഓഗസ്റ്റ് 8 നാണ് നടന്നത്. പോലീസ് രേഖകൾ പ്രകാരം 1928 ഓഗസ്റ്റ് 8 ന് കോട്‌ല ഫിറോസ് ഷായിലാണ് യോഗം നടന്നത്.) ഉത്തർപ്രദേശ്, പഞ്ചാബ്, രാജസ്ഥാൻ, ബിഹാർ എന്നീ നാല് സംസ്ഥാനങ്ങളിലെ

വിപ്ലവകാരികൾ കൺവെൻഷനിൽ പങ്കെടുത്തു. ഭഗത് സിംഗ്, സുഖ് ദേവ്, യശ്പാൽ, രാജ് ഗുരു, മഹാവീർ സിംഗ്, വിജയ് കുമാർ സിൻഹ, സുരേന്ദ്ര പാണ്ഡെ, ഭഗവതി ചരൺ, തുടങ്ങിയ വിപ്ളവകാരികൾ ബ്രഹ്മ ദത്ത്, ജതീന്ദ്ര നാഥ് ദാസ്, ഷാർദുൽ സിംഗ്, മോഹൻ സിംഗ് ജോഷ് എന്നിവർ പങ്കെടുത്തു. അറുപത് വിപ്ലവകാരികളും അഞ്ച് സ്ത്രീകളടക്കം അതിൽ പങ്കെടുത്തു. ഭഗത് സിംഗ് ആയിരുന്നു കൺവെൻഷന്റെ സെക്രട്ടറി. രാത്രി യോഗം ചേർന്നു. ചന്ദ്രശേഖർ ആസാദിന് ഈ കൂടിക്കാഴ്ചയിൽ പങ്കെടുക്കുവാൻ കഴിഞ്ഞില്ല. ഭഗത് സിങ്ങും ശിവ വർമ്മയും അദ്ദേഹത്തെ കണ്ടിരുന്നു. യോഗത്തിൽ ഭൂരിപക്ഷം എടുക്കുന്ന തീരുമാനത്തിന് അനുസരിച്ച് പോകുമെന്ന് അദ്ദേഹം അവർക്ക് ഉറപ്പ് നൽകിയിരുന്നു. ബംഗാളി വിപ്ലവകാരികളെ ഈ യോഗത്തിലേക്ക് ക്ഷണിക്കാൻ ശിവ വർമ്മ പോയിരുന്നുവെങ്കിലും അവരുടെ മനോഭാവം സഹകരണപരമായിരുന്നില്ല. ചില നിബന്ധനകളോടെ അവർ അതിൽ പങ്കെടുക്കാൻ ആഗ്രഹിച്ചു. എല്ലാ സംസ്ഥാനങ്ങളിലെയും വിപ്ലവകാരികൾ അനുശീലൻ പാർട്ടിയുടെ നേതാവിന് കീഴിൽ പ്രവർത്തിക്കുമെന്നായിരുന്നു അവരുടെ ആദ്യ നിബന്ധന. അവരുടെ രണ്ടാമത്തെ വ്യവസ്ഥ അനുസരിച്ച്, പുതിയ അംഗങ്ങളെ റിക്രൂട്ട് ചെയ്യുന്നതിനും പണം പിരിക്കുന്നതിനും മാത്രമായി അംഗങ്ങൾ അവരുടെ പ്രവർത്തനങ്ങൾ തൽക്കാലം പരിമിതപ്പെടുത്തേണ്ടതായിരുന്നു. എന്നാൽ വിപ്ലവകാരികളുടെ ഈ പുതിയ സംഘടന പാർട്ടിയിലെ വ്യക്തിഗത സ്വേച്ഛാധിപത്യത്തെ പൂർണ്ണമായും എതിർത്തിരുന്നു. അതുകൊണ്ട് അത്തരം സ്വേച്ഛാധിപത്യ നേതാക്കളെ ഇപ്പോഴത്തെ കൺവെൻഷനിൽ നിന്ന് അകറ്റിനിർത്തി. വിപ്ലവത്തിനുശേഷം രാജ്യം സോഷ്യലിസ്റ്റ് തത്വങ്ങൾ പിന്തുടരുമെന്ന് ഈ കൺവെൻഷനിൽ തീരുമാനിച്ചു. ഭഗത് സിംഗിന്റെ നിർദ്ദേശപ്രകാരം 'ഹിന്ദുസ്ഥാൻ റിപ്പബ്ലിക്കൻ അസോസിയേഷൻ' എന്ന പേര് 'ഹിന്ദുസ്ഥാൻ സോഷ്യലിസ്റ്റ് റിപ്പബ്ലിക്കൻ അസോസിയേഷൻ' എന്നാക്കി മാറ്റി. അതിനു കീഴിൽ 'ഹിന്ദുസ്ഥാൻ സോഷ്യലിസ്റ്റ് റിപ്പബ്ലിക്കൻ അസോസിയേഷൻ ആർമി' എന്ന പേരിൽ ഒരു സെല്ലും രൂപീകരിച്ചു. ചന്ദ്രശേഖർ ആസാദിനെ അതിന്റെ കമാൻഡർ-ഇൻ-ചീഫായി തിരഞ്ഞെടുത്തു. അഖിലേന്ത്യാ കേന്ദ്ര എക്സിക്യൂട്ടീവ് കമ്മിറ്റി രൂപീകരിച്ചു. വിവിധ പ്രവിശ്യകളിലെ വിപ്ലവകാരികളുമായി സമ്പർക്കം പുലർത്താൻ ഒരു അന്തർ പ്രവിശ്യാ കമ്മിറ്റിയും രൂപീകരിച്ചു. അതിന്റെ ചുമതല ഭഗത് സിങ്ങിനെയും വിജയകുമാർ സിൻഹയെയും ഏൽപ്പിച്ചു. സുഖ് ദേവ് പഞ്ചാബിന്റെ കോർഡിനേറ്ററായും (ഉത്തർപ്രദേശ് യുണൈറ്റഡ് പ്രവിശ്യാ) ശിവ് വർമ്മയെയും രാജസ്ഥാനിലേക്ക് കുന്ദൻ ലാലിനെയും ബീഹാറിലേക്ക് ഫണീന്ദ്ര നാഥിനെയും നിയമിച്ചു. ഫണ്ടുകളും ആയുധങ്ങളും കേന്ദ്ര എക്സിക്യൂട്ടീവ് കമ്മിറ്റിയുടെ അധികാരത്തിന് കീഴിലാണ് സൂക്ഷിച്ചിരുന്നത്. ആയുധങ്ങൾ ആവശ്യമുള്ള പ്രവിശ്യയിലേക്ക് അയക്കാനും

ജോലി കഴിഞ്ഞാൽ കേന്ദ്ര എക്സിക്യൂട്ടീവ് കമ്മിറ്റിക്ക് തിരികെ നൽകാനും തീരുമാനിച്ചു. കൂടാതെ, ഇനിപ്പറയുന്ന തീരുമാനങ്ങൾ എടുത്തു:

(A) സൈമൺ കമ്മീഷൻ സമഗ്രമായും വ്യാപകമായും ബഹിഷ്കരിക്കും, അദ്ദേഹത്തെ കൊണ്ടുപോകുന്ന ട്രെയിൻ ബോംബെറിയുകയും ചെയ്യും.

(B) ബോംബുകൾ കൂട്ടിച്ചേർക്കുന്നതിൽ വിദഗ്ദ്ധനായ ഒരാളെ കണ്ടെത്തണം, പാർട്ടിയിലെ അംഗങ്ങൾക്ക് ബോംബ് നിർമാണത്തിൽ പരിശീലനം നൽകണം.

(C) കൽക്കട്ട, സഹാറൻപൂർ, ആഗ്ര, ലാഹോർ എന്നിവിടങ്ങളിൽ ബോംബുകൾ കൂട്ടിച്ചേർക്കുന്നതിനുള്ള ഫാക്ടറികൾ സ്ഥാപിക്കും.

(D) കക്കോരി കാണ്ഡവുമായി ബന്ധപ്പെട്ട രഹസ്യം ചോർത്തുന്ന വ്യക്തി കൊല്ലപ്പെടുകയും യോഗേഷ് ചന്ദ്ര ചാറ്റർജി ജയിൽ മോചിതനാകുകയും ചെയ്യും.

(E)പണം പിരിക്കാൻ ഡെക്കോയിറ്റികൾ പ്രതിജ്ഞാബദ്ധമായിരിക്കും. കഴിയുന്നിടത്തോളം സർക്കാർ ഖജനാവുകൾ കൊള്ളയടിക്കും.

ഈ യോഗത്തിന് ശേഷം പാർട്ടിയുടെ ഹെഡ് ഓഫീസ് ആഗ്രയിൽ നിന്ന് ഝാൻസിയിലേക്ക് മാറ്റി. കാക്കോരി കണ്ട് ഓഫീസ്അവിടെ തന്നെ തുടർന്നു.

ഈ കൂടിക്കാഴ്ചയ്ക്ക് ശേഷം ഭഗത് സിംഗ് തന്റെ കൂട്ടാളികളോടൊപ്പം ഭട്ടിൻഡ വഴി പഞ്ചാബിലേക്ക് പോയി. സാധാരണ വേഷത്തിലെത്തിയ പോലീസ് വിപ്ലവകാരികൾക്കായി പലയിടത്തും തിരച്ചിൽ നടത്തുകയായിരുന്നു. ഡൽഹിയിൽ അവർ പഞ്ചാബ് പോലീസിലെ കോൺസ്റ്റബിൾമാരുടെ വസ്ത്രം ധരിച്ചു. അവന്റെ ഒരു കൂട്ടാളി മുന്നിലും മറ്റേയാൾ പുറകിലും അവരെയും കൂട്ടിക്കൊണ്ടു പോകും എന്ന മട്ടിൽ നടന്നു. ഭട്ടിൻഡയിലേക്ക് പോകുന്ന ട്രെയിനിൽ അവർ ഇരുന്നു. തീവണ്ടി പുറപ്പെടാൻ ഇനിയും പത്തു മിനിറ്റുണ്ട്. ഇതിനിടെ ഒരു എസ്.എച്ച്.ഒ. വന്നു ചോദിച്ചു:

"നിങ്ങൾ എവിടെ പോകുന്നു?"

"ഫിറോസ്പൂർ", ഭഗത് സിംഗ് മറുപടി പറഞ്ഞു.

"ഏത് പോലീസ് സ്റ്റേഷൻ?"

"നിഹാൽ സിംഗ് വാല."

"നിന്റെ ബെൽറ്റിന്റെ നമ്പർ എത്ര?"

"കാണുക, 2340501."

"റെയിൽവേ പാസ്?"

"എന്റെ സഹപ്രവർത്തകൻ അത് മാറ്റാൻ പോയി."

"നിങ്ങളുടെ പേര്?"

"കർത്താർ സിംഗ്"

"നീ എന്തിനാ ഇങ്ങോട്ട് വന്നത്?"

"തടവുകാരെ ഇവിടെ വിടാൻ."

എസ്.എച്ച്.ഒ. ഭഗത് സിംഗിന്റെ പ്രസ്താവന വിശ്വസിച്ചില്ല. ഒരു പഞ്ചാബ് പോലീസുകാരന്റെ പാസ് മാറ്റുന്നുണ്ടോ എന്ന് അന്വേഷിക്കാൻ അയാൾ ടിക്കറ്റ് വിൻഡോയിലേക്ക് പോയി. അധികം വൈകാതെ എസ്.എച്ച്.ഒ. ഭഗത് സിംഗ് ടോയ്‌ലറ്റിൽ പോയി ഒരു സാധുവിന്റെ വേഷം മാറി, ഒരു കൈയിൽ ഗീതയുമായി മറ്റൊരു കമ്പാർട്ടുമെന്റിലേക്ക് മാറി. ട്രെയിൻ നീങ്ങിത്തുടങ്ങി. അടുത്ത സ്റ്റേഷനിൽ ട്രെയിൻ നിർത്തിയപ്പോൾ അതേ എസ്.എച്ച്.ഒ. വളരെ ശ്രദ്ധയോടെ എല്ലാ കമ്പാർട്ടുമെന്റുകളും പരിശോധിച്ചു. പക്ഷേ, ഭഗത് സിങ്ങിനെ തിരിച്ചറിയാനായില്ല. ഭട്ടിൻഡ ഹാലേയിലേക്കും ഹൃദ്യമായും മടങ്ങിവരാൻ അദ്ദേഹത്തിന് ഭാഗ്യം ഉണ്ടായിരുന്നു

3

സൈമൺ കമ്മീഷൻ ബഹിഷ്കരിക്കലും ലാലാ ലജ്പത് റായിയുടെ മരണം

ഭരണപരിഷ്കാരങ്ങളുമായി ബന്ധപ്പെട്ട് 1919 മുതൽ ബാധകമായ വിവിധ നിയമങ്ങൾ പരിശോധിക്കാൻ ഇംഗ്ലണ്ടിൽ നിന്ന് ഇന്ത്യയിലേക്ക് ഒരു കമ്മീഷൻ വരികയായിരുന്നു. അതിനാൽ, 1927 നവംബർ 8-ന്, സൈമൺ പ്രഭുവിന്റെ നേതൃത്വത്തിൽ ഏഴംഗ കമ്മീഷൻ ഇന്ത്യ സന്ദർശിക്കുമെന്നും, ഇവിടുത്തെ ഭരണത്തിലെ പുരോഗതിയെക്കുറിച്ച് ബ്രിട്ടീഷ് സർക്കാരിന് റിപ്പോർട്ട് ചെയ്യുമെന്നും വൈസ്രോയി പ്രഖ്യാപിച്ചു. 1924 മുതൽ ഇന്ത്യ വർഗീയതയുടെ തീയിൽ കത്തിജ്വലിക്കുകയായിരുന്നു. കൊൽക്കത്ത സമ്മേളനത്തിൽ കോൺഗ്രസ് പാർട്ടി ബഹിഷ്കരിക്കാൻ നേരത്തെ തന്നെ തീരുമാനിച്ചിരുന്നു. ഈ കമ്മീഷൻ 1928 ഫെബ്രുവരിയിൽ ബോംബെയിലെത്തി. അന്ന് രാജ്യവ്യാപകമായി പണിമുടക്ക് നടത്തുകയും 'സൈമൺ, ഗോ ബാക്ക്' എന്ന മുദ്രാവാക്യം ഉയർത്തുകയും ചെയ്തു. ഈ പ്രകടനങ്ങളിൽ ബ്രിട്ടീഷ് സർക്കാർ ഞെട്ടിപ്പോയി. സൈമൺ കമ്മീഷനെതിരെ ഡൽഹിയിലും മദ്രാസിലും പ്രകടനങ്ങളും മുദ്രാവാക്യങ്ങളും കരിങ്കൊടികളും കാണിച്ച് പ്രതിഷേധം നടന്നു. മദ്രാസിൽ മൂന്ന് പ്രതിഷേധക്കാർ പോലീസ് വെടിവെപ്പിൽ കൊല്ലപ്പെട്ടു. കൽക്കത്തയിലും വൻ പ്രകടനങ്ങൾ നടന്നു. ഈ കമ്മീഷനിൽ ഇന്ത്യക്കാരാരും അംഗമായിരുന്നില്ല. അതിനാൽ മിക്കവാറും എല്ലാ രാഷ്ട്രീയ പാർട്ടികളും പ്രതിഷേധത്തിൽ പങ്കെടുത്തു. ഈ കമ്മീഷനെതിരെ ഒരർത്ഥത്തിൽ രാജ്യം മുഴുവൻ പ്രതിഷേധമുയർത്തി.

ലാഹോറിലെ കമ്മീഷൻ ബഹിഷ്ക്കരണം

കമ്മീഷനുനേരെ ബോംബെറിയാൻ വിപ്ലവകാരികൾ ഡൽഹി കൺവെൻഷനിൽ നേരത്തെ തന്നെ പദ്ധതിയിട്ടിരുന്നു. എന്നാൽ പാർട്ടിക്ക് പണത്തിന് ക്ഷാമം നേരിട്ടു. അതിനിടെ, ഗോരഖ്പൂരിലെ പോസ്റ്റ് ഓഫീസിലെ ജോലിക്കാരനായ കൈലാഷ് പതി ആയിരത്തി എണ്ണൂറ് രൂപയുമായി ഓടിപ്പോകുകയും അദ്ദേഹം ഈ പണം പാർട്ടിയുടെ കേന്ദ്ര എക്സിക്യൂട്ടീവ് കമ്മിറ്റിക്ക് നൽകി. ഈ ചെറിയ മൂലധനം കൊണ്ട് പാർട്ടി പ്രവർത്തനം

നടത്തിക്കൊണ്ടിരുന്നു. ബോംബിംഗ് പദ്ധതി വിജയിക്കാനായില്ല. സൈമൺ കമ്മീഷനെതിരെ പ്രതിഷേധിച്ച് വിവിധ രാഷ്ട്രീയ പാർട്ടികളെ ഏകോപിപ്പിച്ച് വൻ പ്രതിഷേധം സംഘടിപ്പിക്കണമെന്ന് പാർട്ടി ലാഹോർ ബ്രാഞ്ചിന് നിർദ്ദേശം നൽകി.

1928 ഒക്ടോബർ 30-ന് സൈമൺ കമ്മീഷൻ ലാഹോറിലെത്തി. എല്ലാ രാഷ്ട്രീയ പാർട്ടികളുടെയും സംയുക്ത ജാഥയ്ക്ക് നേതൃത്വം നൽകിയത് ലാലാ ലജ്പത് റായ് ആയിരുന്നു. ഭഗത് സിംഗ് തന്നെ ലാലാജിയുടെ അടുത്ത് വന്ന് തന്റെ പാർട്ടിയിലെ യുവാക്കളെ മുന്നിൽ നിർത്താൻ അദ്ദേഹത്തിന്റെ അനുവാദം വാങ്ങി. വിപ്ലവകാരികൾ അദ്ദേഹത്തിന് ചുറ്റും ഒരു വലയം പോലെ ഒന്ന് രൂപപ്പെടുത്തി. വെയിലിൽ നിന്ന് രക്ഷിക്കാൻ ഒരു യുവാവ് കുട പിടിച്ചു. ആളുകൾ കരിങ്കൊടി ഏന്തി, 'സൈമൺ, ഗോ ബാക്ക്' 'ഇൻക്വാലാബ് സിന്ദാബാദ്' (വിപ്ലവം നീണാൾ വാഴട്ടെ) എന്ന മുദ്രാവാക്യം മുഴക്കി മുന്നോട്ട് നീങ്ങി. ഒരു വശത്ത് ആൾക്കൂട്ടം വലിയ തിരമാലകളായി ആഴമില്ലാത്ത സമുദ്രം പോലെ മുന്നോട്ട് നീങ്ങുന്നു, മറുവശത്ത് അത് സർക്കാരിന് അഭിമാന പ്രശ്നമാക്കി. ആരും പിന്മാറാൻ തയ്യാറായില്ല.

ലാലാജിക്ക് നേരെ ഉള്ള ലാത്തി ചാർജ്ജും , അദ്ദേഹത്തിന്റെ മരണവും.

അതിനിടയിൽ ലാഹോറിലെ പോലീസ് സൂപ്രണ്ട് മിസ്റ്റർ സ്കോട്ട് തന്റെ കൂട്ടാളികളുമായി അവിടെയെത്തി. വൻ ജനക്കൂട്ടത്തെ കണ്ടപ്പോൾ അദ്ദേഹം വിലയിരുത്തി, ശത്രുതയിലും അനാദരവിലും നിന്ന് സാഹചര്യം രക്ഷിക്കാൻ പ്രകടനക്കാരെ അവിടെ നിന്ന് നീക്കം ചെയ്യേണ്ടത് അത്യാവശ്യമാണെന്ന് തീരുമാനിച്ചു. അതിനാൽ അദ്ദേഹം തന്റെ വിശ്വസ്തനായ ഡെപ്യൂട്ടി സൂപ്രണ്ടായ മിസ്റ്റർ സോണ്ടേഴ്സിനെ ഈ ചുമതല ഏൽപ്പിച്ചു. ജനക്കൂട്ടത്തെ പിരിച്ചുവിടാൻ ആദ്യം പോലീസ് നേരിയ ലാത്തി ചാർജ് നടത്തിയെങ്കിലും ഇത് യുവാക്കളെ ബാധിച്ചില്ല. ഇതിനുശേഷം, വിശന്ന ചെന്നായയെപ്പോലെ സോണ്ടേഴ്സ് ജനക്കൂട്ടത്തിനുനേരെ ആഞ്ഞടിച്ചു. ആദ്യം ലാലാ ലജ്പത് റായിയുടെ കുടയിൽ തട്ടി. അവന്റെ രണ്ടാമത്തെ അടി അവന്റെ തോളിലും മൂന്നാമത്തേത് അവന്റെ തലയിലും വന്നു. തുടർന്ന് സ്കോട്ട് തന്നെ ലാലാജിയെ നിഷ്കരുണം അടിക്കാൻ തുടങ്ങി. തലയ്ക്ക് ഗുരുതരമായി പരിക്കേറ്റു, രക്തത്തിൽ കുളിച്ചുകിടക്കുകയായിരുന്നു. കൂടാതെ നിരവധി പേർക്ക് പരിക്കേറ്റു. ഭഗത് സിംഗ് ഇതെല്ലാം സ്വന്തം കണ്ണുകൊണ്ട് കാണുകയായിരുന്നു. അവന്റെ കോപത്തിന് അതിരുകളില്ലായിരുന്നു, പക്ഷേ ലാലാജിയുടെ ഒരു സൂചനയിൽ അദ്ദേഹം നിശബ്ദനായി. യുവാക്കൾ പിരിഞ്ഞുപോകാൻ തയ്യാറായില്ല. എന്നാൽ പോലീസിന്റെ മനുഷ്യത്വരഹിതവും പ്രാകൃതവുമായ പെരുമാറ്റത്തിൽ പ്രതിഷേധിച്ച് പ്രകടനം താൽക്കാലികമായി നിർത്തിവയ്ക്കാൻ ലാലാജി ഉത്തരവിട്ടു.

അദ്ദേഹത്തിന്റെ കൽപ്പനപ്രകാരം യുവാക്കൾക്ക് വരിയിൽ നിൽക്കേണ്ടി വന്നു. കമ്മീഷനെതിരെ പ്രതിഷേധിച്ച് അന്ന് വൈകുന്നേരം ലാഹോറിലെ മോറി ഗേറ്റിൽ യോഗം ചേർന്നു. ഡെപ്യൂട്ടി പോലീസ് സൂപ്രണ്ട് നീലും യോഗത്തിൽ പങ്കെടുത്തു. പോലീസിന്റെ പെരുമാറ്റത്തെ അപലപിച്ചുകൊണ്ട് മുറിവേറ്റ ലാലാജി തന്റെ പ്രസംഗം നടത്തി, "നിരായുധരായ പൊതുജനങ്ങളെ ഇത്ര ക്രൂരമായി ആക്രമിക്കുന്ന സർക്കാരിനെ പരിഷ്കൃത സർക്കാർ എന്ന് വിളിക്കാനാവില്ല, അത്തരമൊരു സർക്കാരിനെ തുടരാനാവില്ല. പോലീസ് ഏൽപ്പിച്ച പ്രഹരമാണെന്ന് ഞാൻ ഇന്ന് പ്രഖ്യാപിക്കുന്നു. ഈ സർക്കാർ എന്റെ മേൽ അടിച്ചത് ഒരു ദിവസം അവസാനിപ്പിക്കും, എന്റെ മേൽ വർഷിച്ച ലാത്തികൾ ഇന്ത്യയിലെ ബ്രിട്ടീഷ് ഭരണകൂടത്തിന്റെ ശവപ്പെട്ടിയിലെ അവസാന ആണിയായിരിക്കും.

ഉടൻ തന്നെ ലാലാജിയെ ആശുപത്രിയിലേക്ക് കൊണ്ടുപോയി. ഈ സംഭവത്തിന് പതിനെട്ട് ദിവസങ്ങൾക്ക് ശേഷം 1928 നവംബർ 17 ന് അദ്ദേഹം മരിച്ചു. ഭഗത് സിംഗിന്റെ ദൃഷ്ടിയിൽ ലാലാജിയുടെ മരണം മുഴുവൻ രാജ്യത്തിനും അപമാനമായിരുന്നു, അദ്ദേഹത്തിന്റെ അഭിപ്രായത്തിൽ അതിന് ഒരു വിധത്തിൽ മാത്രമേ പ്രതികാരം ചെയ്യാൻ കഴിയൂ: "രക്തത്തിന് വേണ്ടിയുള്ള രക്തം." ബ്രിട്ടീഷ് പാർലമെന്റിന്റെ അധോസഭയായ ഹൗസ് ഓഫ് കോമൺസിലാണ് വിഷയം ഉന്നയിച്ചത്. സഭയിലെ ഒരു അംഗം കേണൽ വെജ്‌വുഡ് ഇക്കാര്യത്തിൽ സർക്കാർ നിലപാട് വ്യക്തമാക്കണമെന്ന് ആവശ്യപ്പെട്ടെങ്കിലും ഈ മരണത്തിന് സർക്കാർ ഉത്തരവാദിയായി കരുതിയില്ല. 'ലാലാ ലജ്പത് റായിയുടെ മരണം ആ അവസരത്തിൽ ഉണ്ടായ പരിക്കുകൾ മൂലമാണെന്ന് തെളിയിക്കാൻ ഒരു തെളിവും കൊണ്ടുവന്നിട്ടില്ല' എന്ന മുടന്തൻ ന്യായവുമായി സർക്കാർ രംഗത്തെത്തി. ജുഡീഷ്യൽ അന്വേഷണത്തിനും ലാലാ ലജ്പത് റായിയുടെ ബന്ധുക്കൾക്ക് മുമ്പാകെ പരസ്യമായി മാപ്പ് പറയണമെന്ന ആവശ്യവും നിരസിക്കപ്പെട്ടു. ഇതെല്ലാം ബ്രിട്ടീഷ് സർക്കാരിന്റെ യഥാർത്ഥ സ്വഭാവം തുറന്നുകാട്ടുന്നു.

ദി മർഡർ ഓഫ് സോണ്ടേഴ്സ്

'ഹിന്ദുസ്ഥാൻ സോഷ്യലിസ്റ്റ് റിപ്പബ്ലിക്കൻ ആർമി' ലാലാ ലജ്പത് റായിയുടെ മരണത്തിന് പ്രതികാരം ചെയ്യാൻ 1928 ഡിസംബർ 10-ന് രാത്രി ഒരു യോഗം ചേർന്നു. ഭഗത് സിംഗ്, ചന്ദ്രശേഖർ ആസാദ്, മഹാവീർ സിംഗ്, സുഖ് ദേവ്, രാജ് ഗുരു, ജയ് ഗോപാൽ, കിഷോരി ലാൽ, ദുർഗാദേവി എന്നിവർ യോഗത്തിൽ പങ്കെടുത്തു. രാജ്യത്തിന്റെ ദയനീയാവസ്ഥ വിവരിച്ചുകൊണ്ട് ഭഗത് സിംഗ് പറഞ്ഞു, "രാജ്യത്തുടനീളം പിരിമുറുക്കമുണ്ട്. ബംഗാളിലെ പാർട്ടി കാര്യമായ ജോലി ചെയ്തിട്ടുണ്ട്. കുറച്ച് ഉദ്യോഗസ്ഥരെ അവർ ഇല്ലാതാക്കി. ഇംഗ്ലീഷുകാർ ഭയചകിതരായി. തൽഫലമായി, അവർ കുടുംബങ്ങളെ ബ്രിട്ടനിലേക്ക്

അയക്കുവാൻ തുടങ്ങി. ഇന്ത്യയുടെ മേൽ അധികാരം പ്രയോഗിക്കാൻ കഴിയില്ലെന്ന് കുറച്ച് സമയത്തിന് ശേഷം അവർക്ക് മനസ്സിലാകും. ലാലാജിയുടെ രക്തസാക്ഷിത്വം കോൺഗ്രസുകാരെ ഉലച്ചു. പണ്ഡിറ്റ് ജവഹർലാൽ നെഹ്റു കോൺഗ്രസിന്റെ വരാനിരിക്കുന്ന സമ്മേളനത്തിൽ ദത്തെടുക്കാൻ ദൃഢമായ എന്തെങ്കിലും അവതരിപ്പിക്കാൻ പദ്ധതിയിടുന്നു, പക്ഷേ ഞാൻ അദ്ദേഹത്തിന് എന്തെങ്കിലും ചെയ്യാൻ കഴിയുമോ എന്ന് എനിക്ക് ഉറപ്പില്ല, മറുവശത്ത് യുവാക്കളുടെ രക്തം തിളച്ചുമറിയുകയാണ്.

ചന്ദ്രശേഖർ ആസാദ് യോഗത്തിൽ അധ്യക്ഷത വഹിച്ചു. അംഗങ്ങളെ അഭിസംബോധന ചെയ്തുകൊണ്ട് അദ്ദേഹം പറഞ്ഞു, ""സുഹൃത്തുക്കളേ, ഞങ്ങൾ ബ്രിട്ടീഷ് സാമ്രാജ്യത്തിനെതിരെ ഒരു സ്വാതന്ത്ര്യയുദ്ധം നടത്തുകയാണ്. ശത്രുവിന്റെ സൈന്യവും ആയുധങ്ങളും മറ്റ് യുദ്ധ സാമഗ്രികളും പരിധിയില്ലാത്തതാണ്, അതിനെ അപേക്ഷിച്ച് ഞങ്ങൾക്ക് ത്യാഗവും പൊതുജനാഭിപ്രായവും മാത്രമേ ഉള്ളൂ. ഇവയാണ് ഞങ്ങളുടെ ആയുധങ്ങൾ, ഇതാണ് നമ്മുടെ ശക്തി. ഭഗത് സിംഗ് വീണ്ടും സംസാരിച്ചു, "സ്കോട്ട് മാത്രമല്ല, നമുക്ക് ഇനിയും നിരവധി ഇംഗ്ലീഷുകാരെ കൊല്ലേണ്ടിവരും. ഗവർണറെ ജീവിക്കാൻ അനുവദിക്കില്ല. ഒരു ഇന്ത്യക്കാരന്റെ കൊലപാതകത്തിന് പത്ത് ഇംഗ്ലീഷുകാരെ കൊന്ന് പ്രതികാരം ചെയ്യും. അപ്പോൾ മാത്രം ആയിരിക്കും ശത്രു പാഠം പഠിക്കുക." സ്കോട്ടിനെ കൊല്ലാൻ ദുർഗാദേവി നിർദ്ദേശിച്ചു. ഇതിൽ ഭഗത് സിംഗ് ആണ് "അവനെ ഞാൻ കൊല്ലണം" എന്ന് ആദ്യം പറഞ്ഞത്. ഇതിനുശേഷം രാജ് ഗുരു, സുഖ് ദേവ്, ജയ് ഗോപാൽ, ദുർഗാദേവി എന്നിവർ ഈ ഉത്തരവാദിത്തം സ്വയം ഏറ്റടുത്തു. ചന്ദ്രശേഖർ ആസാദ് ദുർഗാദേവിയോട് പറഞ്ഞു, "സ്ത്രീകൾ ഈ പ്രവർത്തനത്തിൽ പങ്കെടുക്കരുത്. അത്തരം ജോലി അവരെ ഏൽപ്പിക്കില്ല. വിപ്ലവകാരികളെ പുറത്തെടുക്കാൻ അവരുടെ സഹായം സ്വീകരിക്കും."

അതിനാൽ, ഭഗത് സിംഗ്, രാജ് ഗുരു, സുഖ് ദേവ്, ആസാദ്, ജയ് ഗോപാൽ എന്നിവരെ ഈ ജോലി ഏൽപ്പിച്ചു. സ്കോട്ടിന്റെ ചലനങ്ങളും വഴികളും പ്രവർത്തനങ്ങളും അറിയാൻ ജയ് ഗോപാലിനോട് നിരീക്ഷിക്കാൻ ആവശ്യപ്പെട്ടു. അടുത്ത യോഗം 1928 ഡിസംബർ 15-ന് നടന്നു. സ്കോട്ടിന്റെ എല്ലാ ചലനങ്ങളെയും പ്രവർത്തനങ്ങളെയും കുറിച്ച് ജയ് ഗോപാൽ റിപ്പോർട്ട് ചെയ്തു. തുടർന്ന് സ്കോട്ടിന്റെ കൊലപാതകത്തിനുള്ള പദ്ധതി തയ്യാറാക്കി. എല്ലാവർക്കും പ്രത്യേകം ജോലി ഏൽപ്പിച്ചു. ജയ് ഗോപാൽ തന്റെ ഓഫീസിന് പുറത്ത് നിൽക്കുകയും തൂവാല വീശി പുറത്തേക്ക് വരുന്ന കാര്യം സൂചിപ്പിക്കുകയും ചെയ്യും. രാജ് ഗുരുവും ഭഗത് സിംഗും ഈ സൂചനയിൽ ചിത്രീകരിക്കും. ആസാദിന്റെയും സുഖ് ദേവിന്റെയും ജോലി, ഭഗത് സിംഗും രാജ് ഗുരുവും സ്കോട്ടിനെ വെടിവെച്ച് ഓടിക്കുമ്പോൾ ആരും അവരെ നിരീക്ഷിക്കുകയോ പിന്തുടരുകയോ ചെയ്തില്ല. ആസാദും സുഖ് ദേവും ഈ കലയിൽ

വിദഗ്ധരായിരുന്നു. വെടിവെച്ചതിന് ശേഷം തല നിലത്തേക്ക് കുനിഞ്ഞ് നിൽക്കാൻ ഇത് ശത്രുവിനെ പ്രേരിപ്പിക്കുന്നു.

1928 ഡിസംബർ 17-ന് സ്കോട്ടിനെ നിരീക്ഷിക്കാൻ ജയ് ഗോപാലിനെ ഉച്ചയോടെ പോലീസ് ഓഫീസിലേക്ക് അയച്ചു. സ്കോട്ടിന്റെ എല്ലാ പ്രവർത്തനങ്ങളും ജയ് ഗോപാലിന്റെ സ്കാനറിലായിരുന്നു. മറ്റ് സഹകാരികളും തങ്ങളുടെ ജോലിയുടെ ഭാഗം നിർവഹിക്കാൻ പുറപ്പെട്ടു. പഞ്ചാബ് സിവിൽ സെക്രട്ടേറിയറ്റിലായിരുന്നു സ്കോട്ടിന്റെ ഓഫീസ്. ജയ് ഗോപാൽ സ്കോട്ടിനെ കണ്ടിട്ടുണ്ടാകില്ല. അദ്ദേഹം സോണ്ടേഴ്സിനെ സ്കോട്ട് ആയി തെറ്റിദ്ധരിച്ചു. എല്ലാവരും അവന്റെ പോസ്റ്റിൽ തയ്യാറായി. ജയ് ഗോപാൽ പോലീസ് കോമ്പൗണ്ടിനു സമീപം സൈക്കിളുമായി തന്റെ സൈക്കിൾ കേടായതു പോലെ നിലയുറപ്പിച്ചു. സൈക്കിൾ സൂക്ഷിക്കുന്നതിനുള്ള രണ്ടാമത്തെ കാരണം, ആദ്യ ഷോട്ട് തെറ്റിയാൽ, സ്കോട്ടിനെ സൈക്കിളിൽ പിന്തുടരുകയും പിന്നീട് വീണ്ടും വെടിവയ്ക്കുകയും വേണം. ഭഗത് സിങ്ങും രാജ് ഗുരുവും ഗേറ്റിന്റെ ഒരു വശത്ത് കുറച്ചു ദൂരെ നിന്നു. D.A.V കോളേജ് കോമ്പൗണ്ടിൽ ആസാദ് നിന്നു. ഓഫീസിന് എതിർവശത്തായിരുന്നു കോളേജ്. ഭഗത് സിങ്ങും രാജ് ഗുരുവും അവിടെ നിന്ന് ഷൂട്ടിംഗ് കഴിഞ്ഞ് ഹോസ്റ്റലിലേക്ക് പോകേണ്ടതായിരുന്നു. ആസാദിന്റെ കൈയിൽ ഒരു മൗസർ പിസ്റ്റൾ ഉണ്ടായിരുന്നു, അത് റൈഫിൾ പോലെ നെഞ്ചിൽ വച്ചുകൊണ്ട് സാധാരണ പിസ്റ്റളിനെക്കാൾ ദൂരപരിധി ഉണ്ടായിരുന്നു. വെടിയുണ്ടകൾ നിറച്ച രണ്ട് മാസികകൾ അയാൾ പോക്കറ്റിൽ കരുതി. അബദ്ധവശാൽ ജയ് ഗോപാൽ സോണ്ടേഴ്സിനെ സ്കോട്ട് ആക്കുകയായിരുന്നുവെന്ന് നേരത്തെ തന്നെ വിവരിച്ചിട്ടുണ്ട്. സോണ്ടേഴ്സ് ഓഫീസിൽ നിന്ന് ഇറങ്ങിയ ഉടൻ ജയ് ഗോപാൽ ആംഗ്യം കാട്ടി. സോണ്ടേഴ്സ് മെല്ലെ മെല്ലെ ഗേറ്റിനടുത്തേക്ക് നീങ്ങിയപ്പോൾ, രാജ് ഗുരു അവന്റെ കഴുത്തിലേക്ക് വെടിയുതിർത്തു. ഒരു നിലവിളിയോടെ സോണ്ടേഴ്സ് തന്റെ മോട്ടോർബൈക്കിനോപ്പം താഴെ വീണു. ഉടൻ തന്നെ ഭഗത് സിംഗ് തലയിൽ നാലോ അഞ്ചോ ബുള്ളറ്റുകൾ പമ്പ് ചെയ്തു, ഇരുവരും കോളേജ് കോമ്പൗണ്ടിലേക്ക് ഓടി.

ഒരു പോലീസ് കോൺസ്റ്റബിൾ സംഭവം മുഴുവൻ കണ്ടുകൊണ്ടിരുന്നുവെങ്കിലും ഒന്നും പറയാനോ ചെയ്യാനോ ഉള്ള ധൈര്യം അയാൾക്ക് സംഭരിക്കാൻ കഴിഞ്ഞില്ല. ഭഗത് സിങ്ങും രാജ് ഗുരുവും ഓടാൻ തുടങ്ങിയപ്പോൾ അവൻ അലറി. അവന്റെ നിലവിളി കേട്ട് ഒരു ട്രാഫിക് ഇൻസ്പെക്ടറും രണ്ട് കോൺസ്റ്റബിൾമാരും ഭഗത് സിങ്ങിന്റെയും രാജ് ഗുരുവിന്റെയും അടുത്തേക്ക് ഓടി. ഭഗത് സിംഗ് തിരിഞ്ഞ് വെടിയുതിർത്തു. സ്വയം രക്ഷിക്കാൻ ഫേൺ ചാടി വീഴുകയും പ്രക്രിയയിൽ വീഴുകയും ചെയ്തു. ബുള്ളറ്റ് അവനെ തട്ടിയില്ല. മറ്റ് രണ്ട് കോൺസ്റ്റബിൾമാരും അമ്പരന്നു. ആസാദ് പറഞ്ഞു, "മുൻപോട്ട് പോകുക." ഭഗത് സിങ്ങും രാജ് ഗുരുവും

മുന്നോട്ടു നീങ്ങി. വഴി തടഞ്ഞ് ആസാദ് നിന്നു. ഒരു കോൺസ്റ്റബിൾ ഭഗത് സിംഗിന്റെ പിന്നാലെ ഓടി. "ശ്രദ്ധിക്കുക, മടങ്ങിപ്പോകൂ" എന്ന് ആസാദ് മുന്നറിയിപ്പ് നൽകി. രണ്ട് കോൺസ്റ്റബിൾമാർ നിന്നെങ്കിലും ചന്ദൻ സിംഗ് കൂട്ടാക്കിയില്ല . ഒരു വെടിയുണ്ട കൊണ്ട് ആസാദ് അവനെ അവസാനിപ്പിച്ചു. മൂന്ന് കൂട്ടാളികളും കോളേജ് ഹോസ്റ്റലിൽ കയറി. പിന്നെ കുറച്ചു നേരം അവിടെ നിന്ന ശേഷം പിൻവാതിലിൽ നിന്നും ഇറങ്ങി. പഞ്ചാബ് ഗവൺമെന്റ് ടെലിഗ്രാഫ് മുഖേന കേന്ദ്ര ആഭ്യന്തര മന്ത്രാലയത്തെ അറിയിച്ചു.

"ഇന്ന് ഉച്ചയ്ക്ക് 2.00 മണിയോടെ രണ്ട് യുവാക്കൾ അസിസ്റ്റന്റ് പോലീസ് സൂപ്രണ്ട് ഓഫ് സോണ്ടേഴ്സിന് നേരെ വെടിയുതിർക്കുകയും അദ്ദേഹം തൽക്ഷണം മരിക്കുകയും ചെയ്തുവെന്ന് ഖേദത്തോടെ അറിയിക്കുന്നു. രണ്ട് യുവാക്കളും ഡി.എ.വി കോളേജ് വഴി രക്ഷപ്പെട്ടു. ഉടൻ തിരച്ചിൽ ആരംഭിച്ചെങ്കിലും ആരെയും അറസ്റ്റ് ചെയ്യാൻ കഴിഞ്ഞില്ല. അവരെ ഓടിച്ച ഒരു മുൻഷിയും (ഗുമസ്തൻ) കൊല്ലപ്പെട്ടു."

ഈ വിവരത്തെത്തുടർന്ന് വിശദമായ റിപ്പോർട്ട് അയച്ചു. ഈ സംഭവത്തിന് ശേഷം അടുത്ത ദിവസം ചുവരുകളിൽ പിങ്ക് നിറത്തിലുള്ള പോസ്റ്ററുകൾ എല്ലായിടത്തും ഒട്ടിച്ചു, അതിൽ ചുവന്ന മഷി കൊണ്ട് ഇനിപ്പറയുന്ന സന്ദേശം എഴുതി:

"ഹിന്ദുസ്ഥാൻ സമാജ്വാദി ഗണതന്ത്ര സേനയുടെ നോട്ടീസ് ബ്യൂറോക്രാറ്റുകൾ സൂക്ഷിക്കുക"

ജെ പി സോണ്ടേഴ്സിന്റെ കൊലപാതകത്തിലൂടെ ലജ്പത് റായിയുടെ കൊലപാതകത്തിന് പ്രതികാരം ചെയ്തു.

ഈ ആശയം ഒരാളെ സങ്കടപ്പെടുത്തുന്നു, "ഒരു സാധാരണ ഉദ്യോഗസ്ഥന്റെ കൈകൾ ഈ രാജ്യത്തെ മുപ്പത് കോടി ജനങ്ങളുടെ ആദരണീയനായ നേതാവിനെ ആക്രമിച്ച് കൊന്നു. അത് രാജ്യത്തിന് അപമാനവും ഇന്ത്യയിലെ യുവാക്കളോടും ജനങ്ങളോടും ഉള്ള വെല്ലുവിളിയായിരുന്നു. ഇന്ന് ലോകം. ഇന്ത്യയിലെ പൊതുസമൂഹം നിർജീവമല്ലെന്ന് കണ്ടു. ഇന്ത്യക്കാരുടെ രക്തം ഇനിയും കട്ടപിടിച്ചിട്ടില്ല.രാജ്യത്തിന്റെ പ്രതിരോധത്തിനായി ജീവൻ പണയപ്പെടുത്താം.ഈ രാജ്യത്തെ നേതാക്കൾ അപലപിക്കുകയും നിന്ദിക്കുകയും ചെയ്യുന്ന യുവാക്കളാണ് ഈ തെളിവ് നൽകിയത്. "

സോണ്ടേഴ്സിന്റെ കൊലപാതകം ഭഗത് സിംഗിനെ രാജ്യത്തിന്റെ മുഴുവൻ പ്രിയപ്പെട്ട നേതാവാക്കി. ഈ മഹത്തായ പ്രവൃത്തിക്ക് ഭഗത് സിംഗിനെ പ്രശംസിച്ചുകൊണ്ട് പണ്ഡിറ്റ് ജവഹർലാൽ നെഹ്റു തന്റെ ആത്മകഥയിൽ എഴുതി:

"ഭഗത് സിംഗ് ഒരു പ്രതീകമായി മാറി. സോണ്ടേഴ്സിന്റെ കൊലപാതകം

മറന്നുപോയി, പക്ഷേ അടയാളങ്ങൾ അവശേഷിച്ചു, ഏതാനും മാസങ്ങൾക്കുള്ളിൽ പഞ്ചാബിലെ എല്ലാ ഗ്രാമങ്ങളും നഗരങ്ങളും ഉത്തരേന്ത്യയുടെ വലിയൊരു ഭാഗവും അദ്ദേഹത്തിന്റെ പേരിൽ അലയടിച്ചു. നിരവധി ഗാനങ്ങൾ അദ്ദേഹത്തെ കുറിച്ചും എഴുതിയിട്ടുണ്ട്. ഈ രീതിയിൽ അദ്ദേഹം നേടിയ ജനപ്രീതി അതിശയകരമാണ്.

ലാഹോറിൽ നിന്ന് രക്ഷപ്പെടുക

D.A.V യുടെ ഹോസ്റ്റലിൽ നിന്ന് പുറപ്പെടുന്നതിന് മുമ്പ്. കോളേജ്, ഭഗത് സിംഗ് തലമുടി വെട്ടി, താടി വടിക്കുകയും വസ്ത്രം മാറുകയും ചെയ്തു. അവൻ തന്റെ സുഹൃത്തിൽ നിന്ന് ഒരു പാന്റും തൊപ്പിയും കടം വാങ്ങി.

സുഹൃത്ത് ചോദിച്ചു, "ഇനി എവിടെ പോകും?"

ഭഗത് സിംഗ് മറുപടി പറഞ്ഞു, "ദുർഗാ ഭാഭിയുടെ വീട്ടിലേക്ക്."

"അതിനുശേഷം?"

"ലാഹോർ വിടുന്നതിനെക്കുറിച്ച് ഞാൻ അവളോട് സംസാരിക്കും."

"തുടർന്ന്?"

"എവിടെയും, എനിക്ക് എവിടെ പോകാം."

"എന്തെങ്കിലും ആലോചിച്ചിട്ടുണ്ടാകും, എന്താ?"

"പറയാൻ പറ്റില്ല. ഞാൻ ഒരു കാട്ടിലോ കുന്നിൻ മുകളിലോ താമസിച്ചേക്കാം."

"ചെലവിനുള്ള പണം?"

"എന്റെ കയ്യിൽ ഇരുനൂറു രൂപയുണ്ട്."

"എന്റെ നൂറു രൂപ എടുക്ക്. ഞാൻ വീട്ടിൽ നിന്ന് വരാം. നിനക്ക് പുറത്ത് പണം വേണം."

"ശരി. തരൂ."

അതിനുശേഷം ഭഗത് സിംഗ് സ്ഥലം വിട്ടു. വേഷം മാറി വന്നിരുന്നെങ്കിലും ചില കോൺസ്റ്റബിൾമാർ ഫേണിനു നേരെ വെടിയുതിർക്കുന്നത് കണ്ടിട്ടുണ്ടെന്ന് അവനറിയാമായിരുന്നു. ആരെങ്കിലും തിരിച്ചറിയുമെന്ന് ആർക്കറിയാം. ഒടുവിൽ, ഒരു പുതിയ പദ്ധതിയുമായി ഭഗത് സിങ്ങും സുഖ് ദേവും ദുർഗാ ഭാഭിയുടെ (പ്രശസ്ത വിപ്ലവകാരി ഭഗവതി ചരൺ വോറയുടെ ഭാര്യ ശ്രീമതി ദുർഗാദേവി) വീട്ടിലെത്തി. ദുർഗ്ഗാ ഭാഭി; അയൽപക്കത്തെ ഒരു സ്ത്രീയുടെ കൂട്ടത്തിൽ ഒരു അധ്യാപകനിൽ നിന്ന് സംസ്കൃതം പഠിക്കുകയായിരുന്നു.

സുഖ് ദേവ് അവളെ അരികിലേക്ക് വിളിച്ച് പറഞ്ഞു, "എവിടെയെങ്കിലും പോകാൻ നിങ്ങൾക്ക് പുറത്ത് വരാമോ?"

"എവിടെ?.......എന്താ പണി?" ഭാഭി ചോദിച്ചു.

"ഈ സംഭവത്തിൽ ഉൾപ്പെട്ട ഒരാളെ ലാഹോറിൽ നിന്ന് കൊണ്ടുപോകണം. അവന്റെ മാഡമായി നിങ്ങൾ അവനെ അനുഗമിക്കേണ്ടതുണ്ട്. പരിഗണിക്കുക. വെടിവയ്പ്പും സാധ്യമാണ്," സുഖ് ദേവ് അവളുടെ മുഖത്തേക്ക് ശ്രദ്ധാപൂർവ്വം നോക്കി പറഞ്ഞു.

"ആരാ ആ മനുഷ്യൻ? ശരി. ഞാൻ പോകാം."

"ആ മനുഷ്യൻ ഇന്ന് രാത്രി ഇവിടെ താമസിക്കും.... ഈ പഠനം നിർത്തൂ."

"ശരി."

കുറച്ചു കഴിഞ്ഞപ്പോൾ തൊപ്പിയും ഓവർകോട്ടും ധരിച്ച ഒരു പൊക്കക്കാരൻ ഒരു വേലക്കാരനോടൊപ്പം അവിടെ വന്നു. അവനെ ഇരുത്തിയ ശേഷം ദുർഗ്ഗാ ഭാഭി സുഖ് ദേവിനെ നോക്കി, ആ മനുഷ്യൻ ആരാണെന്ന് അറിയണമെന്ന മട്ടിൽ. അപ്പോൾ സുഖ് ദേവ് തന്നെ ചോദിച്ചു, "നിങ്ങൾ ഈ മനുഷ്യനെ തിരിച്ചറിയുന്നുണ്ടോ?"

ഇപ്പോൾ ഭാഭി ആ മനുഷ്യനെ സൂക്ഷിച്ചു നോക്കി, "ഭഗത്...."

ഭഗത് സിങ്ങും സുഖ് ദേവും പൊട്ടിച്ചിരിച്ചു.

5.00 AM ന് അവർ കൽക്കട്ട മെയിലിൽ പോകുമെന്ന് തീരുമാനിച്ചു. ഭാഭിയുടെ മൂന്ന് വയസ്സുള്ള മകൻ ഷാച്ചിയെ (ശ്രീ ശചീന്ദ്ര കുമാർ വോഹ്റ) മടിയിൽ കയറ്റിയ സാഹേബായിരുന്നു ഭഗത് സിംഗ്. അവൻ തന്റെ മുഖത്തിന്റെ പകുതി തൊപ്പി കൊണ്ട് മറച്ചു, മറുവശത്ത് നിന്ന് മുഖം മറയ്ക്കുന്ന തരത്തിൽ ഷാച്ചിയെ ചുമന്നു. അവന്റെ ഓവർകോട്ടിന്റെ കോളർ മുകളിലേക്ക് ഉയർത്തി. അയാൾ പോക്കറ്റിൽ നിറച്ച പിസ്റ്റൾ എടുത്തു. സേവകന്റെ വേഷത്തിലാണ് രാജ് ഗുരു അനുഗമിച്ചത്. പുറകിൽ കെട്ടിയ ഒരു പിസ്റ്റൾ അവന്റെ പക്കൽ ഉണ്ടായിരുന്നു. ഒരു മാമിന്റെ മേക്കപ്പിലായിരുന്നു ഭാഭിയും. എല്ലാവരും ടോംഗയിൽ ലാഹോർ സ്റ്റേഷനിലെത്തി. പോലീസ് പ്ലാറ്റ്ഫോമിൽ കറങ്ങുകയായിരുന്നു. ഫസ്റ്റ് ക്ലാസ് ടിക്കറ്റ് വാങ്ങി ഭഗത് സിംഗ് ട്രെയിനിൽ കയറി. ആരും അവനെ സംശയിച്ചില്ല. തീവണ്ടി നീങ്ങി തുടങ്ങി . അങ്ങനെ ബ്രിട്ടീഷുകാരെ കബളിപ്പിച്ച് അദ്ദേഹം കൽക്കത്തയിലെത്തി.

സോണ്ടേഴ്സിന്റെ കൊലപാതകത്തിന് ഉത്തരവാദികളായ വിപ്ലവകാരികളെ രാജ്യത്തെ മുഴുവൻ പോലീസും തിരയുകയായിരുന്നു. ഈ ദിവസങ്ങളിൽ കൊൽക്കത്തയിൽ കോൺഗ്രസ് സമ്മേളനം പുരോഗമിക്കുകയാണ്. ധീരനായ ഭഗത് സിംഗ് ഈ സെഷനിലും ഒളിഞ്ഞും തെളിഞ്ഞും പങ്കെടുത്തു. പോലീസിന് അവന്റെ മേൽ കൈവെക്കാനായില്ല. എന്നാൽ കോൺഗ്രസ് സമ്മേളനത്തിനിടെ ഭഗത് സിംഗിനെ കൽക്കത്തയിൽ കണ്ടതായി രഹസ്യാന്വേഷണ ഏജൻസികൾ ആഭ്യന്തര വകുപ്പിനെ അറിയിച്ചു.

ഭഗത് സിംഗ് കൽക്കത്തയിലേക്ക് പോകാൻ പോയ അതേ ട്രെയിനിൽ തന്നെ ആസാദും ലാഹോറിൽ നിന്ന് പുറപ്പെട്ടു എന്നത് ഇവിടെ പരാമർശിക്കേണ്ടതില്ല. അദ്ദേഹം തന്റെ കൂട്ടാളികളെ മഥുരയിലെ പാണ്ഡകളായി പരിവർത്തനം ചെയ്തു, അവൻ തന്നെ അവരുടെ ഗുരുവായി, ഒരു കൈയിൽ ഗീതയുടെ ഒരു പകർപ്പും രാമന്റെ പേരുകൾ അച്ചടിച്ച ഒരു ഷീറ്റിൽ പൊതിഞ്ഞു.

4

അസംബ്ലി ബോംബ് കാൻഡ് (ഇവന്റ്)

കൽക്കട്ടയിൽ ഭഗത് സിങ്ങിനെ അതുൽ ഗാംഗുലി, പ്രൊഫ. ജ്യോതിഘോഷ്, ഫണീന്ദ്ര നാഥ് ഘോഷ്, ജെ.എൻ. ദാസ്. അവിടെ അദ്ദേഹം പാർട്ടിയുടെ ഓഫീസും തുറന്നു. ഈ പ്രവർത്തനങ്ങളെല്ലാം രാത്രിയിൽ നടത്തുകയും പകൽ ഉറങ്ങുകയും ചെയ്തു. ഡൽഹി, ആഗ്ര, കാൺപൂർ കേന്ദ്രങ്ങളിൽ ബോംബുകൾ നിർമ്മിക്കാൻ അദ്ദേഹം ജതീന്ദ്ര നാഥ് ദാസിനെ പ്രേരിപ്പിച്ചു. കൽക്കത്തയിൽ കൻവാൾ നാഥ് തിവാരിയുടെ വീട്ടിൽ വെടിമരുന്ന് ഉണ്ടാക്കിയാണ് ഈ ജോലി ആദ്യം ആരംഭിച്ചത്. ഏതാനും ദിവസങ്ങൾ കൽക്കട്ടയിൽ ആൾമാറാട്ടത്തിൽ താമസിച്ചതിന് ശേഷം ബംഗാളിലെയും യുണൈറ്റഡ് പ്രവിശ്യകളിലെയും വിപ്ലവകാരികളുടെ മേഖലകളിൽ അദ്ദേഹം സഞ്ചരിക്കാൻ തുടങ്ങി. ഇതിനുശേഷം അദ്ദേഹം കൽക്കത്തയിലെ കൂട്ടാളികളുടെ സഹായത്തോടെ ആഗ്രയിൽ ബോംബുകൾ നിർമ്മിക്കുന്നതിനുള്ള ഒരു ഫാക്ടറി സ്ഥാപിച്ചു. വിവിധ സംസ്ഥാനങ്ങളിലെ വിപ്ലവകാരികൾ ഇവിടെ വന്ന് വെടിമരുന്ന് ഉണ്ടാക്കുന്നത് പഠിച്ചു. ഒരു മാസത്തെ പരിശീലനത്തിന് ശേഷം അവർ സ്വന്തം സംസ്ഥാനങ്ങളിലേക്ക് മടങ്ങി. തുടർന്ന് അവർ അവിടെ ഇത്തരം ഫാക്ടറികൾ സ്ഥാപിക്കുകയും ബോംബ് നിർമ്മാണം ആരംഭിക്കുകയും ചെയ്തു. സുഖ് ദേവും ശിവ് വർമ്മയും യഥാക്രമം ലാഹോറിലും സഹരൻപൂരിലും ബോംബുകൾ നിർമ്മിക്കാനുള്ള ഫാക്ടറികൾ സ്ഥാപിച്ചു. ഝാൻസിക്ക് സമീപമുള്ള ഒരു കാട് ബോംബ് പരീക്ഷിക്കുന്നതിനായി കണ്ടെത്തി. ഭഗത് സിംഗ് ഇവിടെയും ഉണ്ടായിരുന്നു.

ഭഗത് സിംഗ് ആഗ്രയിലെ ഹീങ് മണ്ഡിയിലും നമക് മാണ്ഡിയിലും രണ്ട് വീടുകൾ വാടകയ്ക്ക് എടുത്തു. ഈ വീടുകളിൽ ബോംബ് നിർമാണ ഫാക്ടറികൾ സ്ഥാപിച്ച് പാർട്ടി യോഗങ്ങളും ഇവിടെ നടന്നിരുന്നു. 'ഹിന്ദുസ്ഥാൻ സമാജ്വാദി ഗണതന്ത്ര സേന'യുടെ സെൻട്രൽ എക്സിക്യൂട്ടീവ് കമ്മിറ്റിയുടെ ഒരു യോഗം ഇവിടെ ഹീംഗ് മാണ്ഡി ഹൗസിൽ ചേരുകയും 'പൊതു സുരക്ഷാ ബില്ലും' 'വ്യാവസായിക തർക്ക ബില്ലും' ചർച്ച ചെയ്യുകയും ചെയ്തു. തന്റെ ആശയങ്ങൾ അവതരിപ്പിച്ചുകൊണ്ട് ഭഗത് സിംഗ് പറഞ്ഞു, "ബ്രിട്ടീഷ് സാമ്രാജ്യത്വത്തിൽ നീതിക്ക് സ്ഥാനമില്ല. അടിമകളെ കൊള്ളയടിക്കാനും തകർക്കാനും കൊല്ലാനുമാണ് അവർ ആഗ്രഹിക്കുന്നത്. ഇവ രണ്ടും മാത്രമല്ല, കൂടുതൽ അടിച്ചമർത്തൽ ബില്ലുകൾ വരാനിരിക്കുന്നു, ആളുകളെ വെടിവച്ചുകൊല്ലും. അവർ ഒരു വാക്ക് പറയുന്നതിന് മുമ്പ് മരിച്ചു, അടുത്തതായി എന്ത് സംഭവിക്കുമെന്ന് നമുക്ക് നോക്കാം."

പ്രശ്നപരിഹാരത്തെക്കുറിച്ച് താരാ ചന്ദ് ചോദിച്ചു. ഭഗത് സിംഗ് പറഞ്ഞു, "ത്യാഗം, അത് മാത്രം അസംബ്ലിയിലെ ഇന്ത്യക്കാരുടെയും ബ്രിട്ടീഷ് അംഗങ്ങളുടെയും കണ്ണുകൾ തുറക്കും."

ചന്ദ്രശേഖർ ആസാദിന്റെ ചോദ്യം, "അതെങ്ങനെ ചെയ്യും?" സെൻട്രൽ അസംബ്ലിയിൽ ബോംബ് പൊട്ടിക്കണമെന്ന് ഭഗത് സിംഗ് നിർദ്ദേശിച്ചു. ഈ നിർദ്ദേശം ഗൗരവമായി ആലോചിച്ചു. അവസാനം അത് അംഗീകരിക്കപ്പെട്ടു. ഇതിനായി, ഇനിപ്പറയുന്ന പ്രവർത്തന പദ്ധതി തയ്യാറാക്കി:

അസംബ്ലിയിൽ പ്രവേശിക്കുന്നതിന് പാസുകൾ ക്രമീകരിക്കുകയും, അകത്ത് കടന്നാൽ, ബോംബ് സ്ഫോടനത്തിന് ശേഷം ബില്ലുകളും പ്രവൃത്തികളും പ്രതിഷേധിച്ച് ശക്തമായ രോഷം പ്രകടിപ്പിക്കുകയും, ഇവ (ബില്ലുകളും നിയമങ്ങളും) നിരസിക്കുകയും വേണം. ബോംബ് എറിയുമ്പോൾ ആരും കൊല്ലപ്പെടാതിരിക്കാൻ പ്രത്യേകം ശ്രദ്ധിക്കണം. 'ഇൻക്വാലാബ് സിന്ദാബാദ്' എന്ന മുദ്രാവാക്യങ്ങൾ ഉയർത്തുകയും നമ്മുടെ കാഴ്ചപ്പാട് മനസ്സിലാക്കാൻ അംഗങ്ങൾക്ക് ഹാൻഡ്ബില്ലുകൾ വിതരണം ചെയ്യുകയും വേണം. പിന്നീട് നമ്മുടെ ആശയങ്ങൾ കോടതിയെ അറിയിക്കണം.

ബോംബ് സ്ഫോടനത്തിന് ശേഷം ഓടിപ്പോകുന്നതിനെ ഭഗത് സിംഗ് എതിർത്തിരുന്നു. വിപ്ലവകാരികളുടെ ലക്ഷ്യങ്ങൾ എന്തായിരുന്നുവെന്ന് സ്ഫോടനത്തിനുശേഷം തുടർന്നുള്ള കേസ് ഇന്ത്യയിലെ യുവാക്കൾക്ക് വ്യക്തം ആകുമെന്ന് ഭഗത് സിംഗ് അഭിപ്രായപ്പെട്ടിരുന്നു. ഈ പദ്ധതി തയ്യാറാക്കിയപ്പോൾ, ഈ ജോലി തന്നെ ഏൽപ്പിക്കണമെന്ന് ഭഗത് സിംഗ് നിർബന്ധിച്ചു. സോണ്ടേഴ്സിന്റെ കൊലപാതകത്തിൽ ഭഗത് സിംഗ് നേരത്തെ പങ്കെടുത്തിരുന്നതിനാൽ ചന്ദ്രശേഖർ ആസാദ് അതിനെ എതിർത്തിരുന്നു. പിടിക്കപ്പെട്ടാൽ തൂക്കിലേറ്റുക എന്നത് അദ്ദേഹത്തിന് മുൻകൂർ വിധിയായിരുന്നു. എന്നിരുന്നാലും, വിശദമായ ചർച്ചയ്ക്ക് ശേഷം കേന്ദ്ര എക്സിക്യൂട്ടീവ് കമ്മിറ്റി ഈ പദ്ധതിയുടെ ഏറ്റവും പൂർണ്ണമായ വ്യക്തി ഭഗത് സിംഗ് ആണെന്ന നിഗമനത്തിലെത്തി. നിർബന്ധത്തിന് വഴങ്ങി ചന്ദ്രശേഖരന് അതിന് സമ്മതിക്കേണ്ടി വന്നു. ബടുകേശ്വർ ദത്തയെ ഭഗത് സിംഗിന്റെ സഹായിയായി തിരഞ്ഞെടുത്തു. പദ്ധതിക്ക് അന്തിമരൂപമായ ശേഷം, 1929 മാർച്ച്, ഏപ്രിൽ മാസങ്ങളിൽ ഭഗത് സിംഗ് ആഗ്രയ്ക്കും ഡൽഹിക്കും ഇടയിൽ പലതവണ യാത്ര ചെയ്തു. ഡൽഹിയിൽ അദ്ദേഹം 151 റോഷൻ ആരാ മാൻഷൻ, ബസാർ സീതാറാം, കുച്ചാ ഘാസി റാമിലെ ബന്ത ആശ്രമം എന്നിവിടങ്ങളിൽ താമസിച്ചു. ഏപ്രിൽ 8-ന് രാവിലെ ഡൽഹിയിലെ കാശ്മീരി ഗേറ്റിൽ വെച്ച് രാംനാഥ് ഫോട്ടോഗ്രാഫർ ഭഗത് സിങ്ങും ബടുകേശ്വർ ദത്തും ഫോട്ടോയെടുത്തു. ഏപ്രിൽ 12-ന് ലാഹോറിലെ 'വന്ദേമാതരം', ഏപ്രിൽ 18-ന് 'ദി ഹിന്ദുസ്ഥാൻ ടൈംസ്', ഏപ്രിൽ 20-ന് ദി പയനിയർ എന്നിവയിലും ഇതേ ഫോട്ടോ അച്ചടിച്ചു. ബോംബ്

സ്ഫോടനത്തിന് രണ്ട് ദിവസം മുമ്പ്, ഭഗത് സിംഗും ബടുകേശ്വർ ദത്തും അസംബ്ലി ഹാളിലെത്തി അതിനുള്ളിലെ ഇരിപ്പിടങ്ങൾ കാണുകയും അതിനനുസരിച്ച് അവരുടെ പ്ലാൻ ക്രമീകരിക്കുകയും ചെയ്തു. പരിപാടിക്ക് രണ്ട് ദിവസം മുമ്പ് ഏപ്രിൽ 6 ന് ഇരുവരും പ്രാഥമിക നിരീക്ഷണത്തിനായി അസംബ്ലി ഹാളിൽ പോയിരുന്നുവെന്ന് ഡൽഹി പോലീസ് സൂപ്രണ്ട് തന്റെ റിപ്പോർട്ടിൽ എഴുതി. 1929 ഏപ്രിൽ 8-ന്, പരിപാടി നടന്ന ദിവസം, നിയമസഭയിലെ ഒരു നോമിനേറ്റഡ് അംഗത്തിന്റെ ശുപാർശ പ്രകാരം നൽകിയ പാസുകളിൽ ഇരുവരും നിശ്ചിത സമയത്ത് നിയമസഭയിൽ പ്രവേശിച്ചു. ഒരു നോമിനേറ്റഡ് അംഗത്തിന്റെ ശുപാർശ കാരണം ആരും അവരെ സംശയിച്ചില്ല. ഭൂരിഭാഗം അംഗങ്ങളും അവതരിപ്പിച്ച ബില്ലുകളെ എതിർക്കുകയോ നിരസിക്കുകയോ ചെയ്തിരുന്നുവെങ്കിലും, ഇതൊക്കെയാണെങ്കിലും അവ നടപ്പിലാക്കാൻ സർക്കാർ കുനിയുകയായിരുന്നു. വൈസ്രോയിയുടെ പ്രത്യേകാവകാശങ്ങൾക്കനുസൃതമായി അവ നടപ്പാക്കാനുള്ള പ്രഖ്യാപനം അന്ന് കാത്തിരുന്നു. അതുകൊണ്ട് തന്നെ അന്ന് നിയമസഭയിൽ സന്ദർശകരുടെ വലിയ തിരക്കായിരുന്നു. ബില്ലുകളെ എതിർക്കുന്ന അംഗങ്ങളുടെ പ്രതികരണം കേൾക്കാൻ പല പത്രങ്ങളുടെയും ലേഖകരും എത്തിയിരുന്നു. ഭഗത് സിങ്ങും ബടുകേശ്വർ ദത്തും ക്യൂവിൽ നിന്നു, ഊഴം വന്നപ്പോൾ അവർ അകത്തേക്ക് പോയി. ഇരുവരും കാക്കി നിക്കർ ഇട്ടിരുന്നുവെന്നാണ് ഇവരെ പിടികൂടിയ സാർജന്റ് ടെറിയുടെ മൊഴി. ഭഗത് സിംഗ് നീല കോട്ടും ബടുകേശ്വർ ദത്ത് ഇളം നീല കോട്ടുമാണ് ധരിച്ചിരുന്നത്. മറ്റ് സാക്ഷികൾ പറയുന്നതനുസരിച്ച്, ഭഗത് സിംഗ് തൊപ്പി ധരിച്ചിരുന്നു. ഇരുവരും അനായാസം സന്ദർശക ഗാലറിയിലെത്തി അവിടെ ഇരുന്നു. വൈകാതെ ഗ്യാലറി സന്ദർശകരെ കൊണ്ട് നിറഞ്ഞു. രണ്ട് ബില്ലുകളും പാസാക്കേണ്ടത് അനിവാര്യമാണെന്ന് സർക്കാരിനെ പിന്തുണയ്ക്കുന്ന ചില അംഗങ്ങൾ പറഞ്ഞു തുടങ്ങി. റഷ്യ വഴി തെറ്റിദ്ധരിപ്പിച്ച ഇന്ത്യയിലെ വിദ്യാഭ്യാസമില്ലാത്ത യുവാക്കൾ കമ്മ്യൂണിസ്റ്റുകളായി മാറുകയാണെന്നും ബ്രിട്ടീഷുകാർക്കെതിരെ കലാപത്തിന് കുതിക്കുന്നുണ്ടെന്നും അവർ പറഞ്ഞു. ഗവൺമെന്റിന്റെ അനുയായികളുടെ സംസാരം കേട്ട് ഭഗത് സിങ്ങും ബടുകേശ്വർ ദത്തും പരസ്പരം നോക്കി പുഞ്ചിരിച്ചു. ഇതിന് പിന്നാലെയാണ് ബിൽ പ്രഖ്യാപിച്ചത്. സ്പീക്കർ ഇരിപ്പിടത്തിൽ നിന്ന് എഴുന്നേറ്റ് തീരുമാനം പ്രഖ്യാപിക്കുമ്പോൾ ഭഗത് സിംഗ് സീറ്റിൽ നിന്ന് എഴുന്നേറ്റു. നിയമസഭാ സ്പീക്കറുടെ ബെഞ്ചിന്റെ പിൻഭാഗത്ത് ബോംബെറിഞ്ഞു. ശ്രീ വിത്തൽ ഭായ് പട്ടേലും മോത്തി ലാൽ നെഹ്റുവും അദ്ദേഹത്തിനു സമീപം ഇരുന്നു. ആർക്കും പരിക്കേൽക്കാതിരിക്കാൻ അതീവ ജാഗ്രത പുലർത്തി. അംഗങ്ങളെല്ലാം ഞെട്ടിപ്പോയി. ഇതിനിടെ രണ്ടാമത്തെ ബോംബും എറിഞ്ഞു. സ്പീക്കർ ഷൂസ്റ്റർ വളരെ പരിഭ്രാന്തനായി, അവൻ തന്റെ മേശയ്ക്കു പിന്നിൽ ആശയക്കുഴപ്പത്തിലായി. അവനെ കൂടുതൽ ഭയപ്പെടുത്താൻ, ഭഗത് സിംഗ്

ആകാശത്തേക്ക് രണ്ട് വെടിയുതിർത്തു.പണ്ഡിറ്റ് മോതിലാൽ നെഹ്റു, വിത്തൽ ഭായ് പട്ടേൽ, മദൻ മോഹൻ മാളവ്യ, മുഹമ്മദ് അലി ജിന്ന എന്നിവർ തങ്ങളുടെ സീറ്റുകളിൽ നിശബ്ദരായി ഇരുന്നു, എന്നാൽ മറ്റ് അംഗങ്ങൾ ഓടിയെത്തി. ചിലർ ഗാലറിയിൽ അപ്രത്യക്ഷരായി, മറ്റുള്ളവർ കുളിമുറിയിൽ ഒളിച്ചു. നിമിഷനേരം കൊണ്ട് സന്ദർശക ഗാലറി ശൂന്യമായി. "ഇങ്ക്വാലാബ് സിന്ദാബാദ്", 'സാമ്രാജ്യവാദ് കാ നാഷ് ഹോ' (സാമ്രാജ്യത്വത്തിനൊപ്പം) എന്ന മുദ്രാവാക്യങ്ങൾ ഇരുവരും വിളിച്ചു. ഹാൾ മുഴുവൻ പുക നിറഞ്ഞു. ഈ സമയം ബതുകേശ്വർ ദത്ത് ഹാളിൽ ഹാൻഡ്ബില്ലുകൾ വർഷിച്ചു. അവ സാധാരണക്കാരന്റെ കൈകളിൽ ഏൽപ്പിക്കാൻ അവർ ആഗ്രഹിച്ചില്ല, എന്നാൽ സ്ഫോടനം നടന്നയുടനെ ഒരു ലേഖകൻ തനിക്കായി ഒന്ന് സുരക്ഷിതമാക്കാൻ കഴിഞ്ഞു. അന്ന് വൈകുന്നേരം തന്നെ അദ്ദേഹത്തിന്റെ പത്രം അത് പ്രസിദ്ധീകരിച്ചു. അതിൽ ഇങ്ങനെ എഴുതിയിരുന്നു: 'ഹിന്ദുസ്ഥാൻ സമാജ്വാദി ഗാൻതന്ത്ര സേന' "ബധിരർ കേൾക്കാൻ നിങ്ങൾ ശബ്ദം ഉയർത്തേണ്ടതുണ്ട്. ഫ്രാൻസിലെ അരാജകത്വ രക്തസാക്ഷിയായ വെല്ലോന്റെ ഈ അനശ്വര വാക്കുകളിൽ നിന്ന് ഞങ്ങളുടെ നിലപാടിന്റെ ഔചിത്യത്തെ ന്യായീകരിക്കാൻ ഞങ്ങൾക്ക് കഴിയുമോ?

ഭരണപരിഷ്കാരങ്ങളുടെ പേരിൽ കഴിഞ്ഞ പത്ത് വർഷമായി ബ്രിട്ടീഷ് സർക്കാർ ഞങ്ങൾക്ക് മേൽ അടിച്ചേൽപ്പിച്ച അപലപനീയമായ കഥ ആവർത്തിക്കാൻ ഞങ്ങൾ ആഗ്രഹിക്കുന്നില്ല. ഈ സമ്മേളനം ഇന്ത്യയുടെ ദേശീയ നേതാക്കൾക്ക് നേരിട്ട അപമാനത്തെക്കുറിച്ച് പരാമർശിക്കാൻ ഞങ്ങൾ ആഗ്രഹിക്കുന്നില്ല. , അതിനെ പാർലമെന്റ് എന്നും വിളിക്കുന്നു.

ഭരണപരിഷ്കാരങ്ങളുടെ പേരിൽ സൈമൺ കമ്മീഷനിൽ നിന്ന് അപ്പക്കഷണങ്ങ ചിലർ പ്രതീക്ഷിക്കുന്നവരും തങ്ങൾക്ക് ലഭിക്കാൻ സാധ്യതയുള്ള പുതിയ അസ്ഥികളുടെ വിതരണത്തിനായി തർക്കിക്കുന്നവരുമുണ്ടെന്ന് ഞങ്ങൾ വ്യക്തമാക്കാൻ ആഗ്രഹിക്കുന്നു. ഇപ്പോൾ സർക്കാർ പൊതുസുരക്ഷാ ബിൽ, വ്യാപാര തർക്ക ബിൽ തുടങ്ങിയ അടിച്ചമർത്തൽ നിയമങ്ങൾ ഇന്ത്യൻ പൊതുജനങ്ങളെ അടിച്ചേൽപ്പിക്കുന്നു. അതിനുപുറമെ, നിയമസഭയുടെ അടുത്ത സമ്മേളനത്തിനായി ' 'രാജ്യദ്രോഹ ബില്ലും' അത് മാറ്റിവെച്ചിട്ടുണ്ട്. തൊഴിലാളി നേതാക്കൾ അവരുടെ ജോലി തുറന്ന് ചെയ്യുകയായിരുന്നു.എന്നാൽ ഇപ്പോൾ അവരുടെ വിവേചനരഹിതമായ അറസ്റ്റുകൾ സർക്കാരിന്റെ ഉദ്ദേശ്യങ്ങൾ എന്താണെന്ന് വ്യക്തമായി. "വളരെ പ്രകോപനപരമായ ഈ സാഹചര്യങ്ങളിൽ, 'ഹിന്ദുസ്ഥാൻ സമാജ്വാദി ഗണതന്ത്ര സംഘം', അതിന്റെ കടമ ഗൗരവമായി മനസ്സിലാക്കി, നിയമം ഉപയോഗിച്ച് അപമാനകരമായ തമാശകൾക്ക് അറുതി വരുത്തുന്നതിനായി ഈ

പ്രവൃത്തി ചെയ്യാൻ സൈന്യത്തിന് ഉത്തരവിട്ടു. ചെയ്യുക, അതിന്റെ നഗ്ന രൂപത്തിൽ പൊതുജനങ്ങൾക്ക് മുന്നിൽ തുറന്നുകാട്ടേണ്ടത് അത്യന്താപേക്ഷിതമായി മാറിയിരിക്കുന്നു.

ജനപ്രതിനിധികൾ അതത് പ്രദേശങ്ങളിൽ പോയി വരാനിരിക്കുന്ന വിപ്ലവത്തിന് തയ്യാറെടുക്കണം. സുരക്ഷാ ബില്ലിനും വ്യാപാര തർക്ക ബില്ലിനും ക്രൂരമായ കൊലപാതകത്തിനും എതിരെ ഇന്ത്യൻ പൊതുജനങ്ങൾക്ക് വേണ്ടി ഞങ്ങൾ പ്രതിഷേധിക്കുന്നു എന്ന് സർക്കാർ തിരിച്ചറിയണം. ലാലാജിയുടെ, ആ പാഠം ഊന്നിപ്പറയാൻ ആഗ്രഹിക്കുന്നു, നിങ്ങൾക്ക് ആളുകളെ എളുപ്പത്തിൽ കൊല്ലാം, പക്ഷേ നിങ്ങൾക്ക് ആശയങ്ങളെ കൊല്ലാൻ കഴിയില്ലെന്ന് ചരിത്രം അസംഖ്യം തവണ ആവർത്തിച്ചിരിക്കുന്നു, വലിയ സാമ്രാജ്യങ്ങൾ നശിപ്പിക്കപ്പെട്ടു, എന്നിരുന്നാലും, ആശയങ്ങൾ നിലനിൽക്കുന്നു. വിപ്ലവകാരികൾ വിജയവുമായി മുന്നേറുമ്പോൾ ഫ്രാൻസിന്റെ തലച്ചോറും റഷ്യയിലെ ചക്രവർത്തിമാരും ഇന്നില്ല.

"മനുഷ്യജീവിതം പവിത്രമായി ഞങ്ങൾ കരുതുന്നു. ഓരോ വ്യക്തിയും പൂർണ്ണ സമാധാനത്തിലും സ്വാതന്ത്ര്യത്തിലും ജീവിക്കുന്ന ഒരു ശോഭനമായ ഭാവിയിൽ ഞങ്ങൾ വിശ്വസിക്കുന്നു. മനുഷ്യരക്തം ചൊരിയാനുള്ള ഞങ്ങളുടെ നിസ്സഹായതയിൽ ഞങ്ങൾക്ക് സങ്കടമുണ്ട്, പക്ഷേ വിപ്ലവത്തിന് മനുഷ്യ ത്യാഗം ആവശ്യമാണ്.

ഇൻക്വിലാബ് സിന്ദാബാദ്

റോഡ്/- ബൽരാജ്

കമാൻഡർ ഇൻ ചീഫ്"

രണ്ടാമത്തെ ബോംബ് എറിഞ്ഞത് ബട്ടുകേശ്വർ ദത്താണെന്ന് മിക്ക പുസ്തകങ്ങളിലും പരാമർശമുണ്ട്. എന്നാൽ ഗുരു ദേവ് സിംഗ് ഡിയോൾ തന്റെ പുസ്തകമായ ഷഹീദ് ഭഗത് സിംഗ് എഴുതിയത് പൊതുവെ വിശ്വസിക്കപ്പെടുന്നുണ്ടെങ്കിലും രണ്ടാമത്തെ ബോംബ് എറിഞ്ഞത് ബി.കെ. ദത്ത്, അത് ശരിയല്ല. പരിപാടി നടക്കുന്ന സമയത്ത് അസംബ്ലിയിൽ ഉണ്ടായിരുന്ന, ഭഗത് സിങ്ങിന്റെയും ബി.കെ.ദത്തിന്റെയും വക്താവായിരുന്ന ആസിഫ് അലി പറയുന്നു, ബടുകേശ്വർ ദത്ത് ഒരു ബോംബും എറിഞ്ഞിട്ടില്ലെന്ന് വളരെ കുറച്ച് ആളുകൾക്ക് മാത്രമേ അറിയൂ. എന്തുകൊണ്ടാണ് ദത്ത് അങ്ങനെ പറഞ്ഞതെന്ന് ഇനിപ്പറയുന്നവയിൽ നിന്ന് വ്യക്തമാകും: അദ്ദേഹം തന്റെ അഭിഭാഷകനായ ആസിഫ് അലിയോട് പറഞ്ഞു:

"ഞാനും ഭഗത് സിങ്ങും വളരെക്കാലമായി ഒരുമിച്ചു ജീവിച്ചവരാണ്, നിങ്ങളുടെ വാദങ്ങൾക്കിടയിലും അയാൾക്ക് ജീവപര്യന്തം തടവ് ലഭിക്കുമെന്ന് എനിക്ക്

പൂർണ്ണ വിശ്വാസമുണ്ട്. അവർ എന്നെ കുറ്റവിമുക്തനാക്കിയെന്ന് കരുതുക-അവനില്ലാതെ ഞാൻ എന്തുചെയ്യും? ഞാൻ അദ്ദേഹത്തിന് നിർബന്ധമായും കമ്പനി നൽകണം".

ഭഗത് സിങ്ങും ബടുകേശ്വർ ദത്തും വേണമെങ്കിൽ അവർക്ക് അവിടെ നിന്ന് സൗകര്യപൂർവ്വം ഓടിപ്പോകാമായിരുന്നു. എന്നാൽ ഭഗത് സിങ്ങിന്റെ ആഗ്രഹപ്രകാരം അവർ ഓടി രക്ഷപെടില്ലെന്ന് നേരത്തെ തന്നെ തീരുമാനിച്ചിരുന്നു. അതിനാൽ ഇരുവരും അവരവരുടെ സ്ഥലങ്ങളിൽ നിന്നുകൊണ്ട് മുദ്രാവാക്യം വിളിച്ചു. പുക കുറഞ്ഞതോടെ പൊലീസ് നിയമസഭാ ഹാളിലേക്ക് പ്രവേശിച്ചു. സാർജന്റ് ടെറി അവരോട് ചോദിച്ചു, "നിങ്ങൾ ഇത് ചെയ്തോ?" രണ്ടുപേരും അംഗീകരിച്ചു. ഇരുവരെയും അറസ്റ്റ് ചെയ്തു. അറസ്റ്റിലായ സമയത്ത് ഭഗത് സിങ്ങിൽ നിന്ന് ഒരു ഓട്ടോമാറ്റിക് പിസ്റ്റൾ കണ്ടെടുത്തു. ചില പോലീസ് ഉദ്യോഗസ്ഥരുടെ മൊഴികൾ പ്രകാരം ഭഗത് സിംഗ് രണ്ടോ മൂന്നോ തവണ വെടിയുതിർക്കുകയും കൈയിൽ പിസ്റ്റൾ ഉണ്ടായിരുന്നു, അത് മുന്നിലേക്ക് ചൂണ്ടുകയും ചെയ്തു. ഭഗത് സിംഗ് ഓട്ടോമാറ്റിക് പിസ്റ്റൾ എടുത്ത് രണ്ടോ മൂന്നോ തവണ വെടിയുതിർക്കുകയും പിന്നീട് പിസ്റ്റൾ ജാമായെന്നും സർക്കാർ സാക്ഷികളിലൊരാൾ അന്വേഷണ കോടതിയിൽ പറഞ്ഞിരുന്നു. എന്നാൽ ഈ പ്രസ്താവനകളെല്ലാം തീർത്തും തെറ്റായിരുന്നു. അവരെ അറസ്റ്റ് ചെയ്ത സർജന്റ് ടെറിയുടെ പ്രസ്താവനയിൽ നിന്ന് സത്യം വേണ്ടത്ര വെളിപ്പെടുന്നു, "ഞാൻ ഭഗത് സിങ്ങിൽ നിന്ന് പിസ്റ്റൾ കണ്ടെടുത്തപ്പോൾ അത് എന്റെ നേരെ ചൂണ്ടിയിരുന്നില്ല. പക്ഷെ അത് അവന്റെ കയ്യിൽ ഉണ്ടായിരുന്നു. അവൻ അത് കൊണ്ട് കളിക്കുകയായിരുന്നു. അവന്റെ കൈ താഴേക്കായിരുന്നു. പിസ്റ്റളിൽ നിന്നാണ് വെടിയുതിർത്തതെന്ന് സീനിയർ പോലീസ് സൂപ്രണ്ടും സമ്മതിച്ചു. ഇക്കാര്യത്തിൽ വിശദമോ ആധികാരികമോ ആയ തെളിവുകളൊന്നുമില്ല.

രണ്ട് വിപ്ലവകാരികളെയും പോലീസ് വാഹനത്തിൽ ചാന്ദ്നി ചൗക്കിലേക്ക് കൊണ്ടുപോകുമ്പോൾ, ആ സമയത്ത് ഭഗവതി ചരൺ വോഹ്റയും ഭാര്യ ദുർഗാദേവിയും (ദുർഗാ ഭാഭി) കുഞ്ഞു ഷാച്ചിയും ടോംഗയിൽ അവരുടെ സമീപത്ത് കൂടി കടന്നുപോയി. കുട്ടി ഉടൻ തന്നെ ഭഗത് സിംഗിനെ തിരിച്ചറിഞ്ഞു, "ഉയരമുള്ള അങ്കിൾ!" പക്ഷേ അമ്മ അവന്റെ ചുണ്ടിൽ കൈ വെച്ച് അവനെ നിശബ്ദനാക്കി.

ഈ സംഭവത്തെ തുടർന്ന് നിയമസഭാ സമ്മേളനം നിർത്തിവച്ചു. വാർത്ത രാജ്യത്തുടനീളം പരന്നു. എല്ലാ പത്രങ്ങളും ഒന്നാം പേജിൽ ബോൾഡ് അക്ഷരങ്ങളിൽ പ്രസിദ്ധീകരിച്ചു.

പോലീസ് സ്റ്റേഷനിൽ മൊഴിയെടുക്കാൻ ആവശ്യപ്പെട്ടപ്പോൾ പോലീസിന് മുമ്പാകെ മൊഴിയെടുക്കാൻ തയ്യാറായില്ല, പറയാനുള്ളതെല്ലാം കോടതിയിൽ

പറയാമെന്നും പറഞ്ഞു. 16ന് ഇവരെ പഴയ സെക്രട്ടേറിയറ്റ് പൊലീസ് സ്റ്റേഷനിലേക്ക് അയച്ചു.ഈ സംഭവത്തിന്റെ വിവരങ്ങൾ താമസിയാതെ ലണ്ടനിലേക്ക് ടെലിഗ്രാഫ് വഴി സർക്കാർ അയച്ചു.

ഇന്ന് രാവിലെ നിയമസഭ 'വ്യാപാര തർക്ക ബിൽ' ചർച്ചയ്ക്ക് എടുത്തു. അവസാനം സ്പീക്കർ തീരുമാനം പറയുമെന്ന് പ്രതീക്ഷിച്ചിരുന്നു. ബില്ലിൽ വിഭജനം വിളിച്ചതിന് ശേഷം സ്പീക്കർ തീരുമാനം പറയാൻ പോകുമ്പോൾ, സന്ദർശക ഗ്യാലറിയിൽ നിന്ന് ഒരാൾ ട്രഷറി ബെഞ്ചുകളിലേക്ക് ബോധപൂർവം രണ്ട് ബോംബുകൾ എറിഞ്ഞു. സ്ഫോടനത്തിൽ അൽപ്പം അസ്വസ്ഥനായ ബി.ജി. ദലാൽ ഒഴികെ ആർക്കും കാര്യമായ പരിക്കുകളൊന്നും സംഭവിച്ചില്ല. സഭ ആശയക്കുഴപ്പത്തിലായി ഉയർന്നു, തുടർന്ന് സ്പീക്കർ വ്യാഴാഴ്ചത്തേക്ക് മാറ്റിവച്ചു. രണ്ട് പേരെ ഗ്യാലറിയിൽ വെച്ച് അറസ്റ്റ് ചെയ്തു.

മറ്റൊരു ടെലിഗ്രാമും അയച്ചു. അതിൽ ഇങ്ങനെ എഴുതിയിരുന്നു:

"അറസ്റ്റിലായ രണ്ട് പേർ ലാഹോറിലെ ഭഗത് സിംഗ് ആണ്, ഒളിവിലായിരുന്നു, പോലീസ് അവനെ തിരയുകയായിരുന്നു , ബംഗാളിയായ ബടുകേശ്വർ ദത്ത്, രണ്ട് ബോംബുകളും ഭഗത് സിംഗ് എറിഞ്ഞതാണെന്ന് പറയുന്നു . ആദ്യത്തേത് മുൻ ട്രഷറി ബെഞ്ചുകൾക്ക് സമീപം വീണു, കൂടാതെ പിന്നിലെ ട്രഷറി ബെഞ്ചുകളിൽ രണ്ടാമത്തേത്. ബോംബുകൾ എറിഞ്ഞ ശേഷം ഭഗത് സിംഗ് തന്റെ ഓട്ടോമാറ്റിക് പിസ്റ്റളിൽ നിന്ന് രണ്ട് തവണ വെടിയുതിർത്തു, അത് പിന്നീട് തടസ്സപ്പെട്ടു, തുടർന്ന് രണ്ട് പേരും വിപ്ലവകരമായ ഹാൻഡ്ബില്ലുകൾ സഭയിലേക്ക് എറിഞ്ഞു, തങ്ങളുടെ പ്രവർത്തനം സർക്കാരിന്റെ നിർവ്വഹണത്തിന് എതിരാണെന്ന് 'പൊതു സുരക്ഷ', 'വ്യാപാര തർക്ക ബിൽ' തുടങ്ങിയ അടിച്ചമർത്തൽ നിയമങ്ങൾ, തൊഴിലാളി നേതാക്കളുടെ വിവേചനരഹിതമായ അറസ്റ്റുകൾ, രണ്ടുപേരും രക്ഷപ്പെടാനോ അറസ്റ്റിൽ തടസ്സം സൃഷ്ടിക്കാനോ ശ്രമിച്ചില്ല.സർ ബിജി ദലാലിന്റെ തുടയിൽ മുറിവേറ്റിട്ടുണ്ട്. ഹോസ്പിറ്റലിൽ, സർ ജോർജ് ചെസ്റ്ററിനും മറ്റ് ഉദ്യോഗസ്ഥർക്കും നിസാര പരിക്കുകൾ പറ്റിയിട്ടുണ്ട്. ബോംബ് ഇരിപ്പിടങ്ങൾക്ക് കാര്യമായ കേടുപാടുകൾ സംഭവിച്ചിട്ടുണ്ടെങ്കിലും കാര്യമായ നാശനഷ്ടങ്ങളൊന്നും ഉണ്ടായില്ല എന്നത് ശ്രദ്ധിക്കേണ്ടതാണ്. സമീപത്തെ ഭിത്തികൾക്കും വീടിന്റെ മേൽക്കൂരയ്ക്കും കേടുപാടുകൾ സംഭവിച്ചു.

ഡൽഹി കമ്മീഷണർ ആഭ്യന്തര വകുപ്പിന് അയച്ച റിപ്പോർട്ട് പ്രകാരം താഴെപ്പറയുന്ന ആളുകൾക്ക് പരിക്കേറ്റു.

1. ബഹുമാന്യനായ സർ ജോർജ് ചെസ്റ്റർ

2.സർ ബോധമഞ്ജി ദലാൽ

3. ശ്രീ എസ്.എൻ. റായ്

4. ശ്രീ. പി.ആർ. റാവു, കമ്മീഷണർ ഫിനാൻസ് (റെയിൽവേ).

ഈ ആളുകൾക്ക് പരിക്കേറ്റത് ബോംബുകൾ കൊണ്ടല്ല, മറിച്ച് തറയിലാകെ ചിതറിക്കിടക്കുന്ന ഇഷ്ടികകളുടെയും ഫർണിച്ചറുകളുടെയും തകർന്ന കഷ്ണങ്ങളിൽ നിന്നാണ്.

വിപ്ലവകാരികൾക്കായുള്ള വേട്ടയാടൽ

അസംബ്ലി ബോംബ് സ്ഫോടനക്കേസിൽ ഈ രണ്ട് ധീരരും അറസ്റ്റിലായതോടെ വിപ്ലവകാരികളുടെ വേട്ടയാടൽ പോലീസ് ആരംഭിച്ചു. 'ഹിന്ദുസ്ഥാൻ സമാജ്‌വാദി ഗണതന്ത്ര സേന'യുടെ ഭൂരിഭാഗം അംഗങ്ങളേയും പോലീസ് അറസ്റ്റ് ചെയ്തു. ലാഹോറിലെ കമ്മാരന്മാർ ഉണ്ടാക്കുന്ന ബോംബുകളുടെ ചില ഭാഗങ്ങൾ സുഖ് ദേവ് പാർസൽ ചെയ്തിരുന്നു. ഗ്യാസ് മെഷീനിൽ ഈ ഭാഗങ്ങൾ ഉപയോഗിക്കുന്നുണ്ടെന്ന് ഇവരോട് പറഞ്ഞിരുന്നെങ്കിലും പോലീസിന് വിവരം ലഭിച്ചു. ഇതോടെ സുഖ് ദേവ് പോലീസിന്റെ നിരീക്ഷണത്തിലായിരുന്നു. അവനെ സൂക്ഷ്മമായി നിരീക്ഷിക്കാൻ തുടങ്ങി. ഭഗവതി ചരൺ ലാഹോറിലെ മെലൗണ്ട് റോഡിൽ ഒരു വീട് വാടകയ്ക്കെടുത്തിരുന്നു, അവിടെ ബോംബുകൾ കൂട്ടിച്ചേർക്കുന്നതിനുള്ള ഒരു ഫാക്ടറി സ്ഥാപിച്ചു. ഇതും പോലീസ് കണ്ടെത്തി. മാർച്ച് 16 ന് രാവിലെ നടത്തിയ റെയ്ഡിൽ സുഖ് ദേവ്, ജയ് ഗോപാൽ, കിഷോരി ലാൽ എന്നിവരെ സംഭവസ്ഥലത്ത് വെച്ച് തന്നെ പോലീസ് അറസ്റ്റ് ചെയ്തു. കൂടാതെ, ഇവിടെ നിന്ന് ഒരു ജീവനുള്ള ബോംബ്, എട്ട് ബോംബുകൾക്കുള്ള ഷെല്ലുകൾ, ബോംബ് നിർമ്മിക്കാനുള്ള കുറച്ച് സാമഗ്രികൾ, ഒരു ബോംബ് ഉണ്ടാക്കുന്നതിനുള്ള ചേരുവകൾ, ഒരു വെബ്ലി സ്കോട്ട് പിസ്റ്റൾ, ചെറിയ ആയുധങ്ങളുടെ റൂൾ ബുക്ക്, ബതുകേശ്വർ ദത്തിന്റെ ഫോട്ടോ എന്നിവ പോലീസ് കണ്ടെടുത്തു. ഇതോടൊപ്പം ഡൽഹിയിലെ ഉന്നത ഉദ്യോഗസ്ഥർക്ക് മുന്നറിയിപ്പ് നൽകുന്ന പോസ്റ്ററുകളും കത്തുകളും കണ്ടെത്തി, തങ്ങളെ ഒരു തരത്തിലും സഹായിക്കരുതെന്ന് പൊതുജനങ്ങളോട് അഭ്യർത്ഥിച്ചു. ഒരു കത്ത് ഹിന്ദുസ്ഥാൻ ടൈംസിന്റെ എഡിറ്റർക്ക് അയച്ചു, അത് പ്രസിദ്ധീകരിക്കാൻ അഭ്യർത്ഥിച്ചു. കത്ത് ഇങ്ങനെയായിരുന്നു:

"യഥാർത്ഥ 'ഹിന്ദുസ്ഥാൻ ഗണതന്ത്ര സേന', ദൈവവും സോവിയറ്റ് യൂണിയനും ഞങ്ങളെ നയിക്കട്ടെ!"

കത്തിൽ 'ഹിന്ദുസ്ഥാൻ ഗണതന്ത്ര സേന'യുടെ യുദ്ധസെക്രട്ടറിക്ക് വേണ്ടി ഗുലാം ഖാദിറിന്റെ ഒപ്പ് ഉണ്ടായിരുന്നു.

ഇനിപ്പറയുന്ന പോസ്റ്റർ 1929 ഏപ്രിൽ 15-ന് ലാഹോറിലെ ലാഹോർ ഗേറ്റിൽ ഒട്ടിച്ചതായി കണ്ടെത്തി:

"കല്ല് ബധിരർക്ക്!

ഏപ്രിൽ 7 ന് പോലീസിന്റെ നിയമവിരുദ്ധ പ്രവർത്തനം ഇക്കാര്യത്തിൽ നടപടിയെടുക്കാൻ ഞങ്ങളെ നിർബന്ധിതരാക്കി. അതിനാൽ, സോണ്ടേഴ്സിനെപ്പോലെ ലാഹോർ പോലീസിന്റെ ചുമതലയുള്ള ഉദ്യോഗസ്ഥനെ കൊല്ലാൻ 'ഗണതന്ത്ര സംഘ് സേന'യുടെ കമാൻഡർ ഇൻ ചീഫ് തീരുമാനിച്ചു.

സൈനികർ നമ്പർ 203, 182 എന്നിവ ഉടൻ നടപടിയെടുക്കാൻ ഉത്തരവിട്ടു.

ആജ്ഞാനുസരണം

വ്യക്തിപരമായ സഹായി

കമാൻഡർ ഇൻ ചീഫ്

ഹിന്ദുസ്ഥാൻ ഗണതന്ത്ര സേന."

സൂറത്തിൽ നിന്ന് ഡൽഹി പോലീസ് സൂപ്രണ്ടിനും സമാനമായ കത്ത് അയച്ചിട്ടുണ്ട്. "നമ്മുടെ സോവിയറ്റ് ദൈവം നമ്മെ നയിക്കട്ടെ!

ഞങ്ങളുടെ സഹോദരങ്ങളെ നിങ്ങൾ അറസ്റ്റ് ചെയ്തു. നിങ്ങൾക്ക് മനുഷ്യരെ നശിപ്പിക്കാൻ കഴിയും പക്ഷെ അവരുടെ ആശയങ്ങളെ നശിപ്പിക്കുവാൻ കഴിയില്ല നമ്മുടെ പ്രസ്ഥാനത്തിന് പിന്നിൽ പലരുടെയും ശക്തിയാണ്, അല്ലാതെ ചിലരല്ല. ഞങ്ങളുടെ അസോസിയേഷനിലെ ഒരു അംഗത്തെ കണ്ടെത്താൻ ഞാൻ നിങ്ങളെ വെല്ലുവിളിക്കുന്നു. ഞങ്ങളുടെ അസോസിയേഷന് 29 ശാഖകളുണ്ട്. ലാഹോർ, ഡൽഹി, കൽക്കട്ട എന്നിവയാണ് ഞങ്ങളുടെ പ്രധാന കേന്ദ്രങ്ങൾ. അതു കൂടാതെ, പൂനയിലും ബെൽഗാമിലും പട്നയിലും ഞങ്ങളുടെ ശാഖകളുണ്ട്. ഈ വിവരങ്ങളാൽ നിങ്ങളെ സമ്പന്നമാക്കിയ ശേഷം, ഞങ്ങളുടെ പ്രസ്ഥാനം കണ്ടെത്താൻ ഞാൻ നിങ്ങളെ വീണ്ടും വെല്ലുവിളിക്കുന്നു. ഈ മാസം 27 ന് ഞങ്ങളുടെ അസോസിയേഷൻ ഡൽഹിയിൽ തന്നെ ഒരു യോഗം ചേരും, അതിൽ എല്ലാ സർക്കാർ കെട്ടിടങ്ങളും ഓഫീസുകളും തകർക്കാൻ ഞങ്ങൾ പദ്ധതി തയ്യാറാക്കും. അതിനാൽ, തയ്യാറാകൂ.

സർക്കാരിന് അഭിമാനമുണ്ടെങ്കിൽ നമ്മുടെ വെല്ലുവിളി സ്വീകരിക്കണം. ശ്രദ്ധാലുവായിരിക്കുക! ശ്രദ്ധാലുവായിരിക്കുക!

നമ്മുടെ ദൈവം സോവിയറ്റ് നമ്മെ നയിക്കട്ടെ!

സെക്രട്ടറി,

ഹിന്ദുസ്ഥാൻ സോഷ്യലിസ്റ്റ് റിപ്പബ്ലിക് യൂണിയൻ,

സൂറത്ത് ബ്രാഞ്ച്.

ഇംഗ്ലീഷുകാരോട് വിശ്വസ്തരായ സർക്കാർ ഉദ്യോഗസ്ഥർക്കും ഉന്നതർക്കും സമാനമായ കത്തുകൾ ലഭിച്ചു. പോലീസിന്റെ കൈവശമുള്ള എല്ലാ വിഭവങ്ങളും ഉപയോഗിച്ചെങ്കിലും ഈ കത്തുകൾ അയച്ചവരെ കണ്ടെത്താൻ പോലീസിന് കഴിഞ്ഞില്ല. ഈ കത്തുകൾ അജ്ഞരായ സ്കൂൾ കുട്ടികളാണ് എഴുതിയതെന്നും അവർക്ക് വിപ്ലവകാരികളുമായി ഒരു ബന്ധവുമില്ലെന്നും അനുമാനിച്ചാണ് ഒടുവിൽ പോലീസ് ഈ വിഷയം ഉപേക്ഷിച്ചത്.

ഭഗത് സിങ്ങിനെയും ബതുകേശ്വർ ദത്തിനെയും സിവിൽ ലൈൻ പോലീസ് സ്റ്റേഷനിൽ നിന്ന് ഡൽഹി ജയിലിലേക്ക് കൊണ്ടുവന്നു. പോലീസിന് മുന്നിൽ മൊഴി നൽകാൻ ഇവർ തയ്യാറായില്ല. ഏപ്രിൽ മൂന്നാം വാരത്തിൽ ഭഗത് സിംഗിന്റെ പിതാവ് സർദാർ കിഷൻ സിംഗ് അദ്ദേഹത്തെ കാണാൻ എത്തിയെങ്കിലും അദ്ദേഹത്തെ കാണാൻ അനുവദിച്ചില്ല. രണ്ട് കാരണങ്ങളാൽ ഈ കേസിൽ ഒരു അഭിഭാഷകനെ ഉൾപ്പെടുത്തുന്നതിനെ ഭഗത് സിംഗ് എതിർത്തിരുന്നു: (i) അഭിഭാഷകർ തന്നെ വിപ്ലവകാരികളുടെ പ്രവർത്തനങ്ങളെ അഭിനന്ദിച്ചില്ല, (ii) ഒരു അഭിഭാഷകനെ ഏർപ്പാട് ചെയ്യുന്നത് ഒരു ലക്ഷ്യത്തിനും കാരണമാകില്ലെന്ന് അദ്ദേഹത്തിന് പൂർണ്ണമായി ഉറപ്പുണ്ടായിരുന്നു. ഏതുതരത്തിലുള്ള പ്രദർശനവും പരിഗണിക്കാതെ സർക്കാർ അവർക്ക് ഇഷ്ടമുള്ളത് ചെയ്യും. അതിനാൽ, ഈ പശ്ചാത്തലത്തിൽ അദ്ദേഹം പിതാവിന് ഒരു കത്തയച്ചു. കത്ത് ഇങ്ങനെയായിരുന്നു:

"ബഹുമാനപ്പെട്ട പിതാവേ,

വന്ദേമാതരം!

ഏപ്രിൽ 22 ന് ഞങ്ങളെ പോലീസ് ലോക്കപ്പിൽ നിന്ന് ഡൽഹി ജയിലിലേക്ക് മാറ്റി. ഈ സമയം ഞങ്ങൾ ഡൽഹിയിലാണ്. മെയ് ഏഴിന് ഡൽഹി ജയിലിൽ കേസ് ആരംഭിക്കും. ഒരു മാസത്തിനുള്ളിൽ നാടകം മുഴുവൻ പൂർത്തിയാകും. വിഷമിക്കേണ്ട കാര്യമൊന്നുമില്ല. നിങ്ങൾ ഇവിടെ വന്ന് ഒരു വക്കീലുമായി സംസാരിച്ചു, എന്നെയും കാണാൻ ശ്രമിച്ചു, പക്ഷേ എല്ലാ ക്രമീകരണങ്ങളും ചെയ്യാൻ കഴിഞ്ഞില്ല. തലേദിവസം എനിക്ക് വസ്ത്രങ്ങൾ ലഭിച്ചു. എപ്പോൾ വന്നാലും കണ്ടുമുട്ടാൻ സാധിക്കുമെന്ന് കരുതുന്നു. അഭിഭാഷകരും മറ്റും പ്രത്യേകിച്ച് ആവശ്യമില്ല. പ്രധാനപ്പെട്ട ഒന്നോ രണ്ടോ വിഷയങ്ങളിൽ ഞാൻ നിങ്ങളുടെ അഭിപ്രായം തേടുന്നു. അനാവശ്യമായി അധികം ബുദ്ധിമുട്ടിക്കരുത്. എന്നെ കാണാൻ വന്നാൽ ഒറ്റഹ് വരൂ, അമ്മയെ കൂടെ കൂട്ടരുത്. 'അമ്മ അനാവശ്യമായി കരയും, അത് എന്നെയും ശല്യപ്പെടുത്തും. തീർച്ചയായും നിങ്ങളെ കാണുമ്പോൾ വീട്ടിലെ കാര്യങ്ങളെല്ലാം ഞാൻ അറിയും

കഴിയുമെങ്കിൽ, കുതുബിൽ കിട്ടുന്ന ഗീത രഹസ്യം, നെപ്പോളിയന്റെ വിശദമായ ജീവചരിത്രം, കുറച്ച് ഇംഗ്ലീഷ് നോവലുകൾ എന്നിവ കൊണ്ടുവരിക. ഒരുപക്ഷേ,

ചില നോവലുകൾ ദ്വാരക ദാസ് ലൈബ്രറിയിലും ലഭ്യമായേക്കാം. എന്തായാലും, സ്വയം കാണുക. ബഹുമാന്യരായ അമ്മ, ഭാഭി, മാതാജി (മുത്തശ്ശി), അമ്മായി എന്നിവരോട് ദയവുചെയ്ത് എന്റെ വിനീതമായ ആശംസകൾ അറിയിക്കുക. രൺവീർ സിങ്ങിനും കുൽതാർ സിങ്ങിനും നമസ്തേ. ബാപ്പുജിയുടെ (മുത്തച്ഛൻ) പാദങ്ങളിൽ എന്റെ എളിയ പ്രണാമം ദയവായി അറിയിക്കുക. ഈ സമയത്ത് പോലീസ് ലോക്കപ്പിലും ജയിലിലും ഞങ്ങൾക്ക് വളരെ നല്ല ചികിത്സയാണ് ലഭിക്കുന്നത്. ഒരു രൂപത്തിലും വിഷമിക്കേണ്ട. നിങ്ങളുടെ വിലാസം എനിക്കറിയില്ല, അതിനാൽ ഞാൻ ഈ വിലാസത്തിൽ (കോൺഗ്രസ് ഓഫീസ്) എഴുതുന്നു.

നിങ്ങളുടെ അനുസരണയോടെ,

ഭഗത് സിംഗ്."

ജയിലിൽ വെച്ച് പിതാവിനെ കണ്ടുമുട്ടുന്നു

ഭഗത് സിംഗിനെ കാണാൻ സർദാർ കിഷൻ സിംഗ് അപേക്ഷ അയച്ചെങ്കിലും അനുമതി ലഭിച്ചില്ല. തുടർന്ന് അഭിഭാഷകനായ ആസിഫ് അലി മുഖേന അപേക്ഷിച്ചു. പിന്നെ അനുവാദം കിട്ടി. തുടർന്ന് മെയ് മൂന്നിന് അച്ഛനും മകനും കണ്ടുമുട്ടി. ഈ അവസരത്തിൽ ഇരുവരും തമ്മിലുള്ള സംഭാഷണം ഇങ്ങനെ:

അച്ഛൻ: മെയ് 1-ന് ലാഹോറിലേക്ക് മടങ്ങിയെത്തിയ ഞാൻ പത്രത്തിൽ നിന്ന് അറിഞ്ഞു, വെറും പത്ത് പതിനൊന്ന് വയസ്സ് മാത്രം പ്രായമുള്ള, അഞ്ചാം ക്ലാസിൽ പഠിക്കുന്ന നിങ്ങളുടെ അനുജനെ പോലീസ് അറസ്റ്റ് ചെയ്തുവെന്ന്.

ഭഗത് സിംഗ്: എന്തിനാണ് കുട്ടിയെ അറസ്റ്റ് ചെയ്തത്?

അച്ഛൻ: നിർഭാഗ്യവശാൽ അവൻ എന്റെ മകനും നിന്റെ സഹോദരനുമാണ്. എന്നെ അറസ്റ്റ് ചെയ്യാൻ സാധ്യതയുണ്ട്. ജയ് ദേവിന്റെ ആരോഗ്യനില തൃപ്തികരമല്ല, സുഖ് ദേവ്...

ഭഗത് സിംഗ്: പോലീസുകാർ തെമ്മാടികളാണ്. കാകോരി കേസിൽ നിരപരാധികളെ അവർ തൂക്കിലേറ്റി. സോണ്ടേഴ്സിനെ കൊലപ്പെടുത്തിയ കേസിൽ അവർ എന്നെ ലാഹോറിലേക്ക് വലിച്ചിഴക്കും. എല്ലാവരും സർക്കാർ സാക്ഷികളായി മാറിയെന്ന് പറഞ്ഞ് എന്നെയും ദത്തിനെയും കബളിപ്പിക്കാൻ ശ്രമിച്ചു. പിതാജി, ദയവായി എന്നെ പ്രതിരോധിക്കാൻ പണം പാഴാക്കരുത്.

അച്ഛൻ: വീട്ടിലെ സ്ത്രീകൾക്ക് നിന്നെ കാണണം. എന്നാൽ നിങ്ങളുടെ നിർദ്ദേശപ്രകാരം ഞാൻ അവരെ എന്റെ കൂടെ കൊണ്ടുവന്നിട്ടില്ല.

ഭഗത് സിംഗ്: നിങ്ങൾ എത്രയും വേഗം ലാഹോറിലേക്ക് മടങ്ങുകയും കർതാർ സിംഗിനെ അറസ്റ്റ് ചെയ്തത് എന്തുകൊണ്ടാണെന്ന് കണ്ടെത്തുകയും ചെയ്യുക.

അതിനിടയിൽ കൂടിക്കാഴ്ചയുടെ സമയം കഴിഞ്ഞിരുന്നു. അതിനാൽ, ജയിലർ അവരെ സംസാരിക്കുന്നതിൽ നിന്ന് തടസ്സപ്പെടുത്തി, സർദാർ കിഷൻ സിംഗ് തിരികെ പോയി.

സർദാർ കിഷൻ സിങ്ങിന് മകനെ കാണാൻ അനുമതി നൽകിയതിൽ ചില സൂചനകൾ ലഭിക്കുക എന്നതായിരുന്നു പോലീസിന്റെ ഗെയിം പ്ലാൻ. മെയ് നാലിലെ തന്റെ റിപ്പോർട്ടിൽ പോലീസ് ഉദ്യോഗസ്ഥൻ തന്നെ ഇക്കാര്യം സമ്മതിച്ചു. ഈ യോഗത്തിൽ ആസിഫ് അലിയും ജയിലറും അവിടെ ഉണ്ടായിരുന്നു.

സർദാർ കിഷൻ സിംഗ് തന്റെ എല്ലാ സാഹചര്യങ്ങളും ഉപയോഗിച്ച് ഈ കേസ് നേരിടാൻ ആഗ്രഹിച്ചു. എന്നാൽ ഈ കേസ് തന്റെ പ്രതിരോധത്തിനായി പോരാടാൻ ഭഗത് സിംഗ് ആഗ്രഹിച്ചില്ല. അവിടെത്തന്നെ ആസിഫ് അലിയിൽ നിന്ന് നിയമസഹായം വാങ്ങി.

5

കേസിൽ വാദം കേൾക്കുന്നത്

അസംബ്ലി ബോംബ് സ്ഫോടനക്കേസിൽ ഭഗത് സിങ്ങിനും ബടുകേശ്വർ ദത്തിനും എതിരെ നീതിയുടെ പരിഹാസം ആരംഭിച്ചു. 1929 മെയ് 7-ന് ജയിലിൽ തന്നെ അഡീഷണൽ മജിസ്ട്രേറ്റ് മിസ്റ്റർ പൂളിന് മുമ്പാകെ വാദം നടന്നു. ചില പ്രധാന ലേഖകർ, പ്രതികളുടെ അടുത്ത ബന്ധുക്കളും അഭിഭാഷകരും ഒഴികെ ആരെയും കോടതിയിൽ അനുവദിച്ചില്ല. ഡൽഹി ഗേറ്റ് പൊലീസ് സ്റ്റേഷനിലെ സബ് ഇൻസ്പെക്ടർ ഷെയ്ഖ് അബ്ദുൾ റഹ്മാൻ മാധ്യമപ്രവർത്തകരെയും പ്രതികളുടെ ബന്ധുക്കളെയും സൂക്ഷ്മമായി പരിശോധിച്ചു. കർശന സുരക്ഷാ ക്രമീകരണങ്ങൾ ഏർപ്പെടുത്തി. ദ ഹിന്ദുസ്ഥാൻ ടൈംസിന്റെ പ്രത്യേക ലേഖകൻ ഈ സുരക്ഷാ ക്രമീകരണങ്ങളെക്കുറിച്ച് എഴുതി: "രാജ്പൂർ റോഡിലെ വസതിയിൽ നിന്ന് ജയിലിലേക്കും ജയിലിലേക്കുള്ള എല്ലാ വഴികളിലേക്കും ലാത്തികളുമായി പോലീസിനെ വിന്യസിച്ചു. സാധാരണ വസ്ത്രത്തിൽ സൈക്കിളുകളിലും പ്രധാന റോഡുകളിലും സി.ഐ.ഡി. ജയിൽ കോമ്പൗണ്ട് പൂർണ്ണമായും സുരക്ഷിതമാക്കി.ട്രാഫിക് ഇൻസ്പെക്ടർ ശ്രീ.ജോൺസനെയും അദ്ദേഹത്തിന്റെ മൂന്ന് സർജന്റുമാരെയും ജയിൽ ഗേറ്റിൽ നിയമിച്ചു, അതേസമയം ആഭ്യന്തര സുരക്ഷ അസിസ്റ്റന്റ് പോലീസ് സൂപ്രണ്ട് ശ്രീ.ആർ.ബി.മാലിക്, ശ്രീ.അലി, ഡെപ്യൂട്ടി എന്നിവർ നിയന്ത്രിച്ചു. സൂപ്രണ്ട് ശ്രീ. ദേവി ദയാൽ, പണ്ഡിറ്റ് റാം മാധവ്, ജയിലർ."

പ്രതികൾക്ക് വേണ്ടി ശ്രീ ആസിഫ് അലിയും സർക്കാർ അഭിഭാഷകൻ ശ്രീ ആർ.ബി സൂരജ് നാരായണുമാണ്. മജിസ്ട്രേറ്റ് ശ്രീ എഫ്.ബി.പ്രതികൾക്ക് വേണ്ടി ശ്രീ ആസിഫ് അലിയും സർക്കാർ അഭിഭാഷകൻ ശ്രീ ആർ.ബി സൂരജ് നാരായണുമാണ്. മജിസ്ട്രേറ്റ് ശ്രീ എഫ്.ബി പൂൾ 9.30 ന് കോടതിയിലെത്തി. അപ്പോഴേക്കും കോടതി മുറിയിൽ ആളുകൾ നിറഞ്ഞിരുന്നു. അഭിഭാഷകർക്കും ലേഖകർക്കും പുറമേ, ഭഗത് സിംഗിന്റെ അച്ഛനും, അമ്മയും ശ്രീമതി ആസിഫ് അലിയും അമ്മായിയും അവിടെ ഉണ്ടായിരുന്നു. കൂടാതെ, രണ്ട് ട്രെയിനി മജിസ്ട്രേറ്റുമാരും ഉണ്ടായിരുന്നു.

ഭഗത് സിങ്ങിനെയും ബടുകേശ്വർ ദത്തിനെയും കോടതിയിൽ എത്തിച്ചത് 10.08 നാണ് കോടതിയിലെത്തിയ ഉടൻ ഭഗത് സിംഗ് 'ഇങ്ക്വാലാബ് സിന്ദാബാദ്', ബടുകേശ്വർ ദത്ത് 'നൗകർ ഷാഹി മുർദാബാദ്' (ബ്യൂറോക്രസി താഴെ!) വിളിച്ചുപറഞ്ഞു. കോടതിയിൽ ഒരു തണുപ്പ് വീണു, കോടതി ഉത്തരവനുസരിച്ച് അവർ കൈകൂപ്പി. സ്റ്റീൽ കൂടിന്റെ പിന്നിലെ ബെഞ്ചിൽ ഇരുത്തി. ചില സി.ഐ.ഡി.

പുരുഷന്മാരും ജയിൽ ഉദ്യോഗസ്ഥരും അവരുടെ പിന്നിൽ ഇരുന്നു. രണ്ട് വിപ്ലവകാരികളുടെയും മുഖത്ത് ഒരു തരത്തിലുള്ള നിരാശയും ആരും കണ്ടില്ല. അവർ സന്തോഷത്തോടെ നോക്കി. ഇതിന് ശേഷം പതിനൊന്ന് സംസ്ഥാന സാക്ഷികളെ ഹാജരാക്കി. ഉച്ചഭക്ഷണത്തിന് മുമ്പ്, ഈ ദിവസം ഒരു പോലീസ് ഉദ്യോഗസ്ഥന്റെ സാന്നിധ്യത്തിൽ അമ്മയെയും അച്ഛനെയും അമ്മായിയെയും കാണാൻ ഭഗത് സിംഗിന് അനുമതി ലഭിച്ചു. ഈ കൂടിക്കാഴ്ചയിൽ ഭഗത് സിംഗ് അച്ഛനോട് പലതവണ പറയുന്നത് കേട്ടു. "എനിക്ക് വധശിക്ഷ നൽകാനാണ് സർക്കാർ ശ്രമിക്കുന്നത്. അതിനാൽ നിങ്ങൾ ഒട്ടും വിഷമിക്കേണ്ട."

ഉച്ചയ്ക്ക് ഉച്ചഭക്ഷണത്തിനായി കോടതി കയറിയപ്പോൾ, പത്രം വേണമെന്ന തന്റെ ആവശ്യം ഭഗത് സിംഗ് ഉന്നയിച്ചെങ്കിലും രാഷ്ട്രീയ തടവുകാർക്ക് ഈ സൗകര്യം ലഭ്യമാണെങ്കിലും അത് നിരസിക്കപ്പെട്ടു. അന്ന് വൈകിട്ട് 4.10ന് കോടതി ആ ദിവസത്തേക്ക് പിരിഞ്ഞു.

അടുത്ത ദിവസം, 1929 മെയ് 8 ന്, കർശനമായ സുരക്ഷാ ക്രമീകരണങ്ങളിൽ കോടതി നടപടികൾ ആരംഭിച്ചു. ഭഗത് സിങ്ങിനെയും ബടുകേശ്വർ ദത്തിനെയും കൊണ്ടുവന്നത് 10.20 എ.എം. വീണ്ടും. കോടതി മുറിയിൽ കയറിയ ഉടനെ ഇരുവരും തലേദിവസം ചെയ്തതുപോലെ 'ഇൻക്വിലാബ് സിന്ദാബാദ്', 'നൗകർ ഷാഹി മുർദാബാദ്' എന്നീ മുദ്രാവാക്യങ്ങൾ വിളിച്ചു. ഇതിന് ശേഷം ചില സാക്ഷികളുടെ മൊഴി രേഖപ്പെടുത്തി, തുടർന്ന് ഭഗത് സിംഗിനോടും ബടുകേശ്വർ ദത്തിനോടും മൊഴിയെടുക്കാൻ ആവശ്യപ്പെട്ടു. രണ്ടുപേരും വിസമ്മതിച്ചു. കൂടുതൽ പ്രേരണയുടെയും നിർബന്ധത്തിന്റെയും അടിസ്ഥാനത്തിൽ, കോടതിയിൽ നിന്നുള്ള ചോദ്യത്തിന് മറുപടി നൽകാൻ ഭഗത് സിംഗ് സമ്മതിച്ചു. ഇനിപ്പറയുന്ന ചോദ്യങ്ങളും ഉത്തരങ്ങളും കോടതിയും ഭഗത് സിംഗും തമ്മിൽ കൈമാറി:

കോടതി: നിങ്ങളുടെ തൊഴിൽ?

ഭഗത് സിംഗ്: ഒന്നുമില്ല

കോടതി: നിങ്ങളുടെ താമസസ്ഥലം?

ഭഗത് സിംഗ്: ലാഹോർ

കോടതി: മൊഹല്ല?

ഭഗത് സിംഗ്: നമ്മൾ ഒരിടത്ത് നിന്ന് മറ്റൊരിടത്തേക്ക് വരികയും പോവുകയും ചെയ്യുന്നു.

കോടതി: ഏപ്രിൽ എട്ടിന് നിങ്ങൾ നിയമസഭയിൽ ഹാജരായോ?

ഭഗത് സിംഗ്: ഈ കേസിനെ സംബന്ധിച്ചിടത്തോളം, ഇപ്പോൾ എന്തെങ്കിലും പ്രസ്താവന നടത്തേണ്ടതിന്റെ ആവശ്യകത ഞാൻ മനസ്സിലാക്കുന്നില്ല.

കോടതി: ഇന്നലെ കൗട്ട് റൂമിൽ കയറിയപ്പോൾ നിങ്ങൾ ഉയർത്തിയ ഇൻക്വലാബ് സിന്ദാബാദ് എന്ന മുദ്രാവാക്യം എന്താണ് അർത്ഥമാക്കുന്നത്?

ഈ ചോദ്യത്തോട് പ്രതിഭാഗം അഭിഭാഷകൻ ശ്രീ ആസിഫ് അലി എതിർപ്പ് ഉന്നയിച്ചു. കോടതിക്ക് എതിർപ്പ് സ്വീകരിക്കേണ്ടി വന്നു. അതുപോലെ, ബടുകേശ്വർ ദത്തും കോടതിയുടെ ചോദ്യങ്ങൾക്ക് മറുപടി നൽകി, ഒരു പ്രസ്താവനയും നിരസിച്ചു. തുടർന്ന് പ്രതിഭാഗം അഭിഭാഷകൻ ആസിഫ് അലി നാൽപ്പത് മിനിറ്റോളം യുക്തിസഹമായി കേസ് വാദിച്ചു.

ഈ വാദങ്ങൾ കേട്ട കോടതി, ഇരുവർക്കുമെതിരെ ഇന്ത്യൻ ശിക്ഷാ നിയമത്തിലെ 307-ാം വകുപ്പ് പ്രകാരം കുറ്റം ചുമത്തി, ഇരുവരും നിരവധി ആളുകളെ കൊല്ലാൻ ഉദ്ദേശിച്ച് നിയമസഭയിൽ ബോംബെറിഞ്ഞുവെന്ന് പറഞ്ഞു. ഇതുമായി ബന്ധപ്പെട്ട് എന്തെങ്കിലും മൊഴി നൽകണോ എന്ന് കോടതി ഇരുവരോടും വീണ്ടും ചോദിച്ചു. ഇതേക്കുറിച്ച് പിന്നീട് തീരുമാനിക്കാമെന്നാണ് ഇരുവരും പറഞ്ഞത്. പിന്നീട് കോടതി ഈ കേസ് സെഷൻസ് കോടതിയിലേക്ക് മാറ്റി.

സെഷൻസ് കോടതിയിൽ ഭഗത് സിംഗിന്റെ ചരിത്ര പ്രസ്താവന

ഈ കേസിൽ 1929 ജൂൺ 4 ന് സെഷൻസ് കോടതിയിൽ വാദം ആരംഭിച്ചു. ഡൽഹി ജയിലിൽ വെച്ച് സെഷൻസ് ജഡ്ജി മിഡിൽടൺ അത് കേട്ടു. സംസ്ഥാനത്തെ സാക്ഷികളുടെയും അഭിഭാഷകരുടെയും മൊഴികൾ പൂർത്തിയാക്കിയപ്പോൾ, തനിക്ക് മൊഴി നൽകേണ്ട സമയമായെന്ന് ഭഗത് സിംഗ് മനസ്സിലാക്കി. അതുകൊണ്ട് അദ്ദേഹം തന്നെ ബടുകേശ്വർ ദത്തിന്റെ പ്രസ്താവനയും തയ്യാറാക്കി. അദ്ദേഹം കഠിനാധ്വാനം ചെയ്ത് തയ്യാറാക്കിയ രേഖാമൂലമുള്ള പ്രസ്താവനയായിരുന്നു അത്. 1929 ജൂൺ 6-ന് ഡൽഹി ജയിലിലെ സെഷൻസ് കോടതിയിൽ ജഡ്ജി മിഡിൽടൺ മുമ്പാകെ അദ്ദേഹം ഈ സുപ്രധാനവും ചരിത്രപരവുമായ പ്രസ്താവന വായിച്ചു. അത് ഇപ്രകാരമാണ്:

"ഞങ്ങൾക്കെതിരെ ഗുരുതരമായ കുറ്റങ്ങൾ ചുമത്തുകയാണ്. ഞങ്ങളുടെ പെരുമാറ്റം വ്യക്തമാക്കാൻ ഞങ്ങൾ ആഗ്രഹിക്കുന്നു. ഈ സന്ദർഭത്തിൽ ഇനിപ്പറയുന്ന ചോദ്യങ്ങൾ ഉയർന്നുവരുന്നു:

(i) ഹൗസിന് നേരെ ബോംബെറിഞ്ഞോ? എങ്കിൽ അതിനു പിന്നിലെ കാരണം എന്തായിരുന്നു?

(ii) കീഴ്ക്കോടതി ചുമത്തിയ കുറ്റം ശരിയാണോ?

ആദ്യ ചോദ്യത്തിന്റെ ആദ്യ പകുതിക്ക് ഞങ്ങൾ ഉത്തരം നൽകുന്നു. എന്നാൽ സംഭവത്തിന്റെ തെറ്റായ പതിപ്പാണ് ചില സുഹൃത്തുക്കൾ അവതരിപ്പിച്ചിരിക്കുന്നത്. ബോംബ് എറിഞ്ഞതിന്റെ ഉത്തരവാദിത്തം ഞങ്ങൾ ഏറ്റെടുക്കുന്നു. അതിനാൽ, ഞങ്ങളുടെ ഈ പ്രവർത്തനം ന്യായമായി വിലയിരുത്തപ്പെടുമെന്ന് ഞങ്ങൾ പ്രതീക്ഷിക്കുന്നു. ഉദാഹരണത്തിന്, ആരോപിക്കപ്പെട്ടതുപോലെ, ഞങ്ങളിൽ ഒരാളുടെ കയ്യിൽ നിന്ന് അവർ പിസ്റ്റൾ പിടിച്ചെടുത്തുവെന്ന് സൂചിപ്പിക്കാൻ ഞങ്ങൾ ആഗ്രഹിക്കുന്നു. ഇത് ബോധപൂർവം പറഞ്ഞ നുണയാണ്. വാസ്തവത്തിൽ, ഞങ്ങൾ കീഴടങ്ങുമ്പോൾ, ഞങ്ങൾ രണ്ടുപേരുടെയും പക്കൽ പിസ്റ്റൾ ഉണ്ടായിരുന്നില്ല. ഞങ്ങൾ ബോംബ് എറിയുന്നത് കണ്ടെന്ന് പറഞ്ഞ സുഹൃത്തുക്കൾ അസംബന്ധം പറയാൻ മടിച്ചില്ല. നീതിയുടെ നിഷ്പക്ഷതയും വിശുദ്ധിയും നിലനിർത്തുക എന്നതാണ് ജനങ്ങളുടെ ലക്ഷ്യമെന്ന് ഞങ്ങൾ പ്രതീക്ഷിക്കുന്നു. ഈ വസ്തുതകളിൽ നിന്ന് അവർ തന്നെ നിഗമനങ്ങളിൽ എത്തിച്ചേരും. ഇതുകൂടാതെ, സർക്കാർ കോടതി നീതിയുടെ തത്വത്തിലും പാതയിലും പ്രതിജ്ഞാബദ്ധമാണെന്ന് ഞങ്ങൾ അംഗീകരിക്കുന്നു.

ആദ്യ ചോദ്യത്തിന്റെ അവസാന പകുതിക്ക് കുറച്ച് വിശദമായി ഉത്തരം നൽകാൻ ഞങ്ങൾ ആഗ്രഹിക്കുന്നു, അതുവഴി ഈ സംഭവത്തിലേക്ക് നയിച്ച കാരണങ്ങളും സാഹചര്യങ്ങളും തുറന്നും വ്യക്തമായും അവതരിപ്പിക്കാൻ ഞങ്ങൾ ആഗ്രഹിക്കുന്നു. ജയിലിൽ ചില പോലീസ് ഉദ്യോഗസ്ഥർ ഞങ്ങളെ കണ്ടു. അവരിൽ ചിലർ ഇപ്പോൾ ഞങ്ങളോട് പറഞ്ഞു, സംഭവം പരിഗണനയിലുള്ള ഇർവിൻ പ്രഭു, ഇരുസഭകളുടെയും സംയുക്ത സമ്മേളനത്തെ അഭിസംബോധന ചെയ്തുകൊണ്ട് പറഞ്ഞു, ഈ ബോംബ് എറിഞ്ഞ് ഞങ്ങൾ ഒരു വ്യക്തിയെ ആക്രമിച്ചിട്ടില്ല, മറിച്ച് ഭരണഘടനയെത്തന്നെയാണ് ആക്രമിച്ചത്. സംഭവത്തിന്റെ ശരിയായ വിലയിരുത്തലോ ശരിയായ ആഘാതമോ ഉണ്ടായിട്ടില്ലെന്ന് ഞങ്ങൾക്ക് പെട്ടെന്ന് തോന്നി.

നമ്മൾ മനുഷ്യരെ മറ്റുള്ളവരെക്കാൾ ഒട്ടും കുറയാതെ സ്നേഹിക്കുന്നു. അതിനാൽ, ആരോടും ശത്രുത പുലർത്തുന്ന ഒരു ചോദ്യവുമില്ല. നേരെമറിച്ച്, മനുഷ്യജീവിതം നമ്മുടെ ദൃഷ്ടിയിൽ വളരെ പവിത്രമാണ്, അതിന്റെ വിശുദ്ധി വാക്കുകളിൽ വിവരിക്കാൻ പ്രയാസമാണ്. ഭൂഗർഭ സോഷ്യലിസ്റ്റായ ദിവാൻ ചമൻ ലാൽ ഞങ്ങളെ ഏറ്റവും അധഃപതിച്ച അക്രമികളെന്നും രാജ്യത്തിന് അപമാനമാണെന്നും വിശേഷിപ്പിച്ചു. അതുപോലെ, ഞങ്ങൾ നിയമലംഘകരാണെന്ന ചിലരുടെയും ലാഹോറിലെ ട്രിബ്യൂൺ പത്രത്തിന്റെയും ചിന്ത ശരിയല്ല.

നമ്മുടെ ചരിത്രവും നമ്മുടെ രാജ്യത്തെ അവസ്ഥകളും മനുഷ്യരുടെ പ്രതീക്ഷകളും ഗൗരവമായി പഠിച്ചിട്ടുണ്ടെന്ന് ഞങ്ങൾ എല്ലാ വിനയത്തോടെയും അവകാശപ്പെടുന്നു. കാപട്യത്തെ ഞങ്ങൾ വെറുക്കുന്നു.

തുടക്കം മുതൽ തന്നെ ഉപയോഗശൂന്യത മാത്രമല്ല, ദ്രോഹിക്കാനുള്ള ശക്തിയും പ്രകടമാക്കുന്ന ആ സ്ഥാപനത്തോടുള്ള എതിർപ്പ് പ്രായോഗികമായി പ്രകടിപ്പിക്കുക എന്നതാണ് ഞങ്ങളുടെ ലക്ഷ്യം. അതിനെക്കുറിച്ച് കൂടുതൽ ചിന്തിക്കുന്തോറും, ഈ സ്ഥാപനത്തിന്റെ (അസംബ്ലി) നിലനിൽപ്പിന്റെ ഉദ്ദേശ്യം ഇന്ത്യയുടെ അപമാനവും നിസ്സഹായതയും ലോകത്തിന് മുന്നിൽ കാണിക്കുക മാത്രമാണെന്നും അത് ഒരു പ്രതീകമായി സ്വയം ചുരുങ്ങിപ്പോയെന്നും ഈ നിഗമനത്തിലേക്ക് നാം നയിക്കപ്പെട്ടു. നിരുത്തരവാദപരവും സ്വേച്ഛാധിപത്യപരവുമായ ഭരണകൂടത്തിന്റെ അടിച്ചമർത്തൽ ശക്തി.

ജനപ്രതിനിധികളുടെ ആവശ്യങ്ങൾ വീണ്ടും വീണ്ടും മാലിന്യകൂമ്പാരത്തിലേയ്ക്ക് വലിച്ചെറിയുകയാണ്. സഭ അംഗീകരിച്ച ഭക്തിനിർഭരമായ പ്രമേയങ്ങൾ ഇന്ത്യൻ പാർലമെന്റിന്റെ തറയിൽ അവജ്ഞയോടെ ചവിട്ടിമെതിക്കുകയാണ്. അടിച്ചമർത്തലും സ്വേച്ഛാധിപത്യ നിയമങ്ങളും റദ്ദാക്കുന്നതുമായി ബന്ധപ്പെട്ട പ്രമേയങ്ങൾ ഏറ്റവും അപമാനകരമായ അവഗണനയാണ്, കൂടാതെ പൊതു പ്രതിനിധികൾ നിരസിച്ച സർക്കാർ നിയമങ്ങളും പ്രമേയങ്ങളും സർക്കാർ ഏറ്റവും വിചിത്രമായ രീതിയിൽ സ്വീകരിക്കുന്നു.

തൽഫലമായി, ഗവർണർ ജനറലിന്റെ എക്സിക്യൂട്ടീവ് കൗൺസിലിലെ മുൻ നിയമ അംഗം അന്തരിച്ച ശ്രീ സി.ആർ.ദാസിന്റെ വാക്കുകളിൽ നിന്ന് ഞങ്ങൾ പ്രചോദനം ഉൾക്കൊണ്ടു, അദ്ദേഹം തന്റെ മകന് എഴുതിയ കത്തിൽ ഇംഗ്ലണ്ടിനെ ഉണർത്താൻ ബോംബ് അനിവാര്യമാണെന്ന് അർത്ഥമാക്കുന്നു. പേടിസ്വപ്നം, അവരുടെ ഹൃദയഭേദകമായ കഥ പറയാൻ ബദലില്ലാത്ത ആളുകൾക്ക് വേണ്ടി എതിർപ്പ് പ്രകടിപ്പിക്കാൻ ഞങ്ങൾ നിയമസഭയുടെ തറയിൽ ബോംബെറിഞ്ഞു. ബധിരർക്ക് നമ്മുടെ ശബ്ദം കേൾപ്പിക്കലും അത് അവഗണിക്കുന്നവർക്ക് കാലത്തിന്റെ മുന്നറിയിപ്പ് എത്തിക്കലും മാത്രമായിരുന്നു ഞങ്ങളുടെ ലക്ഷ്യം. മറ്റ് ആളുകളും നമ്മുടെ വഴിയിൽ ചിന്തിക്കുന്നു, ഉപരിതലത്തിൽ ഇന്ത്യൻ സമൂഹം ശാന്തമായ ഒരു സമുദ്രം പോലെയാണെങ്കിലും, ഉള്ളിൽ ഭയങ്കരമായ ഒരു കൊടുങ്കാറ്റ് രൂപപ്പെടുകയും പൊട്ടിത്തെറിക്കാൻ കാത്തിരിക്കുകയും ചെയ്യുന്നു. വരാനിരിക്കുന്ന ഗുരുതരമായ സാഹചര്യങ്ങളെ ശ്രദ്ധിക്കാതെ വെറുതെ വേഗത്തിൽ ഓടുന്നവർക്കായി ഞങ്ങൾ മുന്നറിയിപ്പ് മണി മുഴക്കി. പുതിയ തലമുറയുടെ മനസ്സിൽ സംശയം ബാക്കി വയ്ക്കാത്ത ആ സാങ്കൽപ്പിക അഹിംസയുടെ അപ്രസക്തതയെക്കുറിച്ച് ഞങ്ങൾ അവസാനിപ്പിച്ചു. നമ്മുടെ കോടിക്കണക്കിന് നാട്ടുകാരെപ്പോലെ നാം വ്യക്തമായി മുൻകൂട്ടി കണ്ടിട്ടുള്ള, മനുഷ്യരാശിയുടെ ഭയാനകമായ ആപത്തുകളോടുള്ള ആത്മാർത്ഥമായ സുമനസ്സുകളുടെ താൽപ്പര്യാർത്ഥം മുന്നറിയിപ്പ് നൽകാനാണ് ഞങ്ങൾ ഈ പാത സ്വീകരിച്ചത്.

മുൻ ഖണ്ഡികകളിൽ ഞങ്ങൾ 'പദങ്ങൾ സാങ്കൽപ്പിക അസ്വാഭാവികത' ഉപയോഗിച്ചിട്ടുണ്ട്. അവ വിശദീകരിക്കാൻ ഞങ്ങൾ ആഗ്രഹിക്കുന്നു. ഞങ്ങളുടെ അഭിപ്രായത്തിൽ, ബലപ്രയോഗം അക്രമത്തിന്റെ ഒരു രീതിയായി ഉപയോഗിക്കുന്ന സാഹചര്യത്തിൽ അത് അനീതിയാണ്, അതിനാൽ നമ്മുടെ കണ്ണിൽ അക്രമമാണ്. എന്നാൽ ഒരു നിർദ്ദിഷ്ട ലക്ഷ്യം സാക്ഷാത്കരിക്കാൻ ബലം ഉപയോഗിക്കുമ്പോൾ അത് ധാർമ്മിക വീക്ഷണകോണിൽ നിന്ന് മാത്രമായി മാറുന്നു. ബലം പൂർണ്ണമായും ഉപേക്ഷിക്കുക എന്നത് ഒരു സാങ്കൽപ്പിക മിഥ്യ മാത്രമാണ്. ഞങ്ങൾ നേരത്തെ തന്നെ മുന്നറിയിപ്പ് നൽകിയ ഒരു പ്രസ്ഥാനത്തിൽ ഈ രാജ്യം ഉയർന്നുവന്നിരിക്കുന്നു. ഈ പ്രസ്ഥാനം ഗുരു ഗോവിന്ദ് സിംഗ്, ശിവജി, കമാൽ പാഷ, റിസാ ഖാൻ, വാഷിംഗ്ടൺ ആൻഡ് ഗരിബാൾഡി, ലാ ഫെയെറ്റ്, ലെനിൻ എന്നിവരുടെ പ്രവർത്തനങ്ങളിൽ നിന്ന് പ്രചോദനം ഉൾക്കൊണ്ടതാണ്.

ഈ പ്രസ്ഥാനത്തിന് നേരെ ഇന്ത്യയിലെ അന്യമായ സർക്കാരും പൊതു നേതാക്കളും കണ്ണടച്ചിരിക്കുകയാണെന്നും അതിന്റെ ശബ്ദം അവരുടെ ചെവിയിൽ എത്തിയിട്ടില്ലെന്നും നമുക്ക് തോന്നുന്നു. അതിനാൽ, ഞങ്ങളുടെ ശബ്ദം കേൾക്കാത്ത ഇടങ്ങളിൽ മുന്നറിയിപ്പ് നൽകേണ്ടത് ഞങ്ങളുടെ കടമയാണെന്ന് ഞങ്ങൾ കരുതുന്നു.

പരിഗണനയിലിരിക്കുന്ന സംഭവത്തിന് പിന്നിലെ അന്തർലീനമായ ആസൂത്രണത്തെക്കുറിച്ചാണ് ഞങ്ങൾ ഇതുവരെ ചർച്ച ചെയ്തത്. ഇപ്പോൾ ഞങ്ങളുടെ ലക്ഷ്യങ്ങളുടെ നിയമസാധുതയെയും മാന്യതയെയും കുറിച്ച് എന്തെങ്കിലും പറയാൻ ഞങ്ങൾ ആഗ്രഹിക്കുന്നു.

സംഭവത്തിൽ നിസാര പരിക്കേറ്റവരോട് ഞങ്ങൾക്ക് വ്യക്തിപരമായ അസൂയയോ വിദ്വേഷമോ ഉണ്ടായിരുന്നില്ല. ഇത് മാത്രമല്ല, നിയമസഭയിൽ ഹാജരായ ഒരു വ്യക്തിയോടും ഞങ്ങൾക്ക് അസൂയയില്ല. മനുഷ്യജീവനെ വാക്കുകളിൽ വിവരിക്കാൻ കഴിയാത്തവിധം പവിത്രമായി കരുതുന്നുവെന്നും ആരെയും ദ്രോഹിക്കുന്നതിനുപകരം മനുഷ്യരാശിയുടെ സേവനത്തിൽ ജീവൻ ത്യജിക്കാൻ തയ്യാറാണെന്നും പറയുന്നതിൽ വരെ നമുക്ക് പോകാം. കൊല്ലുന്നത് ആസ്വദിക്കുന്ന സാമ്രാജ്യത്വ സൈന്യത്തിലെ കൂലിപ്പടയാളികളെപ്പോലെയല്ല ഞങ്ങൾ. നേരെമറിച്ച്, ജനങ്ങളുടെ ജീവൻ സംരക്ഷിക്കാൻ ഞങ്ങൾ ശ്രമിക്കും. ഇതൊക്കെ പറയുമ്പോൾ, ഞങ്ങൾ നിയമസഭാ മന്ദിരത്തിൽ ബോധപൂർവം ബോംബ് എറിഞ്ഞതാണെന്ന് സമ്മതിക്കുന്നു. ഈ വസ്തുത സ്വയം സംസാരിക്കുന്നു, ഞങ്ങളുടെ ലക്ഷ്യങ്ങൾ നമ്മുടെ പ്രവർത്തനങ്ങളുടെ ഫലങ്ങളുടെ വെളിച്ചത്തിലാണ് വിലയിരുത്തേണ്ടത് അല്ലാതെ സാങ്കൽപ്പിക സാഹചര്യങ്ങളുടെയും നേരത്തെയുള്ള ചിന്തയുടെയും അടിസ്ഥാനത്തിലല്ല. സർക്കാർ വിദഗ്ധർ സമർപ്പിച്ച തെളിവുകൾ ഉണ്ടായിരുന്നിട്ടും, ഞങ്ങൾ

നിയമസഭയിൽ എറിഞ്ഞ ബോംബുകൾ ഒരു ഒഴിഞ്ഞ ബെഞ്ചിന് ചെറിയ കേടുപാടുകൾ വരുത്തി, ഒരു ഡസനിൽ താഴെ ആളുകൾക്ക് ചെറിയ പോറലുകൾ ഏറ്റുവാങ്ങി എന്നതാണ് വസ്തുത. സർക്കാർ ശാസ്ത്രജ്ഞർ ഇതിനെ ഒരു അത്ഭുതം എന്ന് വിളിക്കുന്നു, പക്ഷേ ഞങ്ങളുടെ അഭിപ്രായത്തിൽ ഇത് ഒരു ശാസ്ത്രീയ പ്രക്രിയ മാത്രമാണ്. ബെഞ്ചുകൾക്കും ഡെസ്ക്കുകൾക്കുമിടയിലെ ആളൊഴിഞ്ഞ സ്ഥലത്താണ് രണ്ട് ബോംബുകളും പൊട്ടിത്തെറിച്ചത് എന്നതാണ് ഒന്നാമത്തെ കാര്യം. സ്ഫോടനം നടന്ന സ്ഥലത്ത് നിന്ന് രണ്ടടി മാത്രം അകലെയുണ്ടായിരുന്ന ശ്രീ റാവു, ശ്രീ ശങ്കർ റാവു, ശ്രീ ജോർജ് ഷൂസ്റ്റർ എന്നിവരെപ്പോലുള്ള ആളുകൾക്ക് പോലും പരിക്കുകളൊന്നും ഏറ്റില്ല, അല്ലെങ്കിൽ ചെറിയ പോറലുകൾ ഏറ്റിട്ടുണ്ട് എന്നതാണ് ഏറ്റവും മോശം കാര്യം. പൊട്ടാസ്യം ക്ലോറേറ്റ്, പിക്കറേറ്റ് തുടങ്ങിയ ഫലപ്രദമായ രാസവസ്തുക്കൾ ബോംബുകളിൽ നിറച്ചിരുന്നുവെങ്കിൽ, അവർ തടസ്സങ്ങൾ തകർക്കുകയും സ്ഫോടനം നടന്ന സ്ഥലത്ത് നിന്ന് നിരവധി മീറ്റർ അകലെ ഇരിക്കുന്ന ആളുകൾക്ക് ഗുരുതരമായി പരിക്കേൽക്കുകയും കൂടുതൽ ഫലപ്രദവും സ്ഫോടനാത്മകവുമായ ഇൻപുട്ടുകൾ ഉണ്ടായിരുന്നെങ്കിൽ. ബോംബ് പൊട്ടിയാൽ നിയമസഭയിലെ ഭൂരിപക്ഷം അംഗങ്ങൾക്കും ജീവൻ നഷ്ടപ്പെടുമായിരുന്നു. പല പ്രധാന വ്യക്തികളും ഇരിക്കുന്ന ട്രഷറി പെട്ടികളിൽ ബോംബെറിഞ്ഞതും, ഒടുവിൽ, ആ സമയത്ത് സ്പീക്കറുടെ ഗ്യാലറിയിൽ ഇരുന്ന ജോൺ സൈമൺ സാറിനെ വേദനിപ്പിച്ചതും ഞങ്ങൾക്ക് ഇത് ചെയ്യാൻ കഴിയും. രാജ്യത്തെ ശരിയായ ചിന്താഗതിക്കാരെല്ലാം വെറുക്കുന്നു. എന്നാൽ ഇതെല്ലാം ഞങ്ങളുടെ ലക്ഷ്യമായിരുന്നില്ല. നമ്മുടെ ബോംബുകൾ ഏത് ഉദ്ദേശ്യത്തിനായി കൂട്ടിയോജിപ്പിച്ചോ അതിനപ്പുറം പ്രവർത്തിച്ചില്ല. അതൊരു അത്ഭുതമായിരുന്നില്ല. എല്ലാവരുടെയും ജീവിതം സുരക്ഷിതമാണെന്ന് ഞങ്ങൾ അറിഞ്ഞുകൊണ്ട് ഈ ലക്ഷ്യത്തിൽ തീരുമാനിച്ചിരുന്നു.

ഇതിനുശേഷം, ഞങ്ങളുടെ പ്രവർത്തനത്തിന്റെ അനന്തരഫലമായി ശിക്ഷ അനുഭവിക്കുന്നതിനായി, ഞങ്ങൾ സ്വമേധയാ സ്വയം വരുകയും/കീഴടങ്ങി, സാമ്രാജ്യത്വ ചൂഷകർക്ക് വ്യക്തികളെ തകർക്കാൻ കഴിയുമെന്ന് തെളിയിക്കുന്നു, പക്ഷേ അവർക്ക് ആശയങ്ങളെ കൊല്ലാൻ കഴിയില്ല. രണ്ട് അപ്രധാന വ്യക്തികളെ തകർത്ത് ഒരു രാജ്യത്തെ തകർക്കാൻ കഴിയില്ല. ലെറ്റർസ് ഡി കാഷെറ്റിനും വെല്ലെസ്സ്റ്റൈൽസിന്റെ സംഭവങ്ങൾക്കും വിപ്ലവ പ്രസ്ഥാനത്തെ തകർക്കാൻ കഴിഞ്ഞില്ല, തൂക്കിലേറ്റലിന്റെ കുരുക്ക് സൈബീരിയയിലാകെ പടർന്നെങ്കിലും ആധുനിക വിപ്ലവത്തിന്റെ ജ്വാല കെടുത്താൻ അതിന് കഴിഞ്ഞില്ല എന്ന ഈ ചരിത്രപരമായ നിഗമനം ഊന്നിപ്പറയാൻ ഞങ്ങൾ ആഗ്രഹിക്കുന്നു. അതുപോലെ ഈ ഓർഡിനൻസുകളും സുരക്ഷാ ബില്ലുകളും ഇന്ത്യയുടെ സ്വാതന്ത്ര്യത്തിന്റെ ജ്വാല കെടുത്തുക അസാധ്യമാണ്. ഗൂഢാലോചനകൾ പുറത്തെടുത്തും,

ശക്തമായ വാക്കുകളിൽ അപലപിച്ചും, ഉയർന്ന ആദർശങ്ങൾ സ്വപ്നം കാണുന്ന യുവാക്കളെയെല്ലാം തൂക്കുമരത്തിലേക്ക് അയച്ചുകൊണ്ട് നിങ്ങൾക്ക് വിപ്ലവത്തിന്റെ മുന്നേറ്റം തടയാനാവില്ല. നമ്മുടെ ഈ മുന്നറിയിപ്പ് അവഗണിച്ചില്ലെങ്കിൽ, ജീവഹാനിയും വ്യാപകമായ പീഡനവും തടയാൻ അത് സഹായകമായേക്കാം. ഈ മുന്നറിയിപ്പ് നൽകുന്നതിന്റെ ഭാരം ഞങ്ങൾ സ്വയം ഏറ്റെടുക്കുകയും ഞങ്ങളുടെ കടമ നിർവഹിക്കുകയും ചെയ്തു.

കൊലപാതക കലഹം വിപ്ലവത്തിന്റെ അനിവാര്യമായ അവസ്ഥയല്ല; വിപ്ലവം വ്യക്തി പ്രതികാരം ചെയ്യുന്നില്ല. വിപ്ലവം ബോംബുകളുടെയും പിസ്റ്റളുകളുടെയും സംസ്കാരമല്ല. അനീതിയിൽ അധിഷ്ഠിതമായ ഇന്നത്തെ സാമ്പത്തിക ക്രമം മാറണം എന്നതാണ് വിപ്ലവം കൊണ്ട് നമ്മൾ ഉദ്ദേശിക്കുന്നത്. ഉൽപാതകരും തൊഴിലാളികളും സമൂഹത്തിന്റെ അനിവാര്യ ഘടകങ്ങളാണ്, എന്നാൽ ചൂഷകർ അവരുടെ അധ്വാനത്തിന്റെയും മൗലികാവകാശങ്ങളുടെയും ഫലങ്ങളിൽ നിന്ന് അവരെ നഷ്ടപ്പെടുത്തുന്നു. ഒരു വശത്ത്, ലോകമെമ്പാടും തുണി വിതരണം ചെയ്യുന്ന കർഷകരുടെ കുടുംബങ്ങൾ, അവരുടെയും കുട്ടികളുടെയും ശരീരം മറയ്ക്കാൻ ബുദ്ധിമുട്ടുന്നു; കൊത്തുപണിക്കാർ, മരപ്പണിക്കാർ, കമ്മാരന്മാർ, മറ്റുള്ളവർക്ക് കൊട്ടാരക്കെട്ടിടങ്ങൾ പണിയുന്നവർ, ചേരികളിൽ ജീവിക്കുകയും അറിയപ്പെടാതെ മരിക്കുകയും ചെയ്യുന്നു. മറുവശത്ത്, മുതലാളിമാരും ചൂഷകരും മറ്റ് പരാദജീവികളും തങ്ങളുടെ വ്യഗ്രതകളും ഇച്ഛകളും തൃപ്തിപ്പെടുത്താൻ എന്തും പോലെ കോടിക്കണക്കിന് രൂപ ചെലവഴിക്കുന്നു. ഈ ഭീകരമായ അസമത്വങ്ങളും വികസനത്തിന്റെ കൃത്രിമ സമത്വങ്ങളും സമൂഹത്തെ അരാജകത്വത്തിലേക്ക് നയിക്കുന്നു. ഈ സാഹചര്യം എന്നെന്നേക്കുമായി നിലനിൽക്കില്ല, ഒരു അഗ്നിപർവ്വതത്തിന്റെ തലയിൽ ഇരിക്കുന്നുണ്ടെങ്കിലും, നിലവിലെ സാമൂഹിക ക്രമം സ്വയം സുഖകരമാണെന്ന് വ്യക്തമാണ്, കൂടാതെ ചൂഷകരുടെ നിരപരാധികളായ കുട്ടികളെപ്പോലെ ഞങ്ങൾ അപകടകരമായ പിളർപ്പിന്റെ വക്കിലാണ് നിൽക്കുന്നത്. നാഗരികതയുടെ ഘടന സ്വതന്ത്രതയെ സംരക്ഷിച്ചില്ലെങ്കിൽ, അത് നശിപ്പിക്കപ്പെടും. അതുകൊണ്ട് വിപ്ലവകരമായ ഒരു മാറ്റം അനിവാര്യമാണ്. ഈ മാറ്റത്തിന്റെ ആവശ്യകത മനസ്സിലാക്കുന്നവർ സമൂഹത്തെ സോഷ്യലിസ്റ്റ് അടിത്തറയിൽ പുനഃസംഘടിപ്പിക്കാൻ ബാധ്യസ്ഥരാണ്. ഇത് പൂർത്തിയാകാത്തിടത്തോളം, ഒരു രാജ്യം മറ്റൊരു രാജ്യം ചൂഷണം ചെയ്യുന്നത് തുടരും, ഇതിനെ സാമ്രാജ്യത്വം എന്ന് വിളിക്കാം; അതുവരെയുള്ള എല്ലാ സംവാദങ്ങളും തികഞ്ഞ കാപട്യമാണ്, അത് സാമ്രാജ്യത്വത്തിൽ നിന്ന് സൃഷ്ടിക്കുന്ന കഷ്ടപ്പാടുകളിൽ നിന്നും അപമാനങ്ങളിൽ നിന്നും മാനവികതയ്ക്ക് സാർവത്രിക സമാധാനത്തിന്റെ ഒരു കാലഘട്ടം ഉണ്ടാകുമെന്ന് പറയുന്നു. ഈ വൈവിധ്യമാർന്ന മാരകമായ അപകടങ്ങളെ അഭിമുഖീകരിക്കേണ്ടിവരാത്തതും ഇല്ലാത്തവരുടെ പരമാധികാരം അംഗീകരിക്കപ്പെടുന്നതുമായ ഒരു സാമൂഹിക

ക്രമം സ്ഥാപിക്കുക എന്നതാണ് വിപ്ലവത്തിന്റെ നമ്മുടെ അർത്ഥം. മുതലാളിത്തത്തിന്റെ അടിമത്തത്തിൽ നിന്നും യുദ്ധം മൂലമുണ്ടാകുന്ന ബുദ്ധിമുട്ടുകളിൽ നിന്നും നാശങ്ങളിൽ നിന്നും മനുഷ്യരാശിയെ രക്ഷിക്കാൻ ലോക യൂണിയന് കഴിയും എന്നതാണ് ഇതിന്റെ ഫലം. ഇതാണ് ഞങ്ങളുടെ ആദർശം, ഈ ആദർശത്തിൽ നിന്ന് പ്രചോദനം ഉൾക്കൊണ്ട് ഞങ്ങൾ മതിയായതും ഫലപ്രദവും സമയബന്ധിതവുമായ മുന്നറിയിപ്പ് നൽകിയിട്ടുണ്ട്. ഇത് അവഗണിക്കുകയും നിലവിലെ ഭരണക്രമം പ്രകൃതിശക്തികളുടെ പാതയെ തടസ്സപ്പെടുത്തുകയും ചെയ്താൽ, കടുത്ത കലഹത്തിന്റെ ഉദയം സുനിശ്ചിതമാണ്, അത്

തടസ്സപ്പെടുത്തുന്ന എല്ലാ ഘടകങ്ങളെയും പിഴുതെറിയുകയും വലിച്ചെറിയുകയും ഇല്ലാത്തവയുടെ അധികാരം സ്ഥാപിക്കുകയും ചെയ്യും. വിപ്ലവത്തിന്റെ ലക്ഷ്യങ്ങൾ. വിപ്ലവം മനുഷ്യരാശിയുടെ ജന്മാവകാശമാണ്. സ്വാതന്ത്ര്യം എല്ലാ മനുഷ്യരുടെയും ജന്മാവകാശമാണ്, അത് ഒരു സാഹചര്യത്തിലും എടുത്തുകളയാൻ കഴിയില്ല. തൊഴിലാളിവർഗമാണ് സമൂഹത്തിന്റെ യഥാർത്ഥ അടിത്തറ. തൊഴിലാളികളുടെ ആത്യന്തിക ലക്ഷ്യം ജനാധിപത്യം (ജനശക്തി) സ്ഥാപിക്കലാണ്. ഈ ആദർശങ്ങൾക്കും ഈ വിശ്വാസത്തിനും വേണ്ടി, ഈ നീതിന്യായ കോടതി നമുക്ക് നൽകുന്ന എല്ലാ കഷ്ടപ്പാടുകളെയും ഞങ്ങൾ സ്വാഗതം ചെയ്യും. ഈ യാഗപീഠത്തിൽ ധൂപവർഗ്ഗം പോലെ നമ്മുടെ യൗവനം ദഹിപ്പിക്കാൻ ഞങ്ങൾ തയ്യാറാണ്. ഈ മഹത്തായ ലക്ഷ്യത്തിന് ഒരു ത്യാഗവും വലുതല്ല. വിപ്ലവത്തിന്റെ ഉയർച്ചയ്ക്കായി ഞങ്ങൾ ക്ഷമയോടെ കാത്തിരിക്കാം...'ഇൻക്വിലാബ് സിന്ദാബാദ്."

സെഷ്യസ് ജഡ്ജി മിഡിൽടണിന്റെ അഭിപ്രായത്തിൽ, ഈ പ്രസ്താവനയിലെ ചില ഭാഗങ്ങൾ പ്രതിഷേധാർഹമാണ്. അതിനാൽ അടുത്ത ദിവസം അദ്ദേഹം പ്രതിഭാഗം അഭിഭാഷകൻ ആസിഫ് അലിയെയും പബ്ലിക് പ്രോസിക്യൂട്ടറെയും വിളിച്ച് ആക്ഷേപകരമായ ഭാഗങ്ങൾ നീക്കാൻ ആഗ്രഹം പ്രകടിപ്പിച്ചു. ആസിഫ് അലി അദ്ദേഹത്തോട് യോജിക്കുകയും ഭഗത് സിംഗിനെ സമ്മതിപ്പിക്കാൻ പ്രേരിപ്പിക്കുകയും ചെയ്തു. അതിനാൽ മൊഴിയുടെ ഒരു പകർപ്പ്, പരിഷ്കരിച്ച ശേഷം, കോടതി രേഖയിൽ സൂക്ഷിച്ചു. താമസിയാതെ ഡൽഹി കമ്മീഷണർ ഭഗത് സിങ്ങിന്റെ ഈ പ്രഭാഷണം ഒരു പത്രവും പ്രസിദ്ധീകരിക്കില്ലെന്ന് ഉത്തരവിറക്കി, എന്നാൽ ഉത്തരവുകൾ പുറപ്പെടുവിക്കുന്നതിന് മുമ്പ് ദി പയനിയർ അത് അതിന്റെ യഥാർത്ഥ രൂപത്തിൽ പ്രസിദ്ധീകരിച്ചിരുന്നു. പിന്നീട് പ്രഭാഷണത്തിന്റെ പരിഷ്കരിച്ച ഒരു പകർപ്പ് പത്രങ്ങൾക്ക് അയച്ചു, അത് അവർ പ്രസിദ്ധീകരിച്ചു. ഇത് മാത്രമല്ല, വിദേശ പത്രങ്ങളും ഇത് ഒരു പ്രാധാന്യത്തോടെ പ്രസ്ഥീകരിച്ചിരുന്നു ഇത് വിപ്ലവകാരികളുടെ ആശയങ്ങൾ ലോകത്തിനുമുമ്പിൽ കൊണ്ടുവന്നു. തന്റെ ആശയങ്ങൾ ലോകം അറിയണമെന്ന് ഭഗത് സിംഗും ആഗ്രഹിച്ചിരുന്നു.

ഭഗത് സിംഗ് തന്നെ ഈ പ്രസ്താവന കോടതിയിൽ വായിച്ചു. ബടുകേശ്വർ

ദത്തിന് വേണ്ടി അഭിഭാഷകനായ ശ്രീ ആസിഫ് അലി അത് വായിച്ചു. ഈ പ്രസ്താവന ഭഗത് സിങ്ങിലേക്ക് രാജ്യത്തിന്റെ ശ്രദ്ധയെ കൂടുതൽ ആകർഷിച്ചു. ഈ രണ്ട് ധീരരും സ്വയം പ്രതിരോധിക്കാൻ ഒന്നും ചെയ്തില്ല എന്നതാണ് ഏറ്റവും ഉയർന്ന കാര്യം. ഒടുവിൽ, കേസിന്റെ വാദം 1929 ജൂൺ 10-ന് അവസാനിച്ചു, ജൂൺ 12-ന് സെഷൻസ് ജഡ്ജി തന്റെ 41 പേജുള്ള വിധി പ്രസ്താവിച്ചു, അതിൽ ഭഗത് സിങ്ങിനും ബടുകേശ്വർ ദത്തിനും ഇന്ത്യൻ ശിക്ഷാ നിയമത്തിലെ 307-ാം വകുപ്പ് പ്രകാരം ജീവപര്യന്തം ശിക്ഷ വിധിച്ചു. സ്ഫോടകവസ്തു നിയമത്തിലെ സെക്ഷൻ 3 പ്രകാരം. ഇതിന് തൊട്ടുപിന്നാലെ ഭഗത് സിംഗിനെ പഞ്ചാബിലെ കുപ്രസിദ്ധമായ മിയാൻവാലി ജയിലിലേക്കും ബതുകേശ്വർ ദത്തിനെ ലാഹോർ സെൻട്രൽ ജയിലിലേക്കും അയച്ചു.

ഹൈക്കോടതിയിൽ അപ്പീൽ

ഈ ധീരരായ രണ്ടുപേരും കീഴ്ക്കോടതിയിൽ നിന്ന് തന്നെ സ്വയം പ്രതിരോധിക്കുന്നതിനെ എതിർത്തിരുന്നുവെന്ന് വ്യക്തമാണ്. അവരുടെ ആശയങ്ങൾ കൂടുതൽ ആളുകളെ അറിയിക്കാൻ അവർ ആഗ്രഹിച്ചു. അതിനാൽ, സെഷൻസ് ജഡ്ജിയുടെ വിധിക്കെതിരെ അവർ ലാഹോർ ഹൈക്കോടതിയിൽ അപ്പീൽ നൽകി. ജസ്റ്റിസ് ഫോർഡും ജസ്റ്റിസ് ആഡിസണും ഈ അപ്പീൽ പരിഗണിച്ചു. ഇറിടെ ഭഗത് സിംഗ് തന്റെ രണ്ടാമത്തെ പ്രധാന പ്രസ്താവന നടത്തി. ഇത് ഇതുപോലെയാണ്:

"ബഹുമാനപ്പെട്ട കോടതി! ഞങ്ങൾ ഇംഗ്ലീഷ് ഭാഷയുടെ വക്താക്കളോ വിദഗ്ധരോ അല്ല. ഞങ്ങൾക്ക് അധഃപതനവും ഇല്ല. അതിനാൽ ഞങ്ങളിൽ നിന്ന് വലിയ പ്രഭാഷണങ്ങൾ പ്രതീക്ഷിക്കരുത്. ഞങ്ങളുടെ പ്രസ്താവനയുടെ യഥാർത്ഥ ഉദ്ദേശ്യം മനസ്സിലാക്കാൻ ശ്രമിക്കണമെന്ന് ഞങ്ങൾ പ്രാർത്ഥിക്കുന്നു. മറ്റെല്ലാ പ്രശ്നങ്ങളും എന്റെ അഭിഭാഷകന് വിട്ട് ഒരു വിഷയത്തിൽ മാത്രം ഞാൻ എന്റെ അഭിപ്രായം പ്രകടിപ്പിക്കും. ഈ വിഷയത്തിൽ ഈ വിഷയം വളരെ പ്രധാനമാണ്. നമ്മുടെ ഉദ്ദേശങ്ങൾ എന്തായിരുന്നു, എത്രത്തോളം നമ്മൾ കുറ്റവാളികളാണ് എന്നതാണ് ഏറ്റവും പ്രധാനം.

"പ്രശ്നം വളരെ സങ്കീർണ്ണമാണ്. അതിനാൽ, ഒരു പ്രത്യേക രീതിയിൽ ചിന്തിക്കാനും പ്രവർത്തിക്കാനും ഞങ്ങളെ സ്വാധീനിച്ച ആ ഉയരം ഒരു വ്യക്തിക്കും നിങ്ങളുടെ നാഥന്റെ മുമ്പാകെ സമർപ്പിക്കാൻ കഴിയില്ല. ഇത് മനസ്സിൽ വെച്ചുകൊണ്ട് ഞങ്ങളുടെ ഉദ്ദേശ്യങ്ങളും കുറ്റങ്ങളും വിലയിരുത്തപ്പെടണമെന്ന് ഞങ്ങൾ ആഗ്രഹിക്കുന്നു. പ്രശസ്ത നിയമപ്രകാരം സുലൈമാൻ സോളമൻ ഒരു വ്യക്തിയുടെ ഉദ്ദേശ്യങ്ങൾ അറിയുന്നതുവരെയും ആ ഉദ്ദേശ്യങ്ങൾ നിയമവിരുദ്ധമായ പെരുമാറ്റമാണെന്ന് തെളിയിക്കപ്പെടുന്നതുവരെയും

ശിക്ഷിക്കപ്പെടരുത്. "സെഷൻസ് ജഡ്ജിയുടെ കോടതിയിൽ ഞങ്ങൾ നടത്തിയ പ്രസ്താവന ഞങ്ങളുടെ ഉദ്ദേശ്യങ്ങൾ വിശദീകരിച്ചു, ആ രൂപത്തിൽ ഞങ്ങളുടെ ഉദ്ദേശ്യങ്ങളും വിശദീകരിച്ചു. എന്നാൽ ബഹുമാനപ്പെട്ട സെഷൻസ് ജഡ്ജി ഈ നിരീക്ഷണം നടത്തി ഞങ്ങളുടെ എല്ലാ ശ്രമങ്ങളും നിഷ്ഫലമാക്കി. കുറ്റാരോപിതർ നിയമത്തിന്റെ പ്രവർത്തനത്തെ ബാധിക്കുന്നില്ല, ഈ രാജ്യത്ത് ലക്ഷ്യങ്ങളും ഉദ്ദേശ്യങ്ങളും ചർച്ച ചെയ്യുന്നത് അപൂർവമാണ്.

"ബഹുമാനപ്പെട്ട കോടതി! കേസിന്റെ സാഹചര്യത്തിൽ, ഫലങ്ങളുടെ വെളിച്ചത്തിൽ ഞങ്ങളുടെ കുറ്റം വിലയിരുത്തുകയോ അല്ലെങ്കിൽ ഞങ്ങളുടെ പ്രസ്താവനയുടെ സഹായത്തോടെ മനഃശാസ്ത്രപരമായ മുൻകൈ എടുക്കുകയോ ചെയ്യുന്നതാണ് പണ്ഡിതനായ ജഡ്ജിക്ക് ഉചിതം. എന്നാൽ അദ്ദേഹം ഈ രണ്ട് കാര്യങ്ങളിൽ ഒന്ന് ചെയ്തില്ല. .

"അസംബ്ലിയിൽ ഞങ്ങൾ എറിഞ്ഞ ബോംബ് കൊണ്ട് ആർക്കും ശാരീരികമായോ മാനസികമായോ പരിക്കേറ്റിട്ടില്ല എന്നതാണ് ആദ്യത്തെ കാര്യം. അതിനാൽ ശിക്ഷ വിധിക്കുമ്പോൾ നമ്മുടെ ഉദ്ദേശ്യങ്ങളും കണക്കിലെടുക്കേണ്ടതായിരുന്നു. പ്രതിയുടെ മനഃശാസ്ത്രം, അവന്റെ ഉദ്ദേശ്യം, യഥാർത്ഥം എന്നിവ അറിയാതെ. ഉദ്ദേശ്യങ്ങൾ അറിയാൻ കഴിയില്ല.അതുപോലെ, ഉദ്ദേശ്യങ്ങൾ അവഗണിച്ചാൽ, ഒരു വ്യക്തിക്കും നീതി ലഭിക്കില്ല, കാരണം ലക്ഷ്യം വച്ചില്ലെങ്കിൽ, ഉന്നത ജനറലുകളും കമാൻഡർമാരും സാധാരണ കുറ്റവാളികളെയും കൊലയാളികളെയും പോലെ കാണപ്പെടും.സർക്കാരിലെ മിക്ക കളക്ടർമാരും നികുതികൾ കള്ളന്മാരും കള്ളന്മാരുമായി പ്രത്യക്ഷപ്പെടും, ജസ്റ്റിസുമാർ പോലും കൊലപാതകത്തിന് വിചാരണ ചെയ്യപ്പെടും, അങ്ങനെ സാമൂഹിക ക്രമവും സംസ്കാരവും രക്തച്ചൊരിച്ചിലും കള്ളനും കള്ളക്കളിയുമായി ചുരുങ്ങും.

"ലക്ഷ്യങ്ങൾ അവഗണിക്കുകയാണെങ്കിൽ, വ്യക്തികളോട് നീതി പുലർത്താൻ ഭരണകൂടത്തിന് എന്ത് അവകാശമുണ്ട്. ലക്ഷ്യങ്ങൾ അവഗണിച്ചാൽ മതപ്രബോധനം അസത്യത്തിന്റെ പ്രബോധനമായി പ്രത്യക്ഷപ്പെടും, ഓരോ പ്രവാചകനും കോടിക്കണക്കിന് നിരപരാധികളും അജ്ഞരുമായ മനുഷ്യരെ തെറ്റിദ്ധരിപ്പിക്കാൻ വിചാരണ ചെയ്യപ്പെടും. ലക്ഷ്യങ്ങൾ അവഗണിച്ചാൽ, കർത്താവായ യേശുക്രിസ്തു കുഴപ്പങ്ങൾ സൃഷ്ടിക്കുന്നവനായും സമാധാനം തകർക്കുന്നവനായും കലാപം പടർത്തുന്നവനായും പ്രത്യക്ഷപ്പെടും, നിയമത്തിന്റെ വാക്കുകളിൽ അവനെ ഒരു അപകടകാരിയായി കണക്കാക്കും.എന്നാൽ ഞങ്ങൾ അവനെ ആരാധിക്കുന്നു.നമ്മുടെ ഹൃദയങ്ങളിൽ അവനോട് അപാരമായ ബഹുമാനമുണ്ട്. അദ്ദേഹത്തിന്റെ പ്രതിച്ഛായ നമ്മുടെ ഹൃദയങ്ങളിൽ ആത്മീയത പ്രചോദിപ്പിക്കുന്നു.എന്തുകൊണ്ട്?അദ്ദേഹത്തിന്റെ പ്രയത്നത്തിന്റെ സാരഥി

ഉന്നതമായ ഒരു ലക്ഷ്യമായിരുന്നു.ആ കാലഘട്ടത്തിലെ ഭരണാധികാരികൾ അവന്റെ ലക്ഷ്യങ്ങൾ തിരിച്ചറിഞ്ഞില്ല, അവന്റെ ബാഹ്യമായ പെരുമാറ്റം മാത്രമാണ് അവർ കണ്ടത്.എന്നാൽ അദ്ദേഹത്തിന്റെ കാലം മുതൽ ഇന്നുവരെ 20 നൂറ്റാണ്ടുകൾ കടന്നു പോയി.അതിനു ശേഷം നമ്മൾ ഒരു പുരോഗതിയും കൈവരിച്ചില്ലേ?, നമ്മൾ ഇതേ തെറ്റുകൾ ആവർത്തിക്കുമോ?, അങ്ങനെയാണെങ്കിൽ, മനുഷ്യത്വത്തിന്റെ ത്യാഗവും മഹാനായ രക്തസാക്ഷികളുടെ പ്രയത്നവും വൃഥാവിലായി, ഇന്ന് നമ്മൾ അതേ ഘട്ടത്തിലാണ്. ഇരുപത് നൂറ്റാണ്ടുകൾക്ക് മുമ്പായിരുന്നു.

"നിയമപരമായി വസ്തുനിഷ്ഠമായ ചോദ്യത്തിന് പ്രത്യേക പ്രാധാന്യമുണ്ട്. ജനറൽ ഡയറിന്റെ കാര്യമെടുക്കുക. നിരപരാധികളും നിരായുധരുമായ നൂറുകണക്കിന് ആളുകളെ അദ്ദേഹം വെടിവച്ചു കൊന്നു, പക്ഷേ കോടതി അദ്ദേഹത്തെ വെടിവച്ചു കൊല്ലാൻ ഉത്തരവിടുന്നതിന് പകരം ലക്ഷങ്ങൾ നൽകി. ദയവുചെയ്ത് ഒരു ഉദാഹരണം കൂടി പരിഗണിക്കുക, ഗൂർഖ യുവാവായ ശ്രീ ഖഡഗ് ബഹദൂർ സിംഗ് കൽക്കത്തയിൽ ഒരു ധനികനായ മാർവാഡിയെ കുന്തം കൊണ്ട് കൊന്നു, ലക്ഷ്യം മാറ്റിവെച്ചാൽ, ഖഡഗ് ബഹദൂർ സിംഗിന് വധശിക്ഷ നൽകണം, പക്ഷേ അദ്ദേഹത്തിന് ഏതാനും വർഷം തടവുശിക്ഷ കിട്ടി, കാലാവധി തീരുംമുമ്പ് മോചിതനായി.വധശിക്ഷ ലഭിക്കാതിരിക്കാൻ നിയമത്തിൽ വിള്ളലുണ്ടായോ?അതോ കൊലക്കുറ്റം തെളിയിക്കപ്പെട്ടില്ലേ?അയാളും ഞങ്ങളെപ്പോലെ കുറ്റം സമ്മതിച്ചു. ജീവൻ രക്ഷിക്കപ്പെട്ടു, അവൻ ഇപ്പോൾ സ്വതന്ത്രനാണ്, എന്തുകൊണ്ടാണ് അയാൾക്ക് തൂക്കിക്കൊല്ലാൻ വിധിച്ചില്ല എന്ന് ഞാൻ ചോദിക്കുന്നു, അവന്റെ പ്രവൃത്തി നിശ്ചയിച്ചു, അളന്നു, അവൻ സങ്കീർണ്ണമായ രീതിയിൽ തയ്യാറെടുപ്പുകൾ നടത്തി, വസ്തുനിഷ്ഠമായ വീക്ഷണകോണിൽ, അവന്റെ പ്രവർത്തനം കൂടുതൽ ആയിരുന്നു. അപകടകാരിയും മയക്കമില്ലാത്തവനും, അവന്റെ ലക്ഷ്യം നല്ലതായതിനാൽ കുറഞ്ഞ ശിക്ഷയാണ് ലഭിച്ചത്. നിരവധി സുന്ദരികളായ പെൺകുട്ടികളുടെ രക്തം വലിച്ചുകീറിയ ഒരു ലീച്ചിൽ നിന്ന് അദ്ദേഹം സമൂഹത്തെ മോചിപ്പിച്ചു. നിയമത്തിന്റെ അന്തസ്സ് കാത്തുസൂക്ഷിക്കുന്നതിനായി ശ്രീ ഖദഗ് ബഹാദൂർ സിംഗിന് ഏതാനും വർഷത്തെ ശിക്ഷ വിധിച്ചു. ഇത് തത്വങ്ങളുടെ വൈരുദ്ധ്യത്തെ മാത്രം പ്രതിഫലിപ്പിക്കുന്നു, ഇതാണ്: "നിയമം മനുഷ്യനുള്ളതാണ്, മനുഷ്യൻ നിയമത്തിന് വേണ്ടിയല്ല." ഈ സാഹചര്യത്തിൽ, ശ്രീ ഖഡഗ് ഭാദൂർ സിങ്ങിന് ലഭ്യമായിരുന്ന ഇളവുകൾ നമുക്ക് വിലക്കുന്ന കാരണങ്ങൾ എന്തൊക്കെയാണ്? അദ്ദേഹത്തിന് ലഘുവായ ശിക്ഷ നൽകുമ്പോൾ അവന്റെ ലക്ഷ്യം മനസ്സിൽ സൂക്ഷിച്ചിരുന്നു. അല്ലാത്തപക്ഷം, മറ്റൊരാളെ കൊലപ്പെടുത്തുന്ന ഒരാൾക്ക് തൂക്കിക്കൊല്ലലിൽ നിന്ന് രക്ഷപ്പെടാനാവില്ല. എന്നിട്ടും എന്തുകൊണ്ടാണ് നമുക്ക് സാധാരണ നിയമപരമായ അവകാശം ലഭിക്കാത്തത്? ഞങ്ങളുടെ നടപടി

സർക്കാരിനെതിരെയുള്ളതുകൊണ്ടാണോ? അതോ നമ്മുടെ പ്രവർത്തനത്തിന് രാഷ്ട്രീയ പ്രാധാന്യമുണ്ടോ? "ബഹുമാനപ്പെട്ട കോടതി! ഒരു വ്യക്തിയുടെ സ്വാഭാവിക അവകാശം കവർന്നെടുക്കുന്ന ഒരു ഗവൺമെൻറ്, അധമമായ ആചാരങ്ങളിൽ അഭയം തേടുന്ന ഒരു സർക്കാരിന് നിലനിൽക്കാൻ അവകാശമില്ലെന്ന് പ്രസ്താവിക്കാൻ ദയവായി എന്നെ അനുവദിക്കുക. അത് ഇപ്പോഴും നിലവിലുണ്ടെങ്കിൽ, അത് ഒരു താൽക്കാലിക രീതി, ആയിരക്കണക്കിന് നിരപരാധികളുടെ രക്തം തലയിൽ വഹിക്കുന്നു, നിയമം ലക്ഷ്യങ്ങൾ കാണുന്നില്ലെങ്കിൽ, അതിന് നീതി നൽകാൻ കഴിയില്ല, ശാശ്വത സമാധാനം സ്ഥാപിക്കാൻ സഹായിക്കാനും കഴിയില്ല.

"എലിയെ കൊല്ലുകയാണ് ലക്ഷ്യമെങ്കിൽ മാവിൽ വിഷം കലർത്തുന്നത് കുറ്റമല്ല, മനുഷ്യനെ കൊന്നാൽ അത് കൊലപാതക കുറ്റമാകും. അതിനാൽ മഹാന്മാരും പ്രഭുക്കന്മാരും ബുദ്ധിജീവികളും നിയമങ്ങൾക്കെതിരെ കലാപം നടത്തി. യുക്തിയുടെ പരിശോധനയും നീതിക്ക് വിരുദ്ധവുമാണ്.

"ഞങ്ങളുടെ കേസിലെ വസ്തുതകൾ വളരെ ലളിതമാണ്. 1929 ഏപ്രിൽ 8-ന് ഞങ്ങൾ സെൻട്രൽ അസംബ്ലിയിൽ രണ്ട് ബോംബുകൾ എറിഞ്ഞു. അവരുടെ സ്ഫോടനങ്ങൾ ഏതാനും പേർക്ക് ചെറിയ പോറലുകൾ ഉണ്ടാക്കി. ചേമ്പറിൽ ബഹളമുണ്ടായി; ആയിരക്കണക്കിന് സന്ദർശകരും അംഗങ്ങളും പുറത്തിറങ്ങി. കുറച്ച് സമയത്തിന് ശേഷം അവിടെ നിശബ്ദത തളംകെട്ടി.ഞാനും എന്റെ അസോസിയേറ്റ് ബി.കെ.ദത്തും സന്ദർശക ഗ്യാലറിയിൽ നിശബ്ദമായി ഇരുന്നു, ഞങ്ങൾ അറസ്റ്റിന് സ്വയം വാഗ്ദാനം ചെയ്തു, ഞങ്ങളെ അറസ്റ്റ് ചെയ്തു, കേസെടുത്തു, കൊലക്കുറ്റത്തിന് ശിക്ഷിച്ചു, നാലോ അഞ്ചോ പേർക്ക് മാത്രമാണ് ചെറിയ. പരിക്കുകൾ, കൂടാതെ ഈ കുറ്റകൃത്യം ചെയ്തവർ തന്നെ ഒരു തരത്തിലുള്ള ഇടപെടലും കൂടാതെ അറസ്റ്റിന് വാഗ്ദാനം ചെയ്തു, ഞങ്ങൾക്ക് ഓടിപ്പോകാൻ ആഗ്രഹമുണ്ടെങ്കിൽ അത് ചെയ്യാമായിരുന്നുവെന്ന് സെഷൻസ് ജഡ്ജി അംഗീകരിച്ചു, ഞങ്ങൾ കുറ്റം സമ്മതിക്കുകയും ഞങ്ങളുടെ നിലപാട് വ്യക്തമാക്കാൻ പ്രസ്താവനകൾ നടത്തുകയും ചെയ്തു. ശിക്ഷയെ ഭയപ്പെടുന്നില്ല.എന്നാൽ ഞങ്ങൾ തെറ്റിദ്ധരിക്കാനോ തെറ്റായി മനസ്സിലാക്കാനോ ആഗ്രഹിക്കുന്നില്ല.ഞങ്ങളുടെ (സെഷൻസ് ജഡ്ജിയുടെ മുമ്പാകെ) പ്രസ്താവനയിലെ ചില ഖണ്ഡികകൾ നീക്കം ചെയ്തിട്ടുണ്ട്.യഥാർത്ഥ സാഹചര്യത്തിന്റെ വീക്ഷണകോണിൽ നിന്ന് ഇത് ദോഷകരമാണ്.

"മൊത്തത്തിൽ എടുക്കുമ്പോൾ, നമ്മുടെ രാജ്യം ഈ സമയത്ത് ഒരു നിർണായക കാലഘട്ടത്തിലൂടെയാണ് കടന്നുപോകുന്നതെന്ന് ഞങ്ങളുടെ പ്രസ്താവന വ്യക്തമാണ്. ഈ രാജ്യത്തിന് ഉറക്കെയുള്ള ഒരു മുന്നറിയിപ്പ് ആവശ്യമാണ്, ഞങ്ങളുടെ കാഴ്ചപ്പാടിൽ ഞങ്ങൾ ആ മുന്നറിയിപ്പ് നൽകിയിട്ടുണ്ട്. അത് സാധ്യമാണ്. നമുക്ക് തെറ്റ് സംഭവിക്കാം, നമ്മുടെ ചിന്താരീതി മാന്യരായ

ജഡ്ജിമാരുടെ ചിന്താരീതിയിൽ നിന്ന് വ്യത്യസ്തമായിരിക്കാം, എന്നാൽ അതിനർത്ഥം സ്വയം പ്രകടിപ്പിക്കാൻ ഞങ്ങൾക്ക് അനുമതിയില്ലെന്നും തെറ്റായ കാര്യങ്ങൾ ഞങ്ങളുമായി ബന്ധപ്പെട്ടിരിക്കുന്നുവെന്നും ഇതിനർത്ഥമില്ല.

"ഞങ്ങളുടെ പ്രസ്താവനയിൽ 'ഇൻക്വാലാബ് സിന്ദാബാദ്', 'സാമ്രാജ്യവാദ് മുർദാബാദ്' എന്നിവയുമായി ബന്ധപ്പെട്ട് ഞങ്ങൾ നൽകിയ വിശദീകരണം ഇല്ലാതാക്കി, അത് ഞങ്ങളുടെ ലക്ഷ്യങ്ങളുടെ ഒരു പ്രധാന ഭാഗമാണെങ്കിലും, 'ഇൻക്വാലാബ്, സിന്ദാബാദ്' എന്നതുകൊണ്ട് ഞങ്ങൾ അർത്ഥമാക്കുന്നത് സാധാരണ അനുമാനിക്കുന്ന കാര്യമല്ല. ബോംബുകളും പിസ്റ്റളുകളും ഇൻക്വാലാബിനെ കൊണ്ടുവരുന്നില്ല, പക്ഷേ ഇൻക്വാലാബിന്റെ വാൾ ചിന്താ ചക്രത്തിൽ മൂർച്ച കൂട്ടുന്നു, ഇതാണ് ഞങ്ങൾ പ്രകടിപ്പിക്കാൻ ആഗ്രഹിച്ചത്. മുതലാളിത്ത യുദ്ധങ്ങൾ മൂലമുണ്ടാകുന്ന ദുരിതങ്ങൾക്ക് അറുതി വരുത്തുക എന്നതാണ് നമ്മുടെ ഇൻക്വാലാബിന്റെ അർത്ഥം ഒരു കാര്യത്തിന്റെ പിന്നിലെ പ്രധാന ലക്ഷ്യങ്ങളും അവ നേടാനുള്ള പ്രക്രിയയും ആദ്യം മനസ്സിലാക്കാതെ ഒരു വിധി പുറപ്പെടുവിക്കുന്നത് അഭികാമ്യമല്ല, തെറ്റായ കാര്യങ്ങളെ ഞങ്ങളുമായി ബന്ധപ്പെടുത്തുന്നത് ചതുരാകൃതിയിലുള്ള അനീതിയാണ്.

"ഈ മുന്നറിയിപ്പ് ഉച്ചരിക്കേണ്ടത് വളരെ അത്യാവശ്യമായിരുന്നു. അസ്വസ്ഥത അനുദിനം വർദ്ധിച്ചുവരികയാണ്. ശരിയായ ചികിത്സ നൽകിയില്ലെങ്കിൽ, അസുഖം അപകടകരമായ രൂപത്തിലേക്ക് മാറിയേക്കാം. ഒരു മനുഷ്യശക്തിക്കും ഇത് കൈകാര്യം ചെയ്യാൻ കഴിയില്ല. ഇത് മാറ്റാൻ ഞങ്ങൾ ഈ വ്യായാമം ഏറ്റെടുത്തു കൊടുങ്കാറ്റിന്റെ ദിശ, ഞങ്ങൾ ചരിത്രത്തിന്റെ ഗൗരവമുള്ള വിദ്യാർത്ഥികളാണ്, ശക്തികൾ-യഥാസമയം ശരിയായ നടപടികൾ സ്വീകരിച്ചിരുന്നുവെങ്കിൽ, രക്തരൂക്ഷിതമായ വിപ്ലവങ്ങൾ ഫ്രാൻസിലും റഷ്യയിലും ഇറങ്ങില്ലായിരുന്നു. ലോകത്തിലെ പല ശക്തരായ സർക്കാരുകളും മുങ്ങിപ്പോയി. ആശയങ്ങളുടെ വേലിയേറ്റം തടയുന്ന പ്രക്രിയയിൽ രക്തച്ചൊരിച്ചിൽ, അധികാരസ്ഥാനങ്ങളിൽ ഇരിക്കുന്ന ആളുകൾക്ക് സാഹചര്യങ്ങളുടെ പ്രത്യാഘാതങ്ങൾ മാറ്റാൻ കഴിയും, മുന്നറിയിപ്പ് മുൻകൂട്ടി നൽകാൻ ഞങ്ങൾ ആഗ്രഹിച്ചു.കുറച്ച് ആളുകളെ കൊല്ലാൻ ഞങ്ങൾ ആഗ്രഹിച്ചിരുന്നെങ്കിൽ, ഞങ്ങളുടെ പ്രധാന ലക്ഷ്യങ്ങളിൽ ഞങ്ങൾ പരാജയപ്പെടുമായിരുന്നു.

"ബഹുമാനപ്പെട്ട കോടതി! ഞങ്ങളുടെ മുമ്പിലുള്ള ഉദ്ദേശ്യങ്ങളും ലക്ഷ്യങ്ങളും മനസ്സിൽ വെച്ചാണ് ഞങ്ങൾ പ്രവർത്തിച്ചത്, ഈ പ്രവർത്തനത്തെക്കുറിച്ചുള്ള ഞങ്ങളുടെ പ്രസ്താവനകൾ ഞങ്ങളെ പിന്തുണയ്ക്കുന്നു. ഒരു പോയിന്റിന്റെ വിശദീകരണം ആവശ്യമാണ്. ബോംബുകളുടെ ശക്തി (സ്ഫോടന ശേഷി) ഞങ്ങൾക്കറിയില്ലായിരുന്നുവെങ്കിൽ, എങ്ങനെ കഴിയും? പണ്ഡിറ്റ് മോത്തി ലാൽ നെഹ്റു, ശ്രീ കേസാർകർ, ശ്രീ ജയകർ, ശ്രീ ജിന്ന തുടങ്ങിയ ആദരണീയരായ ദേശീയ നേതാക്കളുടെ സാന്നിധ്യത്തിൽ ഞങ്ങൾ ബോംബ് എറിയുന്നു,

നേതാക്കളുടെ ജീവൻ എങ്ങനെ അപകടത്തിലാക്കും? ഞങ്ങൾക്ക് ഭ്രാന്തില്ല, നമുക്ക് ഭ്രാന്തായിരുന്നുവെങ്കിൽ, അങ്ങനെയെങ്കിൽ നമുക്ക് കഴിയും ജയിലിൽ അടയ്ക്കുന്നതിനുപകരം മാനസിക അഭയകേന്ദ്രത്തിൽ പാർപ്പിച്ചു.ബോംബുകളെ കുറിച്ച് ഞങ്ങൾക്ക് കൃത്യമായ വിവരം ഉണ്ടായിരുന്നു.അതുകൊണ്ടാണ് ഞങ്ങൾ ഇത് ചെയ്യാൻ തുനിഞ്ഞത്.പുരുഷന്മാർ ഇരിക്കുന്ന ബെഞ്ചുകളിൽ ബോംബ് എറിയുക എന്നത് വളരെ ബുദ്ധിമുട്ടുള്ള ജോലിയായിരുന്നു. ബോംബ് എറിഞ്ഞവർ, നമ്മുടെ ബോധത്തിലല്ലാത്തവരോ, അസന്തുലിതാവസ്ഥയുള്ളവരോ ആയിരുന്നെങ്കിൽ, ആളൊഴിഞ്ഞ ബെഞ്ചുകളിലേക്കാൾ ഞങ്ങൾ മനുഷ്യർക്ക് നേരെ ബോംബ് എറിയുമായിരുന്നു.പകരം ബോംബ് സ്ഫോടനത്തിനുള്ള ഒഴിഞ്ഞ ഇടം തിരഞ്ഞെടുത്ത് ധൈര്യം കാണിച്ചതിന് പ്രതിഫലം നൽകണമെന്ന് ഞാൻ പറയും. ഈ അവസ്ഥകളിൽ, എന്റെ കർത്താവേ, ഞങ്ങൾ ശരിയായി മനസ്സിലാക്കിയിട്ടില്ലെന്ന് ഞങ്ങൾ കരുതുന്നു. ശിക്ഷാകാലാവധി കുറയ്ക്കാനല്ല, നിലപാട് വ്യക്തമാക്കാനാണ് ഞങ്ങൾ നിങ്ങളുടെ മുന്നിൽ വന്നത്. ഞങ്ങളോട് അനുചിതമായ പെരുമാറ്റം ഉണ്ടാകരുതെന്നും ഞങ്ങളെ കുറിച്ച് തെറ്റായ അഭിപ്രായം പ്രചരിപ്പിക്കരുതെന്നും ഞങ്ങൾ ആഗ്രഹിക്കുന്നു. വിധിയെക്കുറിച്ചുള്ള ചോദ്യം ഞങ്ങൾക്ക് ദ്വിതീയമാണ്."

ഭഗത് സിംഗ് ഭാരതമാതാവിന്റെ യഥാർത്ഥ പുത്രനായിരുന്നു. ഇന്ത്യയുടെ അടിമത്തത്തിൽ നിന്ന് ഹൃദയത്തിൽ അനുഭവിച്ച വേദന കാരണം അദ്ദേഹം ഒരു വിപ്ലവകാരിയായി മാറിയിരുന്നു. അദ്ദേഹത്തിന്റെ പ്രസ്താവനയിൽ തെറ്റൊന്നും ഉണ്ടായിരുന്നില്ല, എന്നിട്ടും ഇംഗ്ലീഷുകാരിൽ നിന്ന് നീതി പ്രതീക്ഷിക്കുന്നത് മണലിൽ നിന്ന് എണ്ണ വലിക്കുന്നത് പോലെയാണ്. ശ്രീ ആസിഫ് അലി രണ്ട് ദിവസം കേസ് വാദിച്ചു, സർക്കാർ അഭിഭാഷകൻ മറുപടിയായി പകുതി ദിവസം മാറ്റിവച്ചു. ഇടയ്ക്ക് ഭഗത് സിംഗും വാദിച്ചു. ഒടുവിൽ 1930 ജനുവരി 13-ന് സെഷൻസ് കോടതിയുടെ വിധി അംഗീകരിച്ചുകൊണ്ട് ഹൈക്കോടതി അപ്പീൽ തള്ളി.

6

ലാഹോർ ജയിലിൽ നിരാഹാര സമരം

ഡൽഹിയിൽ നടന്ന അസംബ്ലി ബോംബ് കണ്ടിൽ (സംഭവം) ഭഗത് സിങ്ങിനും ബടുകേശ്വർ ദത്തിനും എതിരായ കേസിൽ അവരെ ജയിലിൽ യൂറോപ്യൻ ക്ലാസിൽ പാർപ്പിച്ച് നല്ല ചികിത്സ നൽകി, എന്നാൽ മറ്റ് ജയിലുകളിലെ മറ്റ് തടവുകാരുടെ കേസ് വ്യത്യസ്തമായിരുന്നു. കൂടാതെ, സോണ്ടേഴ്സ് കൊലപാതകക്കേസിൽ അവരെ ഉൾപ്പെടുത്താനും സർക്കാർ ശ്രമിച്ചു. ഇതിന് അംഗീകൃത സാക്ഷികളും ഉണ്ടായിരുന്നു. ഇതേ തുടർന്നാണ് ഇയാളെ മിയാൻവാലി ജയിലിലേക്ക് മാറ്റിയത്. 1914-15 ലെ 'ഗദർ ആന്ദോളൻ', 'സൈനിക നിയമ പ്രക്ഷോഭം', 'ബബ്ബർ അകാലി ആന്ദോളൻ' എന്നിവയിൽ പങ്കെടുത്തതിന് ജീവപര്യന്തം തടവ് അനുഭവിക്കുന്ന നിരവധി രാഷ്ട്രീയ തടവുകാരെ അദ്ദേഹം ഇവിടെ കണ്ടുമുട്ടി. ഇവിടെ ഭഗത് സിംഗ് രാഷ്ട്രീയ തടവുകാരോട് കാണിക്കുന്ന ക്രൂരതകൾ കാണുകയും കേൾക്കുകയും ചെയ്തു. ഒടുവിൽ നിരാഹാര സമരത്തിന്റെ തീരുമാനത്തിലെത്തി. ഇവിടെയുള്ള എല്ലാ തടവുകാരെയും അഭിസംബോധന ചെയ്തുകൊണ്ട് അദ്ദേഹം പറഞ്ഞു:

"സുഹൃത്തുക്കളേ, നമ്മൾ ജയിലിന് പുറത്തായിരുന്നുവെങ്കിൽ സ്വാതന്ത്ര്യത്തിനായുള്ള പോരാട്ടം തുടർന്നുകൊണ്ട് മരിക്കുമായിരുന്നു. രാജ്യസ്നേഹികളുടെ ആരോഗ്യവും നിശ്ചയദാർഢ്യവും ദുർബലപ്പെടുത്താൻ ബ്രിട്ടീഷ് സർക്കാർ ഈ ജയിൽ രൂപീകരിച്ചു. ഇവിടെ മനുഷ്യനെ മനുഷ്യനായി കണക്കാക്കുന്നില്ല. ആയതിനാൽ, അവരെ അങ്ങനെ പരിഗണിക്കില്ല."

തുടർന്ന് നിരാഹാര സമരം നടത്താൻ നിർദ്ദേശിച്ചു. എല്ലാ തടവുകാരും അദ്ദേഹത്തിന്റെ നിർദ്ദേശം അംഗീകരിച്ചു. അതിനാൽ, 1929 ജൂൺ 15-ന് അവർ നിരാഹാര സമരം തുടങ്ങി, 1929 ജൂൺ 17-ന് അദ്ദേഹം പഞ്ചാബിലെ ജയിൽ ഇൻസ്പെക്ടർ ജനറലിന് ഇനിപ്പറയുന്ന കത്ത് എഴുതി:

ലേക്ക്

ഇൻസ്പെക്ടർ ജനറൽ, ജയിൽ,

പഞ്ചാബ് ജയിൽസ്, ലാഹോർ

പ്രിയ സാർ,

സോണ്ടേഴ്സ് വധക്കേസിൽ അറസ്റ്റിലായ മറ്റ് യുവാക്കൾക്കൊപ്പം എന്നെയും വിചാരണ ചെയ്യുമെന്ന അനുമാനത്തിലാണ് എന്നെ ഡൽഹിയിൽ നിന്ന് മിയാൻവാലി ജയിലിലേക്ക് മാറ്റിയത്, സത്യം ഇതിന് വിരുദ്ധമാണെങ്കിലും. ആ കേസ് w.e.f കേൾക്കാൻ സാധ്യതയുണ്ട്. 1929 ജൂൺ 26. ഈ സ്ഥലത്തേക്ക് എന്നെ മാറ്റിയതിന് പിന്നിലെ പ്രേരണ എന്താണെന്ന് മനസ്സിലാക്കാൻ എനിക്ക് കഴിഞ്ഞില്ല.

കാരണം എന്തുതന്നെയായാലും, ഓരോ പ്രതിക്കും കേസ് തയ്യാറാക്കുന്നതിനും പോരാടുന്നതിനും ആവശ്യമായ സൗകര്യങ്ങൾ ലഭിക്കണമെന്ന് നീതി ആവശ്യപ്പെടുന്നു. എന്നാൽ ഇവിടെ താമസിക്കുന്ന എനിക്ക് എങ്ങനെ എന്റെ അഭിഭാഷകനെ ബന്ധപ്പെടാനാകും, കാരണം എന്റെ മാതാപിതാക്കളുമായും മറ്റ് ബന്ധുക്കളുമായും സമ്പർക്കം പുലർത്തുന്നത് പോലും എനിക്ക് വളരെ ബുദ്ധിമുട്ടാണ്? ഈ സ്ഥലം തികച്ചും ഒറ്റപ്പെട്ടതാണ്, വഴി വളരെ പരുക്കനാണ്, ഇത് ലാഹോറിൽ നിന്ന് വളരെ അകലെയാണ്. എന്നെ ഉടൻ ലാഹോറിലേക്ക് അയയ്ക്കണമെന്ന് ഞാൻ നിങ്ങളോട് അഭ്യർത്ഥിക്കുന്നു, അതുവഴി എന്റെ കേസ് തയ്യാറാക്കാനും പോരാടാനും എനിക്ക് ശരിയായ സൗകര്യങ്ങൾ ലഭിക്കും. നിങ്ങൾ അത് എത്രയും വേഗം പരിശോധിക്കുമെന്ന് ഞാൻ പ്രതീക്ഷിക്കുന്നു.

താങ്കളുടെ

ഭഗത് സിംഗ്

തീയതി: 17.6.1929. ജീവപര്യന്തം തടവുകാരൻ, മിയാൻവാലി ജയിൽ.

ആപ്ലിക്കേഷന് ആവശ്യമുള്ള ഫലം ലഭിച്ചു. ഏകദേശം ഒരാഴ്ചയ്ക്കുള്ളിൽ അദ്ദേഹത്തെ ലാഹോർ ജയിലിലേക്ക് അയച്ചു. ബടുകേശ്വർ ദത്തും ഉണ്ടായിരുന്നു. അദ്ദേഹവും നിരാഹാര സമരത്തിൽ പങ്കെടുത്തു. സുഖ് ദേവ്, ജതീന്ദ്ര നാഥ് ദാസ്, അജയ് ഘോഷ്, ശിവ് വർമ്മ, ഗയാ പ്രസാദ്, ജയ് ദേവ് കുമാർ, രാജ് ഗുരു, കെ.കെ. സിൻഹയെ സോണ്ടേഴ്സിന്റെ കൊലപാതകത്തിന് വിചാരണ ചെയ്യുകയായിരുന്നു. അവരെല്ലാം ലാഹോറിലെ ബോസ്റ്റൽ ജയിലിലായിരുന്നു. ഭഗത് സിങ്ങിന്റെ നിരാഹാര സമര വാർത്ത കേട്ട് ദത്തും 1929 ജൂൺ 15 മുതൽ നിരാഹാര സമരം തുടങ്ങി. നാല് ദിവസത്തിന് ശേഷം ജതീന്ദ്ര നാഥ് ദാസ് മാത്രമാണ് അവരോടൊപ്പം ഈ സമരത്തിൽ പങ്കെടുത്തത്. ഈ നിരാഹാര സമരം മൂലം ഭഗത് സിംഗ് അതിവേഗം ശരീരഭാരം കുറയ്ക്കാൻ തുടങ്ങി. 1929 ജൂൺ 15 ന് അദ്ദേഹം നിരാഹാര സമരം ആരംഭിക്കുമ്പോൾ 133 പൗണ്ട് ആയിരുന്നു, എന്നാൽ 1929 ജൂലൈ 9 ന് അദ്ദേഹത്തിന് 14 പൗണ്ട് കുറഞ്ഞു. അതുപോലെ മറ്റ് സുഹൃത്തുക്കളും ശരീരഭാരം കുറഞ്ഞു; എന്നാൽ എല്ലാവരും സമരത്തിൽ തുടർന്നു. വാർത്ത പത്രങ്ങളിൽ വന്നു. സർക്കാരിന്റെ നടപടിയിൽ പ്രതിഷേധിച്ച് ജനങ്ങൾ വിവിധ സ്ഥലങ്ങളിൽ യോഗങ്ങൾ തുടങ്ങി. 1929 ജൂൺ 30-ന്

അമൃത്സറിലെ ജാലിയൻവാലാബാഗിൽ സിറ്റി കോൺഗ്രസിന്റെയും 'നൗജവാൻ ഭാരത് സഭ'യുടെയും സംയുക്ത യോഗം ചേർന്നു. ഡോ.കിച്ച്ലു ഈ യോഗത്തിൽ അധ്യക്ഷത വഹിച്ചു. 'ഇങ്ക്വാലാബ് സിന്ദാബാദ്', 'സാമ്രാജ്യവാദ് കാ നാഷ് ഹോ-ഭഗത് സിംഗിന് പ്രിയപ്പെട്ട മുദ്രാവാക്യങ്ങൾ ഉയർന്നു. ഭഗത് സിംഗും അദ്ദേഹത്തിന്റെ പ്രവർത്തനങ്ങളും പ്രശംസിക്കപ്പെട്ടു. ദേവ്കി നന്ദൻ ചരൺ, മാസ്റ്റർ മോട്ട സിംഗ് എന്നിവർ അവർക്ക് ആശംസകൾ നേർന്നു. അവസാനം, ഹസൻ-ഉദ്-ദിൻ അവതരിപ്പിച്ച പ്രമേയം ഏകകണ്ഠമായി അംഗീകരിച്ചു:

"ജയിലിൽ കഴിയുന്ന രാഷ്ട്രീയ തടവുകാരോട് മോശമായി പെരുമാറിയതിൽ പ്രതിഷേധിച്ച് കഴിഞ്ഞ പതിനാലു ദിവസമായി ഭഗത് സിങ്ങും ബടുകേശ്വർ ദത്തും നടത്തുന്ന നിരാഹാര സമരത്തെ അമൃത്സറിലെ പൗരന്മാരുടെ ഈ യോഗം അഭിനന്ദിക്കുകയും അവരോട് അനുഭാവം പ്രകടിപ്പിക്കുകയും ചെയ്തു, ബ്യൂറോക്രസിക്ക് മുന്നറിയിപ്പ് നൽകുന്നു. അവരുടെ ജീവൻ എന്തെങ്കിലും അപകടത്തിലായാൽ അതിന്റെ പൂർണ ഉത്തരവാദിത്തം ആയിരിക്കും."

'നൗജവാൻ ഭാരത് സഭ' 1929 ജൂലൈ 21 ന് ഭഗത് സിംഗ് ദിനം ആഘോഷിച്ചു. പതിനായിരം പേർ പങ്കെടുത്തു.

പൊതുസമൂഹം ശക്തമായി പ്രതിഷേധിച്ചിട്ടും നിരാഹാരസമരക്കാരോടുള്ള സർക്കാരിന്റെ സമീപനം മാറിയില്ല. നിർബന്ധിച്ച് ഭക്ഷണം നൽകാൻ ശ്രമിച്ചെങ്കിലും അവർ എതിർത്തു.

സോണ്ടേഴ്സ് വധക്കേസിൽ ലാഹോറിലെ മജിസ്ട്രേറ്റ് ശ്രീകൃഷ്ണ കോടതിയിൽ ജൂലൈ 10ന് വാദം കേൾക്കൽ ആരംഭിച്ചു. കോടതി ജയിലിൽ സിറ്റിംഗ് നടത്തിയിരുന്നു. ഭഗത് സിങ്ങിനെയും ബടുകേശ്വർ ദത്തിനെയും കോടതി സെല്ലിലേക്ക് സ്ട്രെച്ചറിൽ കൊണ്ടുവന്നു. ഇവിടെ അവർ സുഖ് ദേവ്, ശിവ് വർമ തുടങ്ങിയ അവരുടെ മറ്റ് സഹപ്രവർത്തകരെ കണ്ടു. തുടർന്ന് ജൂലായ് 12 ന് ബോസ്റ്റൽ ജയിലിലെ തടവുകാരുടെ രണ്ടാം ബാച്ചും ഭഗത് സിങ്ങിനെ പിന്തുണച്ച് നിരാഹാര സമരത്തിലാണെന്ന് ജയ് ദേവ് കോടതിയിൽ പറഞ്ഞു.

1929 ജൂലൈ 14-ന് ഭഗത് സിംഗ് ഇന്ത്യാ ഗവൺമെന്റിലെ ആഭ്യന്തര വകുപ്പ് അംഗത്തിന് ഒരു കത്തെഴുതി. ജയിലിൽ കഴിയുന്ന തടവുകാരോട് അദ്ദേഹം ഇനിപ്പറയുന്നവ ആവശ്യപ്പെട്ടു:

(i) രാഷ്ട്രീയ തടവുകാരായ നമുക്ക് നല്ല ഭക്ഷണം ലഭിക്കണം. നമ്മുടെ ഭക്ഷണത്തിന്റെ നിലവാരം യൂറോപ്യൻ തടവുകാരുടേത് പോലെ ആയിരിക്കണം. ഞങ്ങൾക്ക് ഒരേ ഭക്ഷണം ആവശ്യമില്ല, പക്ഷേ സ്റ്റാൻഡേർഡ് ഒന്നുതന്നെയായിരിക്കണം.

(ii) അധ്വാനത്തിന്റെ പേരിൽ അപമാനകരമായ ജോലി ചെയ്യാൻ ഞങ്ങളെ ജയിലിൽ നിർബന്ധിക്കരുത്.

(iii) അനുമതിയോടെ, ഞങ്ങൾക്ക് പുസ്തകങ്ങളിലേക്കും എഴുത്ത് സാമഗ്രികളിലേക്കും തടസ്സമില്ലാതെ പ്രവേശനം ഉണ്ടായിരിക്കണം.

(iv) ഓരോ തടവുകാരനും എല്ലാ ദിവസവും കുറഞ്ഞത് ഒരു ദിനപത്രമെങ്കിലും ഉണ്ടായിരിക്കണം.

(v) എല്ലാ ജയിലുകളിലും രാഷ്ട്രീയ തടവുകാർക്കായി ഒരു പ്രത്യേക വാർഡ് ഉണ്ടായിരിക്കണം, യൂറോപ്യൻ തടവുകാരുടെ കാര്യത്തിലെന്നപോലെ അവർക്ക് ആവശ്യമായതെല്ലാം നൽകണം. ജയിലിലെ എല്ലാ രാഷ്ട്രീയ തടവുകാരെയും അവരുടെ പ്രത്യേക വാർഡിൽ പാർപ്പിക്കണം.

(vi) കുളിക്കാനുള്ള സൗകര്യം ഉണ്ടായിരിക്കണം.

(vii) നല്ല വസ്ത്രങ്ങൾ നൽകണം.

(viii) യു.പി.യുടെ ശുപാർശ. രാഷ്ട്രീയ തടവുകാരെ നല്ലൊരു വിഭാഗം തടവുകാരായി കണക്കാക്കണമെന്ന ശ്രീ ജഗത് നാരായണിന്റെയും ഖാൻ ബഹദൂർ ഹാഫിസ് ഹിദായത്ത് ഹുസൈന്റെയും ജയിൽ പരിഷ്കരണ സമിതി നമുക്കും ബാധകമാക്കണം.

ഈ നിരാഹാര സമരം ഭഗത് സിംഗിന്റെ ജീവിതത്തിലെ വിചിത്രമായ പരീക്ഷണമായിരുന്നു. ശാരീരികമായി തളർന്നുപോയെങ്കിലും കൈവിലങ്ങിൽ കോടതിയിലെത്തിച്ചു. ഒരിക്കൽ, 1929 ജൂലൈ 17-ന് ഈ തടവുകാർ കൈവിലങ്ങ് വെക്കാൻ വിസമ്മതിച്ചു. ഭഗത് സിംഗിനെ സ്ട്രെച്ചറിലാണ് കൊണ്ടുവന്നത്. തീരെ അവശനായിരുന്നെങ്കിലും കോടതിയിൽ എഴുന്നേറ്റു. മജിസ്ട്രേറ്റിനെ ശാസിച്ചുകൊണ്ട് അദ്ദേഹം പറഞ്ഞു, "ഞങ്ങളെ പോലീസ് കയ്യോടെ പിടികൂടിയത് അപമാനമായി കരുതുന്നു, നിങ്ങൾ ഞങ്ങളോട് നീതി പുലർത്തുമെന്ന് ഞങ്ങൾ പ്രതീക്ഷിക്കുന്നു. ഞങ്ങളുടെ ഒരു പരാതിയും നിങ്ങൾ പരിഗണിച്ചില്ല; ഞങ്ങൾക്ക് നിങ്ങളോട് ഒട്ടും വിശ്വാസമില്ല. നിങ്ങൾ എല്ലാത്തിലും പോലീസിന്റെ താളത്തിനൊത്ത് നൃത്തം ചെയ്യുന്നു.കൈയിൽ വിലങ്ങുവെച്ചാൽ കേസിന്റെ കാര്യത്തിൽ നമ്മൾ എങ്ങനെ പരസ്പരം സംസാരിക്കും, ഈ കോടതിയിൽ നിന്ന് ഞങ്ങളുടെ കേസിൽ നീതി പ്രതീക്ഷിക്കുന്നില്ല, പിന്നെ എന്തിനാണ് ഈ നാടകം? പോലീസ് ഓഫീസർമാരുടെ കോടതിയോ?

ഭഗത് സിങ്ങിന്റെ ഈ പെരുമാറ്റത്തെ എതിർത്ത മജിസ്ട്രേറ്റ്, ഇത് അപമാനകരവും ഗുണ്ടാപ്രവൃത്തിയുമാണെന്ന് വിശേഷിപ്പിച്ചു. ഭഗത് സിങ്ങിനെതിരെ അച്ചടക്ക നടപടിയെടുക്കാൻ അദ്ദേഹം ജയിൽ സൂപ്രണ്ടിനെ ഉപദേശിച്ചു.

ലാഹോറിലെ സെൻട്രൽ ജയിൽ സൂപ്രണ്ട് 1929 ജൂലൈ 15-ന് പഞ്ചാബിലെ ജയിൽസ് ഇൻസ്പെക്ടർ ജനറലിന് ഒരു റിപ്പോർട്ട് അയച്ചു, അതനുസരിച്ച് ഭഗത്

സിംഗിനും ബടുകേശ്വർ ദത്തിനും പ്രത്യേകതരം ഭക്ഷണം നൽകി. എന്നാൽ ഭഗത് സിംഗ് അത് നിരസിച്ചു. തടവുകാർക്ക് നൽകുന്ന ഭക്ഷണത്തിന്റെ അളവ് സർക്കാർ ഗസറ്റിൽ അറിയിക്കണമെന്നും അത് എല്ലാ രാഷ്ട്രീയ തടവുകാർക്കും ബാധകമാക്കണമെന്നും അദ്ദേഹം പറഞ്ഞു.

ഈ നിരാഹാര സമരം സർക്കാരിന് വെല്ലുവിളിയായി. ജൂലൈ 30 വരെ, ഭഗത് സിങ്ങിന്റെ ഭാരം ആഴ്ചയിൽ 5 പൗണ്ട് എന്ന നിരക്കിൽ കുറയുകയും പിന്നീട് സ്ഥിരത കൈവരിക്കുകയും ചെയ്തു.

നിരാഹാര സമരക്കാരുടെ മോശമായ അവസ്ഥ

നിരാഹാര സമരം നടത്തുന്ന തടവുകാരുടെ ആരോഗ്യനില അനുദിനം വഷളായിക്കൊണ്ടിരുന്നു. എന്നാൽ ജയിൽ അധികൃതർ അവരുടെ ആവശ്യങ്ങൾ അംഗീകരിക്കുന്നതിനു പകരം നിർബന്ധിച്ച് ഭക്ഷണം നൽകാനാണ് ശ്രമിച്ചത്. മറുവശത്ത്, ഭാരതമാതാവിന്റെ ഈ വിലയേറിയ ആഭരണങ്ങൾ വ്യത്യസ്തമായ വസ്തുക്കളാൽ നിർമ്മിച്ചതാണ്. കിഷോരി ലാൽ ചുവന്ന മുളക് ചൂടുവെള്ളത്തിൽ വിഴുങ്ങുമായിരുന്നു, അതിനാൽ ഒരു ട്യൂബിലൂടെ നിർബന്ധിച്ച് ഭക്ഷണം നൽകാൻ ശ്രമിച്ചപ്പോൾ, ട്യൂബ് പുറത്തെടുക്കേണ്ടി വരും, അല്ലാത്തപക്ഷം അയാൾ ശ്വാസം മുട്ടി മരിക്കും. അതുപോലെ അജയ് ഘോഷും നിർബന്ധിച്ച് ഭക്ഷണം നൽകിയ ഉടൻ തന്നെ ഈച്ചകളെ വിഴുങ്ങി, അങ്ങനെ അവൻ അകത്താക്കിയതെല്ലാം ഛർദ്ദിച്ചു. സമരത്തിൽ നിന്ന് പിന്മാറാൻ നിരാഹാര സമരം നടത്തുന്നവരുടെ മുറികളിൽ വെള്ളത്തിന് പകരം പാൽ നിറച്ച കുടങ്ങൾ വച്ചു. എല്ലാ ടെസ്റ്റുകളിലും ഏറ്റവും കഠിനമായിരുന്നു ഇത്. ദാഹത്താൽ അവശരായപ്പോൾ സ്ട്രൈക്കർമാർ പിച്ചുകൾ തകർത്തു. ഈ സാഹചര്യത്തിൽ, സമരക്കാരുടെ മുറികളിൽ വാട്ടർ പിച്ചറുകൾ സ്ഥാപിക്കാൻ ജയിലർ നിർബന്ധിതനായി. ഭക്ഷണം മരുന്നുകളുടെ രൂപത്തിലും പരീക്ഷിച്ചു, പക്ഷേ ഇതും എതിർക്കപ്പെട്ടു. പ്രത്യേക ഭക്ഷണത്തിന്റെ രുചികരമായ വിഭവങ്ങൾ, നല്ല മണം പുറപ്പെടുവിക്കുന്നു, തടവുകാരുടെ സെല്ലുകളിൽ അവർ ഭക്ഷിക്കാൻ പ്രലോഭിപ്പിക്കപ്പെട്ടു. എന്നാൽ തടവുകാർ അവരെ പുറത്താക്കി. ജയിൽ അധികൃതരുടെ എല്ലാ തന്ത്രങ്ങളും പരാജയപ്പെട്ടു.

ജതിൻ ദാസിന്റെ രക്തസാക്ഷിത്വം

ജതിൻ ദാസ് നിർമ്മിച്ചത് എന്താണെന്ന് ആർക്കും അറിയില്ല. സാധ്യമായ എല്ലാ വഴികളിലും അവനെ പോറ്റാനുള്ള ശ്രമങ്ങൾ പരാജയപ്പെട്ടു. ജയിലിലെ തടവുകാർക്കെല്ലാം പഞ്ചാബി ഭക്ഷണം നൽകിയിരുന്നു. എന്നാൽ ബംഗാളിന്റെ പലഹാരങ്ങളായ മീനും ചോറും ജതിൻ ദാസിനെ പ്രലോഭിപ്പിക്കാൻ വാഗ്ദാനം ചെയ്തു. ഇതും അവനെ ബാധിച്ചില്ല. കൂട്ടിലാക്കിയാലും സിംഹം പുല്ല് തിന്നില്ല. ജൂലൈ 24 നാണ് അദ്ദേഹത്തെ ആശുപത്രിയിൽ പ്രവേശിപ്പിച്ചത്.

ആശുപത്രിയിലെ ഡോക്ടർമാർക്കും അദ്ദേഹത്തിന് ഭക്ഷണം നൽകാനായില്ല. അദ്ദേഹം ഭഗത് സിങ്ങുമായി സംസാരിച്ചത് ഇങ്ങനെയാണ്: ജതിൻ ദാസ്: എന്തുകൊണ്ടാണ് നിങ്ങൾ നിർബന്ധിച്ച് ഭക്ഷണം നൽകുന്നത്?

ഭഗത് സിംഗ്: ഞാൻ അതിനെ പരമാവധി എതിർത്തു, പക്ഷേ എന്നെ നിർബന്ധിച്ച് ഭക്ഷണം നൽകുന്നതിൽ അവർ വിജയിക്കുന്നു. ഇതും രണ്ടു വർഷം തുടരാം. എനിക്ക് ഒരു വലിയ മൂക്ക് ഉണ്ട്, അതിൽ അവർക്ക് സൗകര്യപ്രദമായി ട്യൂബ് ഇടാനും തീറ്റ നൽകാനും കഴിയും.

ജതിൻ ദാസിന് പക്ഷിയുടേത് പോലെ ഒരു ചെറിയ മൂക്ക് ഉണ്ടായിരുന്നു. അദ്ദേഹം മരുന്ന് കഴിക്കാൻ വിസമ്മതിച്ചപ്പോൾ ഡോ. ഗോപി ചന്ദ്ര ഭാർഗവ (പിന്നീട് പഞ്ചാബ് മുഖ്യമന്ത്രിയായി) 1929 ഓഗസ്റ്റിൽ സമരക്കാരെ ജയിലിൽ കാണാൻ വന്നു. എന്തുകൊണ്ടാണ് മരുന്ന്, വെള്ളം മുതലായവ കഴിക്കാത്തതെന്ന് ജതിൻ ദാസിനോട് ചോദിച്ചപ്പോൾ. അവന്റെ മറുപടി ഇതായിരുന്നു:

"എനിക്ക് മരിക്കണം."

"എന്തുകൊണ്ട്?"

"എന്റെ രാജ്യത്തിനും രാഷ്ട്രീയമായി കുറ്റാരോപിതരുടെ അവസ്ഥ മെച്ചപ്പെടുത്തുന്നതിനും."

1929 ആഗസ്റ്റ് 6, 9 തീയതികളിൽ പഞ്ചാബ് സർക്കാർ രാഷ്ട്രീയ തടവുകാർക്ക് ചില ഇളവുകൾ പ്രഖ്യാപിച്ചു, അതനുസരിച്ച് വ്യത്യസ്ത തരം ഭക്ഷണം നൽകാമെന്ന് സ്വീകരിച്ചു. അവർക്ക് പുറത്ത് നിന്ന് ഭക്ഷണം ലഭിക്കാനുള്ള സൗകര്യം അനുവദിക്കുകയും മറ്റ് സാധാരണ പൗരന്മാരെപ്പോലെ വസ്ത്രം ധരിക്കാൻ അനുവദിക്കുകയും ചെയ്തു. ഈ ഇളവുകൾ സമരക്കാരുടെ എല്ലാ ആവശ്യങ്ങളും ഉൾക്കൊള്ളുന്നില്ല. അങ്ങനെ നിരാഹാര സമരം തുടർന്നു.

ജതിൻ ദാസിന്റെ അവസ്ഥ കണ്ട് ഭഗത് സിംഗ് പാലെങ്കിലും കുടിക്കാൻ പലതവണ നിർബന്ധിച്ചിട്ടും പക്ഷേ, ദാസ് വഴങ്ങിയില്ല, സ്വീകരിച്ചില്ല. ഭഗത് സിംഗ് വീണ്ടും വീണ്ടും നിർബന്ധിച്ചു. ഭഗത് സിംഗ് പോലും നിർബന്ധിക്കില്ല, ഭാവിയിൽ മരുന്ന് കഴിക്കുമെന്ന് മാത്രം അദ്ദേഹം ഈ ചെറിയ കാര്യത്തിന് സമ്മതിച്ചു. മരുന്നും, ഡോ. ഗോപി ചന്ദ്ര ഭാർഗവ നൽകിയാൽ മാത്രമേ അദ്ദേഹം കഴിക്കൂ. അപ്പോൾ ഡോ. ഭാർഗവ ജതിൻ ദാസിനോട് പറഞ്ഞു, "ശരി. നിങ്ങൾക്ക് മരുന്നുകൾ നൽകാൻ ഞാൻ ദിവസവും വരും. മേജർ ചോപ്രയുടെ (സൂപ്രണ്ട്, ജയിൽ) ആലോചനയിൽ ഞാൻ അത് സംഘടിപ്പിക്കും." എന്നാൽ അടുത്ത ദിവസം തന്നെ ജതിൻ ദാസ് വീണ്ടും മനസ്സ് മാറ്റുകയും മരുന്ന് പോലും കഴിക്കാൻ വിസമ്മതിക്കുകയും ചെയ്തു. ഡോ. ഗോപി ചന്ദ്ര ഭാർഗവയുടെ നിർദ്ദേശപ്രകാരം മുട്ടയുടെ മഞ്ഞക്കരുവും ഗ്ലൂക്കോസും വെള്ളത്തിൽ കലർത്തി വഞ്ചനാപരമായ രീതിയിൽ നൽകി.

1929 ആഗസ്റ്റ് 21-ന് ഡോ. ഗോപി ചന്ദ്ര ഭാർഗവയും രാജർഷി പുരുഷോത്തം ദാസ് ടണ്ടണും ചേർന്ന് ജതിൻ ദാസിനെ വീണ്ടും കാണാൻ വന്നു. ശ്രീ ടണ്ടൻ ജതിൻ ദാസിനോട് പറഞ്ഞു, "നിങ്ങൾ കൂടുതൽ ജീവിക്കാൻ ശ്രമിക്കണമെന്ന് ഞാൻ ആഗ്രഹിക്കുന്നു."

ദാസ് പറഞ്ഞു, "ഞാൻ ജീവിക്കുന്നു."

ടണ്ടൻ: "മരുന്നും ഭക്ഷണവുമില്ലാതെ നിങ്ങൾക്ക് എങ്ങനെ ജീവിക്കാനാകും?"

ദാസ്: "എന്റെ ഇച്ഛാശക്തിയിലൂടെ."

ഡോ. ഭാർഗവ: "നിങ്ങൾക്ക് അത് ചെയ്യാൻ കഴിയുമെന്ന് ഞാൻ കരുതുന്നില്ല. നിങ്ങളുടെ ആദർശങ്ങൾ ഉപേക്ഷിക്കാൻ ഞാൻ ആഗ്രഹിക്കുന്നില്ല. നിങ്ങളുടെ നിരാഹാരസമരവും ഉപേക്ഷിക്കരുത്. എന്നാൽ നിങ്ങളുടെ ജീവിതം മുന്നോട്ട് കൊണ്ടുപോകാൻ മരുന്നുകളും മറ്റും കഴിക്കുക. ദയയോടെ നിങ്ങളുടെ കഷ്ടപ്പാടുകളുടെ ഫലം അറിയാൻ വീണ്ടും പതിനഞ്ച് ദിവസം ജീവിക്കുക, നിങ്ങളുടെ ആവശ്യങ്ങൾ നിറവേറ്റുന്നില്ലെന്ന് നിങ്ങൾ കണ്ടെത്തുകയാണെങ്കിൽ, നിങ്ങൾക്ക് മരുന്നുകൾ കഴിക്കുന്നത് നിർത്താം."

ദാസ്: "എനിക്ക് സർക്കാരിൽ വിശ്വാസമില്ല. ഇപ്പോൾ എനിക്ക് തിരിച്ചുപോകാൻ കഴിയില്ല. എനിക്ക് തീർച്ചയായും എന്റെ ഇച്ഛാശക്തിയിൽ ജീവിക്കാൻ കഴിയും."

ഓഗസ്റ്റ് 30-ന് ഭഗത് സിംഗിന്റെ പിതാവ് സർദാർ കിഷൻ സിംഗ് ജതിൻ ദാസിനെ കാണാൻ വന്നു. ജതിൻ ദാസിനെ അനുനയിപ്പിക്കാൻ സാധ്യമായ എല്ലാ ശ്രമങ്ങളും അദ്ദേഹം നടത്തിയെങ്കിലും വിജയിച്ചില്ല.

ജതിൻ ദാസിന്റെ നിരാഹാര സമരത്തിന്റെ 52-ാം ദിവസം, പണ്ഡിറ്റ് മോത്തി ലാൽ നെഹ്റു ഒരു പ്രഭാഷണത്തിൽ അദ്ദേഹത്തിന്റെ ഗുരുതരാവസ്ഥ വിവരിച്ചത് ഇങ്ങനെയാണ്:

“ഇന്ന് നിരാഹാര സമരത്തിന്റെ 52-ാം ദിവസമാണ്. ഈ നിരാഹാര സമരം ഒരു പൊതു (പൊതു) ആവശ്യത്തിനാണ്, അല്ലാതെ അദ്ദേഹത്തിന്റെ വ്യക്തിപരമായ നേട്ടത്തിനല്ല. ആ മുറിവുകളുടെ പാടുകൾ ശ്രീ വിദ്യാർത്ഥി തന്നെ കണ്ടിട്ടുണ്ട്

ബലം പ്രയോഗിച്ച് ഭക്ഷണം നൽകുന്നതിനിടയിൽ അവരുടെ മേൽ ഉണ്ടായ മുറിവുകൾ ആണ്

പണ്ഡിറ്റ് ജവഹർലാൽ നെഹ്റുവും ഈ നിരാഹാര സമരക്കാരെ കാണാൻ എത്തിയിരുന്നു. ജതിൻ ദാസിനെ കണ്ടുമുട്ടിയ ശേഷം, അദ്ദേഹത്തെ കുറിച്ച് അദ്ദേഹം ഇനിപ്പറയുന്ന നിരീക്ഷണം നടത്തി:

"ജതിൻ ദാസിന്റെ നില അതീവഗുരുതരമാണ്. വളരെ സാവധാനത്തിലാണ് അദ്ദേഹം സംസാരിക്കുന്നത്. അവൻ തീർച്ചയായും സാവധാനമായി മരണത്തിലേക്ക് നീങ്ങുകയാണ്. ഈ ധീരന്മാരുടെ കഷ്ടപ്പാടുകൾ കണ്ട് എനിക്ക്

വളരെ സങ്കടം തോന്നി. രാഷ്ട്രീയ തടവുകാരെ ചികിത്സിക്കണം എന്ന് അവർ ആഗ്രഹിക്കുന്നു. രാഷ്ട്രീയ തടവുകാരെന്ന നിലയിൽ, അദ്ദേഹത്തിന്റെ ആത്മത്യാഗം വിജയിക്കുമെന്ന് എനിക്ക് പൂർണ വിശ്വാസമുണ്ട്.

നിരാഹാര സമരം കാരണം ഈ ലാഹോർ കാണ്ട് കേസിലെ ഹിയറിംഗുകൾ പല അവസരങ്ങളിലും താൽക്കാലികമായി നിർത്തിവയ്ക്കേണ്ടി വന്നു. ഡോക്ടറുടെ റിപ്പോർട്ട് പ്രകാരം ജതിൻ ദാസിന് ആഗസ്ത് 26 ന് മിണ്ടാൻ കഴിയും. ശരീരത്തിന്റെ വിവിധ ഭാഗങ്ങൾ ബോധരഹിതമായി വളർന്നു. ശരീരത്തിന്റെ താഴത്തെ ഭാഗങ്ങൾ ഉയർത്താൻ അവനു കഴിഞ്ഞില്ല. നില അതീവഗുരുതരമായിരുന്നു. ഈ നിരാഹാര സമരത്തിന് പിന്തുണ പ്രഖ്യാപിച്ച് രാജ്യം മുഴുവൻ പ്രതീകാത്മക നിരാഹാര സമരം നടത്തി. തുടർന്ന് സർക്കാർ പരാജയം അംഗീകരിക്കുകയും സെപ്റ്റംബർ 2ന് പഞ്ചാബ് ജയിൽ അന്വേഷണ സമിതിയെ നിയമിക്കുകയും ചെയ്തു. ഈ സമിതിയിലെ നാല് അംഗങ്ങൾ ജയിലിൽ നിരാഹാര സമരക്കാരെ കാണുകയും നിരാഹാര സമരം അവസാനിപ്പിക്കാൻ അവരോട് അഭ്യർത്ഥിക്കുകയും ചെയ്തു. അങ്ങനെ, 1929 സെപ്റ്റംബർ 2-ന് ജതിൻ ദാസ് ഒഴികെ മറ്റെല്ലാ തടവുകാരും നിരാഹാര സമരം അവസാനിപ്പിച്ചു. ഈ ദിവസം ഭഗത് സിങ്ങും ബടുകേശ്വർ ദത്തും 81 ദിവസവും മറ്റുള്ളവരുടെ നിരാഹാര സമരം 51 ദിവസവും പൂർത്തിയാക്കി. ജതിൻ ദാസിന്റെ നില കൂടുതൽ വഷളായി. അതുകൊണ്ട് സർക്കാർ തലകുനിച്ചിട്ടും മറ്റ് കൂട്ടാളികൾ ഇത് സ്വന്തം പരാജയമായി കണക്കാക്കി. അവരിലൊരാൾ പട്ടിണി കിടന്ന് മരണത്തിന്റെ താടിയെല്ലിലേക്ക് നീങ്ങുന്നത് കണ്ടപ്പോൾ അവർക്ക് ഭക്ഷണം എടുക്കാൻ പോലും കഴിഞ്ഞില്ല. അവരുടെ ആത്മാവ് അവരെ കുത്തി. അതിനാൽ, ജതിൻ ദാസിനെ നിരുപാധികം വിട്ടയക്കുന്നതിനും അല്ലാത്ത തടവുകാരെ തമ്മിൽ കാണുന്നതിനുമായി സപ്തംബർ 4 ന് (അവർ അവസാനിപ്പിച്ച് രണ്ട് ദിവസത്തിന് ശേഷം) ഭഗത് സിംഗ്, ബടുകേശ്വർ ദത്ത് എന്നിവരും അവരുടെ മൂന്ന് കൂട്ടാളികളും വീണ്ടും നിരാഹാര സമരം ആരംഭിച്ചു. ഇതുവരെ ശിക്ഷിക്കപ്പെട്ടു.

ജതിൻ ദാസിനെ നിരുപാധികം വിട്ടയക്കണമെന്ന ആവശ്യം സർക്കാർ തള്ളി. ജാമ്യത്തിൽ വിടാൻ സർക്കാർ തയ്യാറായെങ്കിലും ജതിൻ ദാസിന് ഇത് സ്വീകാര്യമായിരുന്നില്ല. ജീവിതത്തിന്റെ അവസാന നാളുകളിൽ ജതിൻ ദാസിന്റെ അവസ്ഥ ഇപ്രകാരമായിരുന്നുവെന്നാണ് ഡോക്ടറുടെ റിപ്പോർട്ട്.

സെപ്റ്റംബർ 4, 1929 - പൾസ് ദുർബലവും മന്ദഗതിയിലുള്ളതും കുറഞ്ഞു/കുറച്ചും.

9 സെപ്റ്റംബർ, 1929 - ഇടയ്ക്കിടെയുള്ള സ്റ്റോപ്പേജിനൊപ്പം പൾസ് ഫാസ്റ്റ്.

1929 സെപ്റ്റംബർ 12 - പൾസ്, ഒരിക്കൽ വളരെ സാവധാനത്തിൽ, അടിക്കുന്നു

ഇടയ്ക്കിടെ. അവൻ മരുന്നുകൾ കഴിക്കാൻ വിസമ്മതിക്കുന്നു.

ജതിൻ ദാസിന്റെ ആരോഗ്യനില കണക്കിലെടുത്ത് ജയിൽ കമ്മിറ്റി ശിപാർശ ചെയ്തെങ്കിലും അത് സർക്കാരിന്റെ ചെവിയിൽ വീണു. സെപ്തംബർ ആദ്യവാരം അദ്ദേഹം അന്തരിക്കുമെന്ന് ആഭ്യന്തര വകുപ്പ് വിലയിരുത്തിയിരുന്നു. അന്ത്യകർമ്മങ്ങൾ സംബന്ധിച്ച അഭിപ്രായം അറിയാൻ ബംഗാൾ സർക്കാരിന് നേരത്തെ തന്നെ കത്തയച്ചിരുന്നു. അദ്ദേഹത്തിന്റെ മൃതദേഹം ബംഗാളിലേക്ക് അയക്കുകയോ ബന്ധുക്കൾക്ക് നൽകുകയോ ചെയ്യരുതെന്ന് ബംഗാൾ സർക്കാർ ആഗ്രഹിച്ചു. അദ്ദേഹത്തെ ലാഹോറിൽ സംസ്കരിക്കണം. എന്നാൽ ബംഗാൾ സർക്കാരിന്റെ ഈ നിലപാട് അംഗീകരിക്കാത്ത ഇന്ത്യാ ഗവൺമെന്റ് അദ്ദേഹത്തിന്റെ മൃതദേഹം ട്രെയിനിൽ ബംഗാളിലേക്ക് അയക്കാൻ തീരുമാനിച്ചു. എന്നാൽ റെയിൽവേ വകുപ്പ് അതിന്റെ ചട്ടങ്ങൾ കണക്കിലെടുത്ത് കഴിവില്ലായ്മ പ്രകടിപ്പിച്ചു.

ഒടുവിൽ, 1929 സെപ്തംബർ 13-ന്, മരണം ഈ എക്കാലത്തെയും സ്ഥിരതയുള്ള, അതുല്യമായ ദേശസ്നേഹിയെ, ഭാരതമാതാവിന്റെ അപൂർവ പുത്രനെ അതിന്റെ ക്രൂരമായ ആലിംഗനത്തിലേക്ക് വലയം ചെയ്തു. അദ്ദേഹത്തിന്റെ രക്തസാക്ഷിത്വ വാർത്ത കാട്ടുതീ പോലെ നാടാകെ പരന്നു. ഡോ. കിച്ച്ലു, സർദാർ കിഷൻ സിംഗ് തുടങ്ങി നിരവധി കോൺഗ്രസ് നേതാക്കൾ ജയിലിലേക്ക് ഓടി. നാല് ദിശകളും 'ജതിൻ ദാസ് സിന്ദാബാദ്', 'ഇൻക്വലാബ് സിന്ദാബാദ്', 'നൗകർ ഷാഹി കാ നാഷ് ഹോ', 'സാമ്രാജ്യവാദ് മുർദാബാദ്' എന്നീ മുദ്രാവാക്യങ്ങളാൽ പ്രതിധ്വനിച്ചു. മൃതദേഹം പോസ്റ്റ്മോർട്ടത്തിന് വിധേയമാക്കിയില്ല. പട്ടിണി മൂലമാണ് മരിച്ചതെന്ന ജയിൽ രേഖ പരിശോധിച്ചാണ് സിവിൽ സർജൻ മരണ സർട്ടിഫിക്കറ്റ് നൽകിയത്. അതുകൊണ്ട് തന്നെ പോസ്റ്റ്മോർട്ടം വേണ്ടിവന്നില്ല. നിയമത്തിന്റെ ഇതിലും വലിയ തമാശയെക്കുറിച്ച് ചിന്തിക്കാൻ കഴിയുമോ?

നാടുമുഴുവൻ ദുഃഖത്തിൽ മുങ്ങി, കണ്ണീരിൽ മുങ്ങി. ഓരോ ഇന്ത്യക്കാരന്റെയും ഹൃദയം വേദനകൊണ്ട് കരഞ്ഞു. ഭഗത് സിങ്ങും കൂട്ടരും അസഹനീയമായ യാതനകൾ അനുഭവിച്ചു. ബ്രിട്ടീഷുകാർക്കെതിരെ പ്രതിഷേധ സൂചകമായി രാജ്യത്തിന്റെ എല്ലാ ഭാഗങ്ങളിലും കൊടുങ്കാറ്റ് വീശാൻ തുടങ്ങി. ബ്രിട്ടീഷ് സാമ്രാജ്യം അതിന്റെ സീറ്റ് ഇളകുന്നത് കണ്ടെത്തി. നേതാജി സുഭാഷ് ചന്ദ്രബോസ് അറുനൂറ് രൂപ തന്റെ സഹോദരന് ശ്രീ. കെ.സി. ലാഹോറിൽ നിന്ന് കൽക്കത്തയിലേക്ക് മൃതദേഹം കൊണ്ടുപോകാൻ നൽകി. മൃതദേഹം ശ്രീ.കെ.സി. ദാസ്. ബോസ്റ്റൽ ജയിലിൽ നിന്ന് 4.00 മണിയോടെ മൃതദേഹം പുറത്തെടുത്തു. ആയിരക്കണക്കിന് ആളുകൾ പങ്കെടുത്ത ഒരു ഘോഷയാത്രയുടെ രൂപത്തിൽ. പ്രശസ്ത വ്യക്തികൾ, അതായത്. ഡോ.ഗോപി ചന്ദ്ര ഭാർഗവ, ഡോ.കിച്ച്ലു, സർദാർ കിഷൻ സിംഗ്, ശാർദുൽ സിംഗ് എന്നിവർ നേതൃത്വം നൽകി. ജാഥ രാത്രി 8.30ന് ഡൽഹി ഗേറ്റിലെത്തി. ലിറ്റൺ റോഡ്, അനാർക്കലി, ലാഹോർ ഗേറ്റ്, പേപ്പർമണ്ടി, മച്ചിഹട്ട,

രംഗ് മഹൽ, ദബ്ബി ബസാർ, പഴയ പോലീസ് സ്റ്റേഷൻ എന്നിവയിലൂടെ വളയുന്നു. മുഹമ്മദിന്റെ ആലംത്തിന്റെ അധ്യക്ഷതയിൽ ഇവിടെ അനുശോചന യോഗം സംഘടിപ്പിച്ചു. പരേതനായ ആത്മാവിന് ആദരാഞ്ജലികൾ അർപ്പിച്ചു. ഇതിനുശേഷം മൃതദേഹം ഷഹീദ്ഗഞ്ചിലെ നൗലാഖ പോലീസ് സ്റ്റേഷനിലേക്ക് കൊണ്ടുപോയി. അത് ഒരു ശവപ്പെട്ടിയിൽ പൊതിഞ്ഞ് ലാഹോർ റെയിൽവേ സ്റ്റേഷനിലേക്ക് കൊണ്ടുപോയി. ഇവിടെ ലക്ഷക്കണക്കിന് ആളുകൾ പരേതന്റെ ആത്മാവിന് ആദരാഞ്ജലികൾ അർപ്പിച്ചു. മൃതദേഹം അടുത്ത ദിവസം, അതായത് 1929 സെപ്റ്റംബർ 14 ന് രാവിലെ 6.00 ന് കൽക്കട്ടയിലേക്ക് കൊണ്ടുപോയി. ലാഹോർ എക്സ്പ്രസ്. അടുത്ത ദിവസം സെപ്തംബർ 15 ന് രാത്രി 7.50 ന് അത് ഹൗറയിലെത്തി. ലക്ഷക്കണക്കിന് ആളുകളാണ് തങ്ങളുടെ പ്രിയ നേതാവിനെ അവസാനമായി ഒരു നോക്ക് കാണാൻ സ്റ്റേഷനിലും പുറത്തും കാത്തുനിന്നത്. ശ്മശാനം വരെയുള്ള ഘോഷയാത്രയിൽ ആറുലക്ഷം പേർ പങ്കെടുത്തു.

ജതിൻ ദാസിന്റെ ഈ രക്തസാക്ഷിത്വത്തിൽ രാജ്യം മുഴുവൻ അതൃപ്തി അലയടിച്ചു. ബ്രിട്ടീഷുകാരുടെ ഈ ക്രൂരതയിൽ പ്രതിഷേധിച്ച് വിവിധ സ്ഥലങ്ങളിൽ യോഗങ്ങൾ നടന്നു. ജതിൻ ദാസിന് ജനങ്ങൾ ആദരാഞ്ജലികൾ അർപ്പിച്ചു. ജതിൻ ദാസിന്റെ മരണത്തിൽ ഏറ്റവും അസന്തുഷ്ടനായ മനുഷ്യൻ ഭഗത് സിംഗ് ആയിരുന്നു, കാരണം അദ്ദേഹത്തെ കൽക്കട്ടയിൽ നിന്ന് പഞ്ചാബിലേക്ക് കൊണ്ടുവന്നത് അദ്ദേഹമായിരുന്നു. ജതിൻ ദാസിന്റെ മരണത്തെക്കുറിച്ച് അദ്ദേഹം ഒരു കവിതയും എഴുതി, അത് ഇടയ്ക്കിടെ സുഹൃത്തുക്കൾക്ക് വായിച്ചു.

ജതിൻ ദാസിന്റെ രക്തസാക്ഷിത്വത്തെക്കുറിച്ചും തടവുകാർക്ക് നൽകിയ മോശം പെരുമാറ്റത്തെക്കുറിച്ചും അംഗങ്ങളുടെ ശ്രദ്ധ ആകർഷിക്കുന്നതിനായി പണ്ഡിറ്റ് മോത്തി ലാൽ നെഹ്റു 1929 സെപ്റ്റംബർ 14-ന് നിയമസഭയിൽ ഒരു അടിയന്തര പ്രമേയം അവതരിപ്പിച്ചു. ആ സന്ദർഭത്തിൽ സംസാരിച്ച അദ്ദേഹം സർക്കാരിന് മനുഷ്യത്വത്തിന്റെ അഭാവമാണെന്ന് നിരീക്ഷിച്ചു. ജതിൻ ദാസിന്റെ മരണം വരെ അവസാനം വരെ ഭരണകൂടം പുലർത്തിയ നിശബ്ദത റോം കത്തുമ്പോൾ നീറോയുടെ ഫിഡിംഗ് പോലെയായിരുന്നു. ഈ അവസരത്തിൽ സംസാരിച്ച പണ്ഡിറ്റ് മദൻ മോഹൻ മാളവ്യ ഭഗത് സിംഗിന്റെയും മറ്റ് വിപ്ലവകാരികളുടെയും പ്രവർത്തനങ്ങളെ പ്രശംസിച്ചു. ഈ പ്രമേയത്തെ പിന്തുണച്ച് നിയമസഭയിലെ മറ്റൊരു അംഗം ശ്രീ അമർ നാഥ് ദത്ത് പറഞ്ഞു:

"ഇംഗ്ലീഷുകാർ നശിക്കും. അവർ ചൊരിഞ്ഞ രക്തത്തിൽ അത് എഴുതുക. നിരാശയും വിദ്വേഷവും ഇല്ലാതാകും. അവർ എത്രത്തോളം പീഡിപ്പിക്കുന്നുവോ അത്രയധികം അവർ നശിപ്പിക്കപ്പെടും."

തന്റെ പ്രസംഗത്തിന്റെ അവസാനഭാഗത്ത് രവീന്ദ്രനാഥ ടാഗോറിന്റെ

കവിതയിൽ നിന്നുള്ള ഇനിപ്പറയുന്ന വരികൾ അദ്ദേഹം വായിച്ചു:

"*ബൊജാ ടോറെ ബാരി ഹോലെ*

ടൂബ് ടാരി ഖാൻ"

(നിങ്ങളുടെ പാപങ്ങളുടെ ഭാരം വർദ്ധിക്കുമ്പോൾ, നിങ്ങളുടെ കപ്പൽ മുങ്ങിപ്പോകും.)

കേന്ദ്ര അസംബ്ലിയിൽ മുഹമ്മദ് അലി ജിന്നയും ജതിൻ ദാസിന് ആദരാഞ്ജലികൾ അർപ്പിച്ചു. ഈ അവസരത്തിൽ സർ ബി.എൽ. നിയമ അംഗം മിത്തൽ പറഞ്ഞു.

"ഇതൊരു തമാശയല്ല. പട്ടിണി കിടന്ന് മരിക്കുന്നത് എല്ലാവരുടെയും പട്ടിണി കിടന്ന് മരിക്കുന്നത് എല്ലാവരുടെയും കപ്പ് ചായയല്ലെന്ന് ബഹുമാനപ്പെട്ട നിയമ അംഗം മനസ്സിലാക്കണമെന്ന് ഞാൻ ആഗ്രഹിക്കുന്നു. നിങ്ങൾ സ്വയം പരീക്ഷിച്ചുനോക്കൂ, നിങ്ങൾക്കറിയാം. നിരാഹാരസമരം നടത്തുന്ന മനുഷ്യനും ഒരു ആത്മാവുണ്ട്. അവൻ ആ ആത്മാവിൽ നിന്ന് പ്രചോദനം ഉൾക്കൊണ്ട്, അവന്റെ ലക്ഷ്യങ്ങളുടെ ഔചിത്യത്തിൽ വിശ്വസിക്കുന്നു, ക്ഷമിക്കണം, ഇന്നത്തെ യുവാക്കൾ ശരിയായാലും മോശമായാലും പ്രക്ഷോഭത്തിലാണ്, മുപ്പത് കോടി ജനങ്ങൾ ഉള്ളപ്പോൾ നിങ്ങൾക്ക് ഇത് തടയാൻ കഴിയില്ല, നിങ്ങൾക്ക് തടയാൻ കഴിയില്ല, നിങ്ങൾക്ക് അവരെ ശാസിക്കാം നിങ്ങൾ ഇഷ്ടപ്പെടുന്നിടത്തോളം അവർ തെറ്റിദ്ധരിക്കപ്പെട്ടുവെന്ന് പറയുക, പക്ഷേ ഓർക്കുക, നിങ്ങളുടെ പ്രവർത്തനങ്ങൾ തത്വങ്ങൾക്ക് വിരുദ്ധമാണ്, മാത്രമല്ല ഓർക്കുക, ജയിലുകൾക്ക് പുറത്ത് ആയിരക്കണക്കിന് യുവാക്കൾ നമുക്കുണ്ട്.

ഹൃദയസ്പർശിയായ ഈ മരണത്തെക്കുറിച്ച് ശ്രീ എം.ആർ.ജയ്കർ ജതിൻ ദാസിന്റെ മരണത്തെക്കുറിച്ച് പറഞ്ഞു:

"അവൻ പതുക്കെ പതുക്കെ കഷണം കഷണമായി മരിച്ചു. ഒരു കൈ ഭക്ഷണമില്ലാതെ തളർന്നു, മറ്റൊരു കൈ പോഷകാഹാരക്കുറവ് കാരണം ഉപയോഗശൂന്യമായി. ആദ്യം ഒരു കാൽ ഉപയോഗശൂന്യമായി, പിന്നെ പ്രകൃതിയുടെ അവസാന സമ്മാനം കാഴ്ച-മറഞ്ഞുപോയി അവന്റെ കണ്ണുകളുടെ തെളിച്ചം പതുക്കെ പതുക്കെ മങ്ങി. കഷണം, തൂങ്ങിക്കിടക്കുന്ന കുരുക്കിന്റെ പെട്ടെന്നുള്ള മരണമല്ല, മറിച്ച് പ്രകൃതിയുടെ സാധാരണ സൃഷ്ടിയും വിധി ക്രമവും സ്വീകരിച്ചതുപോലെ പതുക്കെ."

രാജ്യത്തെ ദുഃഖത്തിന്റെ ഈ വ്യാപകമായ അന്തരീക്ഷത്തിൽ, നിരവധി ദേശസ്നേഹ പത്രങ്ങൾ എഡിറ്റോറിയലുകളും ലേഖനങ്ങളും എഴുതുകയും ജതിൻ ദാസിന് ആദരാഞ്ജലികൾ അർപ്പിക്കുകയും അദ്ദേഹത്തെ ഏറ്റവും വലിയ രാജ്യസ്നേഹിയും ധീരനും രക്തസാക്ഷിയുമാണെന്ന് വിശേഷിപ്പിച്ചു. ലാഹോറിൽ

നിന്ന് പ്രസിദ്ധീകരിക്കുന്ന 'ദി ട്രിബ്യൂൺ' അതിന്റെ എഡിറ്റോറിയലിൽ എഴുതി: "ഒരു മനുഷ്യൻ എപ്പോഴെങ്കിലും ഉയർന്ന ആദർശങ്ങൾക്കായി ധീരനും ധീരനുമായെങ്കിൽ, ആ മനുഷ്യൻ ജതിൻ ദാസ് ആണ്, ഒരു രക്തസാക്ഷിയുടെ രക്തം എല്ലാ തലമുറകൾക്കും ഏറ്റവും മികച്ച വിത്താണെന്നും രാജ്യത്തെ ഏറ്റവും മികച്ച ജീവിതമാണെന്നും തെളിയിച്ചു. ഒരാൾ, സാമൂഹികമായി മെച്ചപ്പെടുത്തിയവൻ രാഷ്ട്രീയ അവസ്ഥയും."

ലാഹോർ ഗൂഢാലോചന കേസിൽ ജതിൻ ദാസ് അറസ്റ്റിലായി. ഈ സാഹചര്യത്തിൽ സർക്കാർ ഉപദേഷ്ടാവ് ജതിൻ ദാസിന് ആദരാഞ്ജലികൾ അർപ്പിച്ചു. ജതിൻ ദാസിന്റെ മരണശേഷം, സെപ്റ്റംബർ 24-ന് ഈ കേസിന്റെ ആദ്യ വാദം കേൾക്കുമ്പോൾ അദ്ദേഹം പറഞ്ഞു: "കോടതിയുടെ അനുമതിയോടെ, എന്റെ സഹപ്രവർത്തകർക്കും സ്വന്തം പേരിലും ഞാൻ ആ വേദനാജനകമായ സംഭവത്തിന് ആദരാഞ്ജലികൾ അർപ്പിക്കുന്നു. കോടതിയുടെ അവസാന സിറ്റിംഗിനിടെ സംഭവിച്ചത്.ജതിൻ ദാസിന്റെ മരണത്തിൽ എല്ലാവരുടെയും പേരിൽ ഞാൻ എന്റെ ഹൃദയംഗമമായ അനുശോചനം രേഖപ്പെടുത്തുന്നു.ആ വ്യക്തിക്ക് അഭിനന്ദിക്കാതിരിക്കാൻ കഴിയാത്ത ചില പ്രത്യേകതകൾ ഉണ്ടായിരുന്നു. അദ്ദേഹം സ്വീകരിച്ച ആശയങ്ങളിൽ നമുക്ക് പങ്കാളികളാകാൻ കഴിയില്ലെങ്കിലും, അദ്ദേഹത്തിന്റെ ലക്ഷ്യങ്ങൾ സാക്ഷാത്കരിക്കുന്നതിലെ ശക്തമായ ധൈര്യവും ദൃഢതയും ഞങ്ങൾ അഭിനന്ദിക്കുന്നു."

ഭഗത് സിംഗ് സ്ഥാപിച്ച 'ഭാരതീയ നൗജവാൻ സഭ' അതിന്റെ അഖിലേന്ത്യാ സമ്മേളനം സെപ്റ്റംബർ 26, 27 തീയതികളിൽ ലാഹോറിൽ നടത്തി. സഖാവ് സുഹാസിനി നമ്പ്യാർ അധ്യക്ഷത വഹിച്ചു. അത് ഇനിപ്പറയുന്ന പ്രമേയം പാസാക്കി:

"രക്തസാക്ഷി ജതീന്ദ്ര ദാസിന്റെ ആദരണീയമായ ആത്മത്യാഗത്തിന് യോഗം ആദരാഞ്ജലികൾ അർപ്പിക്കുകയും അതിന്റെ ഉത്തരവാദിത്തം സർക്കാരിൽ നിശ്ചയിക്കുകയും ചെയ്യുന്നു."

അയർലണ്ടിൽ മിസ്റ്റർ ടെറസ് മക്സ്വീനി തന്റെ മാതൃരാജ്യത്തിനായി സ്വയം ത്യാഗം ചെയ്തു. അദ്ദേഹത്തിന്റെ ഭാര്യ ശ്രീമതി മേരി ജതിൻ ദാസിന്റെ കുടുംബത്തിന് അനുശോചനം അറിയിച്ചുകൊണ്ട് ഒരു ടെലിഗ്രാം അയച്ചു. അതിൽ ഇങ്ങനെ എഴുതിയിരുന്നു:

"ജതിൻ ദാസിന്റെ മരണത്തിൽ ദു:ഖത്തിന്റെയും അഭിമാനത്തിന്റെയും വേളയിൽ ടെറസ് മക്സ്വീനിയുടെ കുടുംബം ദേശസ്നേഹികളായ ഇന്ത്യക്കാർക്ക് ഒപ്പം നിൽക്കുന്നു. സ്വാതന്ത്ര്യം തീർച്ചയായും എത്തിച്ചേരും."

ഒരു വശത്ത് രാജ്യം മുഴുവൻ ജതിൻ ദാസിന്റെ മരണത്തിൽ ദു:ഖത്തിൽ മുങ്ങുമ്പോൾ, പഞ്ചാബ് ഗവർണർ ക്രൂരതയുടെ അതിർവരമ്പുകൾ ലംഘിച്ചു. ദാസ് 1929 സെപ്റ്റംബർ 13-ന് ഉച്ചയ്ക്ക് 1.15-ന് അന്തരിച്ചു. അതേ ദിവസം തന്നെ

ഗവർണർ സിംലയിൽ നിന്ന് മടങ്ങി, വൈകുന്നേരം ഒരു ഉദ്യാന പാർട്ടി നീട്ടി. മിക്ക ഇന്ത്യൻ അംഗങ്ങളും അദ്ദേഹത്തിന്റെ ക്ഷണം സ്വീകരിച്ചില്ല. അത്തരമൊരു നീചമായ പ്രവർത്തനത്തെ നിങ്ങൾ എന്താണ് വിളിക്കുന്നത്? "റോം കത്തുമ്പോൾ നീറോ ഫിഡിംഗ് ചെയ്യുകയായിരുന്നു."

ഇപ്പോൾ, നിരാഹാര സമരം എത്രയും വേഗം അവസാനിപ്പിക്കണമെന്ന് രാജ്യം മുഴുവൻ ആഗ്രഹിച്ചു. ഇത് അവസാനിപ്പിക്കാൻ പൊതുജനങ്ങളും നേതാക്കളും അവരവരുടെ വഴികളിൽ ശ്രമിച്ചു. ഈ സമയത്താണ് ജയിൽ പരിഷ്കരണ സമിതി സർക്കാരിന് ശുപാർശകൾ അയച്ചത്. തങ്ങളുടെ ആവശ്യങ്ങളിൽ ഭൂരിഭാഗവും അംഗീകരിക്കപ്പെടുമെന്നായിരുന്നു ഭഗത് സിംഗിന്റെ നിലപാട്. അതിനാൽ, അദ്ദേഹം തന്റെ കൂട്ടാളികളോട് പറഞ്ഞു, "ഇപ്പോൾ, ഇത് മതി, ഈ ശുപാർശകളോട് സർക്കാർ എങ്ങനെ പ്രതികരിക്കുമെന്ന് നമുക്ക് നോക്കാം." അതിനാൽ സമരം അവസാനിപ്പിക്കാൻ അവർ സമ്മതിച്ചു. ഇതോടെ ജയിൽ അധികൃതർക്ക് വലിയ ആശ്വാസം തോന്നി. എല്ലാവർക്കുമായി ഫ്രൂട്ട് ജ്യൂസ് തയ്യാറാക്കി, പക്ഷേ ഭഗത് സിംഗ് തന്റെ സമരം അവസാനിപ്പിക്കാൻ ആഗ്രഹിച്ചത് ഒരു ഫുൽക്കയും (ഇളം ചപ്പാത്തി) പരിപ്പും കഴിച്ചാണ്. ഇത്രയും ദിവസമായി വയറ് ഒഴിഞ്ഞു കിടന്നതിനാൽ ഫുൾക്ക കഴിക്കുന്നത് നല്ലതല്ലെന്ന് ഡോക്ടർ പറഞ്ഞെങ്കിലും വിപ്ലവകാരികൾ തോക്കിൽ കുടുങ്ങി. അതിനാൽ നിർബന്ധിതമായി ജയിൽ അധികൃതർക്ക് വഴങ്ങേണ്ടി വന്നു.ഒക്ടോബർ 15ന് നിരാഹാര സമരം അവസാനിപ്പിച്ചു.

പരിഷ്കരണ സമിതിയുടെ ശുപാർശകൾ നടപ്പാക്കുന്നതിൽ സർക്കാർ നിസ്സംഗത പുലർത്തി. അതിനാൽ, ഗവൺമെന്റിന്റെ ഈ നടപടിക്കെതിരെ ഭഗത് സിംഗ് ശക്തമായി പ്രതിഷേധിക്കുകയും ഒരു പ്രത്യേക മജിസ്ട്രേറ്റ് മുഖേന ഇന്ത്യാ ഗവൺമെന്റിലെ ആഭ്യന്തര മന്ത്രിക്ക് ഒരു ടെലിഗ്രാം അയച്ചു. സർക്കാർ ശുപാർശകളിൽ നിന്ന് പിന്നോട്ട് പോകുന്നുവെന്ന് മുന്നറിയിപ്പ് നൽകുകയും നടപടിയെടുക്കാൻ ഒരാഴ്ച സമയം നൽകുകയും ചെയ്തു. ഭഗത് സിംഗ് സത്യത്തിൽ നിന്ന് പിന്മാറുന്ന ആളായിരുന്നില്ല. അതിനാൽ, അദ്ദേഹം തന്നെ 1930 ജനുവരി 20-ന് ഇന്ത്യൻ ഗവൺമെന്റിന്റെ ആഭ്യന്തര മന്ത്രിക്ക് ഒരു അപേക്ഷയും എഴുതി:

"രാഷ്ട്രീയ തടവുകാരുമായുള്ള നല്ല പെരുമാറ്റം സംബന്ധിച്ച പ്രശ്നം ഞങ്ങൾക്ക് തൃപ്തികരമായി ഉടൻ പരിഹരിക്കപ്പെടുമെന്ന പരിഷ്കരണ സമിതിയുടെ ഈ ഉറപ്പിന്മേലാണ് ഞങ്ങൾ നിരാഹാര സമരം അവസാനിപ്പിച്ചത്. നിരാഹാര സമരവുമായി ബന്ധപ്പെട്ട് അഖിലേന്ത്യ നടത്തിയ ശുപാർശകളിൽ ജയിൽ അധികൃതർ ഇരിക്കുകയാണ്. കോൺഗ്രസ് കമ്മിറ്റി, തടവുകാരെ കാണാൻ കോൺഗ്രസുകാർക്ക് അനുമതി നിഷേധിച്ചു.ഗൂഢാലോചനക്കേസിൽ (അണ്ടർ

വിചാരണ) ബന്ധപ്പെട്ടവരെ ഒക്ടോബർ 23, 24 തീയതികളിൽ ഉന്നത പോലീസ് ഉദ്യോഗസ്ഥരുടെ ഉത്തരവനുസരിച്ച് നിഷ്കരുണം മർദ്ദിച്ചു.

എസ്ഡി/ ഭഗത് സിംഗ്, ദത്ത് തുടങ്ങിയവർ."

ഈ അപേക്ഷ സർക്കാരിൽ എത്തി. എന്നാൽ ഇത് പുറത്തുനിന്നുള്ള രാഷ്ട്രീയക്കാരുടെ സമ്മർദ്ദത്തിന് വഴങ്ങി എഴുതിയതാണെന്നാണ് സർക്കാർ കരുതുന്നത്. ഗൂഢാലോചനക്കേസിലെ തടവുകാരെ മർദിച്ച സംഭവത്തിൽ പൊലീസിന് പിഴവില്ലെന്ന് സർക്കാർ വിലയിരുത്തി. സർക്കാരിന്റെ അഭിപ്രായത്തിൽ, ഈ ആളുകളെ ബലം പ്രയോഗിച്ച് കോടതിയിൽ കൊണ്ടുവന്നു, ഒരു തല്ലും നടന്നില്ല. ഭഗത് സിംഗും കൂട്ടാളികളും സർക്കാരിന്റെ മുടന്തൻ ന്യായീകരണങ്ങളിൽ അതൃപ്തരായിരുന്നു. അങ്ങനെ, അവർ തങ്ങളുടെ കൂട്ടാളികളോടൊപ്പം 1930 ഫെബ്രുവരിയിൽ രണ്ടാഴ്ചത്തേക്ക് വീണ്ടും നിരാഹാര സമരം ആരംഭിച്ചു. അതിനാൽ, സമിതിയുടെ പ്രധാന ശുപാർശകൾ ഉൾപ്പെടുത്തി ഗവൺമെന്റിന് ഒടുവിൽ ഒരു നിയമം കൊണ്ടുവരേണ്ടി വന്നു. ജതിൻ ദാസിന്റെ ത്യാഗത്തിനും കഠിനമായ യാതനകൾക്കും പീഡനങ്ങൾക്കും ശേഷമാണ് തടവുകാർക്ക് ഈ സൗകര്യങ്ങൾ ലഭിച്ചത്.

7

ലാഹോർ ഗൂഢാലോചന കേസ്

സോണ്ടേഴ്സ് വധക്കേസിന്റെ വിചാരണ ലാഹോറിലെ മജിസ്ട്രേറ്റ് ശ്രീകൃഷ്ണ കോടതിയിൽ ജൂലൈ 10-ന് ആരംഭിച്ചതായും കോടതി നടപടികൾ ജയിൽ വളപ്പിൽ നടന്നതായും മുൻ അധ്യായത്തിൽ പറഞ്ഞിട്ടുണ്ട്. ഭഗത് സിങ്ങും ബടുകേശ്വർ ദത്തും അന്ന് നിരാഹാര സമരത്തിലായിരുന്നു. ചന്ദ്രശേഖർ ആസാദ്, ഭഗവാൻ ദാസ്, കൈലാഷ് പതി, ഭഗവതി ചരൺ വോറ, യഷ് പാൽ, സത്ഗുരു എന്നിവരെ പിടികൂടാൻ കഴിയാത്ത 24 പേരെയും ഒളിവിലുള്ളവരായി പ്രഖ്യാപിച്ചു. അജയ് ഘോഷ്, യതീന്ദ്ര നാഥ് സന്യാൽ, ദേവ് രാജ് എന്നീ മൂന്ന് പേരെ നിയമത്തിന്റെ വിവിധ വകുപ്പുകളുടെ അടിസ്ഥാനത്തിലാണ് വിട്ടയച്ചത്. ബാക്കി പതിനഞ്ചുപേരെ വിചാരണ ചെയ്തു. ഇവരെ കൂടാതെ ഏഴ് പേർ സർക്കാർ സാക്ഷികളായി. രാം ശരൺ ദാസ്, ബ്രഹ്മ ദത്ത്, ജയ് ഗോപാൽ, ഫണീന്ദ്ര നാഥ് ഘോഷ്, മൻ മോഹൻ ബാനർജി, ഹൻസ് രാജ് വോറ, ലളിത് കുമാർ മുഖർജി എന്നിവരായിരുന്നു അവരുടെ പേരുകൾ. ഇവരിൽ രാം ശരൺ ദാസിനെയും ബ്രഹ്മ ദത്തിനെയും വിശ്വാസയോഗ്യരായി കണക്കാക്കിയിരുന്നില്ല. കേസിൽ ബാക്കിയുള്ള അഞ്ചുപേർക്ക് സമൻസ് അയച്ചു.

കേസിന്റെ ഫലം ബ്രിട്ടീഷ് സർക്കാർ ആഗ്രഹിക്കുന്നത് പോലെയായിരിക്കുമെന്ന് എല്ലാ യുവാക്കളും വിശ്വസിച്ചു. ബാക്കിയുള്ളവ നീതിയുടെ ഒരു ചാഞ്ചാട്ടമായിരിക്കാം. അങ്ങനെ അവർക്ക് കേസിൽ താൽപര്യം നഷ്ടപ്പെട്ടു. കോടതി നടപടികൾ തടസ്സപ്പെടുത്താൻ ഭഗത് സിങ്ങും കൂട്ടരും മറ്റൊരു വഴി കണ്ടെത്തി. കോടതിയിൽ എത്തിയാലുടൻ ചുറ്റും നോക്കുകയും തുടർന്ന് ഇൻക്വിലാബ് സിന്ദാബാദ് എന്ന മുദ്രാവാക്യം വിളിക്കുകയും ചെയ്യും. ഇതിനുശേഷം അവർ 'വന്ദേമാതരം' പാടും, അല്ലെങ്കിൽ ഭ്രാന്തമായ പോലെ പാടും:

'സർഫരോഷി കി തമന്ന അബ് ഹമാരേ ദിൽ മേ ഹൈ

ദേഖ്നാ ഹേ സോർ കിത്നാ ബസു-ഇ-ക്വാറ്റിൽ മേ ഹൈ.

വക്ത് ആനേ ദേ ബതാ ദേംഗേ തുജെ ആയ് ആസ്മാൻ

ഹം അഭി സേ ക്യാ ബതയേൻ ക്യാ ഹമാരേ ദിൽ മേ ഹൈ

എ ഷാഹിദ് മുൽക്കോ മില്ലത്ത് പ്രധാന തേരി ഉപർ നിസാർ

അബ് മേരി കിസ്മത് കാ ചർച്ച ഔർ കി മെഹ്ഫിൽ മേ ഹൈ

സർഫോർഷി കി തമന്ന അബ് ഹമാരി ദിൽ മേ ഹൈ'.

(ഇപ്പോൾ നമ്മുടെ മനസ്സിലെ ആഗ്രഹം നമ്മുടെ തല വിൽക്കാനാണ്.

കൊലപാതകിയുടെ ആയുധങ്ങൾ എത്രത്തോളം ശക്തമാണെന്ന് നമുക്ക് കാണണം.

സമയം വരട്ടെ, ഓ ആകാശമേ, ഞങ്ങൾ നിങ്ങളോട് പറയും.

ഞങ്ങളുടെ മനസ്സിലുള്ളത് ഞങ്ങൾ എന്തിന് നിങ്ങളോട് പറയണം.

രാജ്യത്തിന്റെയും സമൂഹത്തിന്റെയും രക്തസാക്ഷികളേ, നിങ്ങൾക്കായി ഞാൻ എന്നെത്തന്നെ ബലിയർപ്പിക്കുന്നു.

ഇപ്പോൾ എന്റെ വിധിയെക്കുറിച്ചുള്ള ചർച്ച മറ്റുള്ളവരുടെ കോടതികളിലാണ്.

ഇപ്പോൾ നമ്മുടെ മനസ്സിലെ ആഗ്രഹം നമ്മുടെ തല വിൽക്കാനാണ്.)

'ഇൻക്വലാബ് സിന്ദാബാദ്.' വിപ്ലവകാരികളുടെ ഈ കൂട്ടുകെട്ടിന് മുന്നിൽ മജിസ്ട്രേറ്റ് ശ്രീകൃഷ്ണ വർമ്മ മിടുക്കനായി. അക്കാലത്ത് ലാഹോറിലെ ഏറ്റവും പ്രധാനപ്പെട്ട സ്ഥലമായിരുന്നു ഈ കോടതി. കോടതിയുടെ പ്രധാന ഗേറ്റ് റോഡിന് അഭിമുഖമായിരുന്നു.അവധിയായപ്പോൾ സ്കൂളുകളിലെയും കോളേജുകളിലെയും വിദ്യാർത്ഥികൾ അവിടെ ഒത്തുകൂടി. വലിയ ജനക്കൂട്ടം കോടതിക്ക് പുറത്ത് തടിച്ചുകൂടും. ഭഗത് സിംഗിന് ഉച്ചത്തിലുള്ള ശബ്ദമായിരുന്നു. പുറത്തുള്ള ജനക്കൂട്ടം അത് കേൾക്കത്തക്കവിധം അവൻ ഉറക്കെ സംസാരിച്ചു. പുറത്തുള്ള ജനക്കൂട്ടം ഈ ധീരന്മാർ ആലപിച്ച വിപ്ലവഗാനമോ ദേശീയഗാനമോ ആവർത്തിച്ചു. കവി ഓം പ്രകാശ് ശർമ്മയുടെ ഇനിപ്പറയുന്ന ഗാനം അക്കാലത്ത് വളരെ ജനപ്രിയമായിരുന്നു. ആളുകൾ അവരുടെ വീടുകളിൽ ഇത് പാടി:

'കഭി വോ ദിൻ ഭി ആയേഗാ കി ആസാദ് ഹം ഹോംഗേ.

യേ അപ്നി ഹായ് ജമീൻ ഹോഗി, യേ അപ്നാ ആസ്മാൻ ഹോഗാ.

ഷഹീദോൻ കി ചിറ്റോൺ പർ ജുഡേംഗേ ഹർ ബരാസ് മേലെ

വതൻ പർ മർനെ വാലോൻ കാ യാഹി ബാകി നിഷാൻ ഹോഗാ'.

(ഭാവിയിൽ ചിലപ്പോൾ നമ്മൾ സ്വതന്ത്രരാകുന്ന ഒരു ദിവസം വരും.

അത് നമ്മുടെ ഭൂമിയായിരിക്കും, നമ്മുടെ ആകാശമായിരിക്കും.

എല്ലാ വർഷവും രക്തസാക്ഷികളെ അഗ്നിജ്വാലകളിലേക്ക് കൊണ്ടുവരുന്ന മേളകൾ നടക്കും.

രാജ്യത്തിനുവേണ്ടി മരിച്ചവരുടെ അവസാനത്തെ അടയാളമാണിത്).

മജിസ്ട്രേറ്റ് കോടതിയിൽ പ്രവേശിച്ചാലുടൻ ദേശീയ, വിപ്ലവഗാനങ്ങളുടെ ഈണങ്ങളും അലകളും കൊണ്ട് കോടതിമുറി പ്രതിധ്വനിക്കാൻ തുടങ്ങും. അപ്പോൾ കോടതി മുറിയിൽ ഒരു വിചിത്രമായ നിശബ്ദത ഇറങ്ങും. എല്ലാവരും നിശ്ശബ്ദരാകും. ജഡ്ജി കസേരയിൽ തല കുനിച്ച് നിശബ്ദനായി ഇരിക്കും.

വക്കീലന്മാർ മിണ്ടാതിരിക്കും. പ്യൂണോ മറ്റ് ജോലിക്കാരോ തല കുനിച്ച് ഇരിക്കുകയോ നിൽക്കുകയോ ചെയ്യും. കോടതിയിലെത്തിയ വിപ്ലവകാരികളുടെ ബന്ധുക്കളുടെ മുഖത്ത് അജ്ഞാതവും വിചിത്രവുമായ നിശബ്ദത പ്രതിഫലിക്കും. ഭഗത് സിങ്ങും കൂട്ടരും ഈ കോടതിമുറിയെ കീഴടക്കിയതുപോലെ തോന്നി. സെല്ലുമുഴുവൻ ദേശസ്നേഹത്തിന്റെ നിറത്തിൽ നിഴലിച്ചതായി തോന്നി.

1930-ലെ ഓർഡിനൻസ് No.3 w.e.f. 1930 മെയ് 1. അതിനു കീഴിൽ ഒരു പ്രത്യേകതരം നീതിന്യായ കോടതി രൂപീകരിച്ചു. അതിനാൽ ഈ ഓർഡിനൻസ് പ്രകാരം ഈ ലാഹോർ കേസും ഇതിനെതിരെ നടന്നു. ജസ്റ്റിസ് ജെ. കോൾഡ് സ്ട്രീം അതിന്റെ പ്രസിഡന്റായിരുന്നു, അഘാ ഹൈദറും ജി.സി. ഹിൽട്ടൺ അംഗങ്ങളായി. വാസ്തവത്തിൽ, ഒന്നാം ലോകമഹായുദ്ധസമയത്ത് ഈ ട്രിബ്യൂണലിലേക്ക് കേസുകൾ കൈമാറി. ഇവിടെ മൂന്ന് ജഡ്ജിമാരെയും നിയമിച്ചത് ലാഹോർ ഹൈക്കോടതി ചീഫ് ജസ്റ്റിസാണ്. ഒരു പ്രത്യേക ലക്ഷ്യത്തോടെയാണ് ഈ ട്രിബ്യൂണൽ രൂപീകരിച്ചത്. വിപ്ലവകാരികൾ ബോധപൂർവം കോടതിയെ തെറ്റിദ്ധരിപ്പിക്കാൻ ശ്രമിച്ചതായി സർക്കാർ ഭയപ്പെട്ടു. അതിനാൽ, ഇത്തരത്തിലുള്ള കേസുകൾ കൈകാര്യം ചെയ്യാൻ ട്രൈബ്യൂണലിന് പ്രത്യേക അവകാശങ്ങൾ നൽകി. അങ്ങനെ 1930 മെയ് 5-ന് ലാഹോറിലെ പൂഞ്ച് ഹൗസിൽ ട്രിബ്യൂണലിന് മുമ്പാകെയുള്ള വാദം കേൾക്കൽ ആരംഭിച്ചു. ഭഗത് സിംഗിന്റെ അഭിപ്രായത്തിൽ ഇത്തരമൊരു ട്രൈബ്യൂണലിന്റെ ഭരണഘടന നിയമവിരുദ്ധമായിരുന്നു. അതിനാൽ തന്റെ വാദം തെളിയിക്കാൻ പതിനഞ്ച് ദിവസത്തെ സമയം ആവശ്യപ്പെട്ടെങ്കിലും അദ്ദേഹത്തിന്റെ അപേക്ഷ നിരസിക്കപ്പെട്ടു. സർക്കാർ അഭിഭാഷകൻ കോർഡൻ നോഡ് വാദങ്ങൾ ആരംഭിച്ച് ഇനിപ്പറയുന്ന മൂന്ന് കുറ്റങ്ങൾ ചുമത്തി:

(i) ഗൂഢാലോചനയും കൊലപാതകവും.

(ii) ഡെക്കോയിറ്റിയും ബോംബ് നിർമ്മാണവും.

(iii) ബോംബുകളും മറ്റ് രീതികളും ഉപയോഗിച്ച് ബ്രിട്ടീഷ് സാമ്രാജ്യത്തിനെതിരായ യുദ്ധം.

ഭഗത് സിംഗ് ഒരു അഭിഭാഷകനെ ഏർപ്പാടാക്കാൻ വിസമ്മതിച്ചു, എന്നാൽ കോടതി നടപടികളിൽ വാതേ സൂക്ഷിക്കുന്നതിനും കോടതിയിൽ വാദത്തിനിടെ ഉപദേശം തേടുന്നതിനും ലാലാ ദുനി ചന്ദിനെ നിയമോപദേശകനായി സ്വീകരിക്കാൻ സമ്മതിച്ചു. 1930 മെയ് 12-ന് ഭഗത് സിങ്ങിനെയും അദ്ദേഹത്തിന്റെ മറ്റ് വിപ്ലവ സഹകാരികളെയും വിലങ്ങുകളോടെ കോടതിയിലേക്ക് കൊണ്ടുവന്നു. അയാൾ അതിനെ പല്ലും നഖവും എതിർക്കുകയും കൈവിലങ്ങുകൾ നീക്കുന്നതുവരെ പോലീസ് ജീപ്പിൽ നിന്ന് ഇറങ്ങാൻ വിസമ്മതിക്കുകയും ചെയ്തു. അദ്ദേഹത്തെ ബലം പ്രയോഗിച്ച് ജീപ്പിൽ നിന്ന് ഇറക്കിവിടാൻ ട്രിബ്യൂണൽ

പ്രസിഡന്റ് ശ്രീ.ജെ. കോൾഡ് സ്ട്രീം പോലീസിനോട് ഉത്തരവിട്ടു. പോലീസ് നടപടിക്കെതിരെ ഇവരെല്ലാം കോടതി നടപടികൾ ബഹിഷ്കരിക്കുകയും നടപടികളിൽ പങ്കെടുത്തില്ല. ഉച്ചഭക്ഷണ ഇടവേളയിൽ ഉച്ചയോടെ ഇവരുടെ കൈവിലങ്ങ് നീക്കം ചെയ്തെങ്കിലും ഉച്ചഭക്ഷണത്തിന് ശേഷം കോടതി നടപടികൾ പുനരാരംഭിച്ചപ്പോൾ പോലീസ് വീണ്ടും കൈവിലങ്ങിടാൻ ശ്രമിച്ചു. വിപ്ലവകാരികൾ അതിനെ ചെറുത്തു. സംഘർഷാവസ്ഥയിലേക്ക് നീങ്ങി സ്ഥിതി വഷളായി. ഭഗത് സിങ്ങിനെ ബാറ്റണും ഷൂസും ഉപയോഗിച്ച് തല്ലാൻ പോലീസിന് നിർദ്ദേശം നൽകി. ഈ മർദ്ദനത്തിനിടെ മാധ്യമപ്രവർത്തകരും മറ്റ് സന്ദർശകരും ഉണ്ടായിരുന്നു. ട്രൈബ്യൂണലിലെ ഇന്ത്യൻ അംഗമായ ആഘ ഹൈദറിന് ഈ സംഭവത്തിൽ വളരെ സങ്കടം തോന്നി, അതിനാൽ അന്നത്തെ കോടതി നടപടികളിൽ ഒപ്പിടാൻ അദ്ദേഹം വിസമ്മതിച്ചു. ഈ സംഭവത്തിൽ പൊതുജനങ്ങളും കടുത്ത അമർഷത്തിലായിരുന്നു. അതിനാൽ, പൊതുജന സമ്മർദ്ദത്തെത്തുടർന്ന് മിസ്റ്റർ കോൾഡ് സ്ട്രീമിനെ ദീർഘകാല അവധിയിൽ അയച്ചു.

1930 ജൂൺ 21-ന് രണ്ടാമത്തെ പ്രത്യേക ട്രൈബ്യൂണൽ രൂപീകരിച്ചു. മിസ്റ്റർ കോൾഡ് സ്ട്രീമും ആഘാ ഹൈദറും അതിൽ ഇടം കണ്ടെത്തിയില്ല. ഇവർക്ക് പകരം രണ്ട് പുതിയ അംഗങ്ങളായ ജസ്റ്റിസ് ജെ.കെ. കെപ്പ്, ജസ്റ്റിസ് അബ്ദുൾ ഖാദർ. മൂന്നാമത്തെ അംഗം ജി.സി. ഹിൽട്ടൺ തന്റെ പോസ്റ്റിൽ തുടർന്നു.

ഭഗത് സിംഗിനെ മർദിച്ചത് അച്ചടക്ക ലംഘനമാണെന്ന് കോടതി വിലയിരുത്തി. കോടതിയുടെ ഈ പ്രാകൃതവും വന്യവുമായ പ്രവൃത്തി ചുറ്റും അപലപിക്കപ്പെട്ടു. വാർത്ത ലോകം മുഴുവൻ പരന്നു. പോളണ്ട്, കാനഡ, ജപ്പാൻ, തെക്കേ അമേരിക്ക എന്നിവിടങ്ങളിൽ നിന്ന് ഈ വിപ്ലവകാരികൾക്ക് സാമ്പത്തിക സഹായം ഒഴുകി. ഈ കോടതി നടപടിയിൽ പ്രതിഷേധിച്ച് രാജ്യമെങ്ങും ഭഗത് സിംഗ് ദിനം ആചരിച്ചു. പണ്ഡിറ്റ് മോട്ടിലാൽ നെഹ്റു, പണ്ഡിറ്റ് ജവഹർലാൽ നെഹ്റു, റാഫി അഹമ്മദ് കിദ്വായ്, സുഭാഷ് ചന്ദ്രബോസ്, കല കങ്കാറിന്റെ ഭരണാധികാരി ബാബ ഗുരുദത്ത് സിംഗ്, മോഹൻലാൽ സക്സേന, നരിമാൻ തുടങ്ങിയ സ്വാതന്ത്ര്യ സമര സേനാനികൾ വിപ്ലവകാരികളെ കാണാൻ ജയിലിലെത്തി.

വിപ്ലവകാരികളിൽ ഒരാളായിരുന്നു യതീന്ദ്ര നാഥ് സന്യാൽ. മഹാവീർ സിംഗ്, ബടുകേശ്വർ ദത്ത്, ഡോ. ഗയാ പ്രസാദ് നിഗം, കുന്ദൻ ലാൽ എന്നിവർക്ക് വേണ്ടിയും സ്വന്തം ഭാഗത്തുനിന്നും കോടതിയിൽ എന്തെങ്കിലും പറയാൻ അദ്ദേഹം എഴുന്നേറ്റു. അദ്ദേഹം തന്റെ പ്രസ്താവന എഴുതിയിരുന്നു. അവൻ അത് വായിക്കാൻ തുടങ്ങി. അതിൽ ബ്രിട്ടീഷ് സർക്കാരിന്റെ രാഷ്ട്രീയത്തെ അദ്ദേഹം നിശിതമായി വിമർശിച്ചിരുന്നു. മൊഴി പൂർത്തിയാക്കാൻ അനുവദിച്ചില്ല, കൂടാതെ അദ്ദേഹത്തിന്റെ രേഖാമൂലമുള്ള പ്രസ്താവന അവനിൽ നിന്ന് തട്ടിയെടുത്തു.

കോടതിയുടെ ശ്രദ്ധ ആകർഷിക്കാൻ അദ്ദേഹം ആഗ്രഹിച്ചു, പ്രത്യേകിച്ച് തന്റെ അവസാന വരികൾ: "ഈ കാരണങ്ങളാൽ, ഈ ഏകപക്ഷീയവും വഞ്ചനാപരവുമായ ഷോ സ്വീകരിക്കാൻ ഞങ്ങൾ വിസമ്മതിക്കുന്നു, അതിനുശേഷം ഈ കോടതിയുടെ ഒരു നടപടിയിലും ഞങ്ങൾ പങ്കെടുക്കില്ല."

ഈ കേസിലെ കോടതി നടപടികളും ജയിലിലെ വിപ്ലവകാരികളുമായുള്ള അധികാരികളുടെ പെരുമാറ്റവും തുടക്കം മുതലേ തൃപ്തികരമല്ലായിരുന്നു. ഫെബ്രുവരി 11-ന് ബടുകേശ്വർ ദത്തിനും തനിക്കും വേണ്ടി ഭഗത് സിംഗ് മജിസ്ട്രേറ്റിന് കത്തെഴുതി:

മറ്റ് കൂട്ടുപ്രതികൾ വിദൂര സംസ്ഥാനങ്ങളിൽ താമസിക്കുന്നവരാണ്. അതിനാൽ അവർക്ക് പരിചയക്കാരെ കാണാനുള്ള സൗകര്യം അനുവദിക്കണം. ശ്രീ ബടുകേശ്വർ ദത്തും കമൽനാഥ് തിവാരിയും മിസ് ലജ്ജാവതിയെ കാണാൻ ആഗ്രഹം പ്രകടിപ്പിച്ചിരുന്നുവെങ്കിലും അവരെ അനുവദിച്ചില്ല. അവരുടെ ബന്ധുവോ വക്കീലോ അല്ല എന്ന കാരണത്താലാണ് അവളെ കാണുവാൻ അനുവദിക്കാതിരുന്നത്. പിന്നീട് പവർ ഓഫ് അറ്റോർണി കൂടി വാങ്ങിയ ശേഷം അവർക്ക് കൂടിക്കാഴ്ച നടത്താനുള്ള സൗകര്യം അനുവദിച്ചില്ല. പ്രതികൾക്ക് ശരിയായ സൗകര്യങ്ങൾ പോലും നൽകുന്നില്ലെന്ന് ഇതിൽ നിന്ന് വ്യക്തമാണ്. നമ്മുടെ പ്രതിരോധത്തിന് വളരെ ഉപകാരപ്രദമായ ജോലി ചെയ്യുന്ന ശ്രീ കാന്തി കുമാറിനെ കള്ളക്കേസിൽ (സോസിൽ പിസ്റ്റൾ കാട്രിഡ്ജുകൾ കൊണ്ടുവന്നു) ജയിലിൽ അടച്ചിരിക്കുന്നു. ഗുരുദാസ്പൂരിൽ സെക്ഷൻ 124 എ പ്രകാരമുള്ള ഒരു കേസിലാണ് ഇയാൾക്കെതിരെ കേസെടുത്തിരിക്കുന്നത്.

"എനിക്ക് ഒരു മുഴുവൻ സമയ അഭിഭാഷകനെ ഉൾപ്പെടുത്താൻ കഴിഞ്ഞില്ല. അതിനാൽ, എന്റെ ആളുകൾ കോടതിയിൽ തുടരണമെന്ന് ഞാൻ ആഗ്രഹിച്ചു, പക്ഷേ ഒരു കാരണവും പറയാതെ അത് നിരസിച്ചുകൊണ്ട് ലാലാ അമർ ദാസിനെ അഭിഭാഷകനായി നിയമിച്ചു. ഈ നാടകം ഞങ്ങൾക്ക് ഒട്ടും ഇഷ്ടമല്ല. നീതിയുടെ പേരിൽ, നമ്മുടെ നിലപാട് വ്യക്തമാക്കുന്നതിനുള്ള ഒരു ആനുകൂല്യമോ സൗകര്യമോ അത് വാഗ്ദാനം ചെയ്യുന്നില്ല.

"പത്രം കിട്ടുന്നില്ല എന്നതാണ് മറ്റൊരു വലിയ പരാതി. ലോക്കപ്പിലുള്ള ശിക്ഷ അനുഭവിക്കുന്ന തടവുകാരോട് അനുകൂലമായി പെരുമാറാൻ കഴിയില്ല. അവർക്ക് ദിവസവും ഒരു പത്രമെങ്കിലും ലഭിക്കണം. ഇംഗ്ലീഷ് വായിക്കാൻ അറിയാത്തവർക്ക് ഒരു ഹിന്ദി ദിനപത്രം വേണം. അതിനാൽ, ഞങ്ങൾ ട്രിബ്യൂണും പ്രതിഷേധം അറിയിക്കുന്നു. ഈ കാരണങ്ങളാൽ ഞങ്ങൾ 1930 ജനുവരി 29-ന് കോടതിയിൽ ഹാജരാകില്ലെന്ന് ഞങ്ങൾ അറിയിച്ചു. ഈ അസൗകര്യങ്ങൾ നീക്കിയാൽ, കോടതിയിൽ ഹാജരാകുന്നതിൽ ഞങ്ങൾക്ക് എതിർപ്പില്ല. ഈ കേസുമായി ബന്ധപ്പെട്ട എല്ലാ നടപടികളും ഭഗത് സിംഗ് ബ്രിട്ടീഷുകാരുടെ

പ്രഹസനമായി കണക്കാക്കിയതായി വ്യക്തമാണ്. ഭഗത് സിങ്ങിനെതിരായ ഈ കേസ് നീതിയുടെ വസ്ത്രം വലിച്ചെറിയപ്പെട്ട ഒരു നാടകമായി മാത്രമാണ് നിയമത്തിന്റെയും ഭരണഘടനയുടെയും വിദഗ്ധരെല്ലാം കണക്കാക്കുന്നത്. അതിനാൽ, ഭഗത് സിംഗ് തന്റെ മനസ്സിനെ ഈ കേസിൽ നിന്ന് ഒരർത്ഥത്തിൽ അകറ്റി, പുസ്തക വായനയിൽ മുഴുകി. പുസ്തകവായന പണ്ടുമുതലേ അവന്റെ ഹൃദയത്തിന് പ്രിയപ്പെട്ട ഒരു വിനോദമായിരുന്നു. അവൻ വളരെ വേഗത്തിൽ പുസ്തകങ്ങൾ വായിച്ചു, അവനുവേണ്ടി പുസ്തകങ്ങൾ ക്രമീകരിക്കാനും അവ സെൻസർ ചെയ്യാനും ജയിൽ അധികാരികൾക്ക് ആശങ്കയുണ്ടായിരുന്നു. അതുകൊണ്ട് തന്നെ ജയിലിലെ കൂട്ടാളികൾ അദ്ദേഹത്തെ 'പുസ്തകപ്പുഴു' എന്നാണ് വിളിച്ചിരുന്നത്. 1930 ജൂലൈ 24-ന് അദ്ദേഹം ജയ് ദേവിന് ഒരു കത്ത് എഴുതി, അതിൽ തന്റെ ഇളയ സഹോദരൻ കുൽവീർ സിംഗ് മുഖേന ഇനിപ്പറയുന്ന പുസ്തകങ്ങൾ അയയ്ക്കാൻ ശ്രീ ഗുപ്തയോട് അഭ്യർത്ഥിച്ചു:

(i) സൈനികത

(ii) പുരുഷന്മാർ എന്തിനാണ് പോരാടുന്നത്?

(iii) സോവിയറ്റ് പ്രവർത്തിക്കുന്നു

(iv) രണ്ടാം ഇന്റർനാഷണലിന്റെ തകർച്ച

(v) ഇടതുപക്ഷ കമ്മ്യൂണിസം

(vi) പരസ്പര സഹായം

(vii) ഫീൽഡ് ഫാക്ടറികളും വർക്ക്ഷോപ്പും

(viii) ഫ്രാൻസിലെ ആഭ്യന്തരയുദ്ധം

(ix) റഷ്യയിലെ ഭൂവിപ്ലവം

(x) ഹിസ്ട്രോക്കൽ മിലിട്ടറിസത്തിന്റെ സിദ്ധാന്തം

(xi) സമൃദ്ധിയിലും കടത്തിലും മത്സരം

കാൾ മാർക്സും റഷ്യൻ വിപ്ലവവും ഭഗത് സിംഗിനെ വളരെയധികം സ്വാധീനിച്ചിട്ടുണ്ടെന്ന് ഈ പുസ്തകങ്ങളെക്കുറിച്ചുള്ള പഠനം സൂചിപ്പിക്കുന്നു. തൂക്കിലേറ്റുന്നതിന് ഏതാനും മിനിട്ടുകൾക്കുമുമ്പ് പുസ്തകങ്ങളിൽ അവൻ മുഴുകിയിരുന്നു എന്നതിനേക്കാൾ വലിയ തെളിവ് എന്തുണ്ട് പുസ്തകത്തോടുള്ള അദ്ദേഹത്തിന്റെ ഇഷ്ടത്തിന്. അദ്ദേഹത്തോട് ചോദിച്ചു, "നിങ്ങൾ ഈ പുസ്തകങ്ങളെല്ലാം ശരിക്കും വായിക്കുന്നുണ്ടോ? ഇത്രയും പുസ്തകങ്ങൾ തിരയാൻ പോലും എനിക്ക് ബുദ്ധിമുട്ടാണ്." ഇതിന് ഭഗത് സിംഗിന്റെ മറുപടി ഇങ്ങനെയായിരുന്നു, "ഞാൻ അവ വായിച്ചു, നിങ്ങൾ ഏതെങ്കിലും പുസ്തകം എടുത്ത് എവിടെ നിന്നും എന്നോട് ഒരു ചോദ്യം ചോദിക്കൂ. എന്താണ് എഴുതിയതെന്നും എവിടെയാണെന്നും ഞാൻ നിങ്ങളോട് പറയും."

ഭഗത് സിംഗിനെ മോചിപ്പിക്കാനുള്ള ആസാദിന്റെ ശ്രമങ്ങൾ

ഭഗത് സിങ്ങിനെതിരായ കേസ് നടക്കുമ്പോൾ, 'ഹിന്ദുസ്ഥാൻ സമാജ്വാദി ഗണതന്ത്ര സംഘ'ത്തിന്റെ ഒരു യോഗം ചേർന്നു, അതിൽ വിപ്ലവകാരികൾ തങ്ങളുടെ പ്രവർത്തനങ്ങൾ കൂടുതൽ ശക്തമാക്കാനും ഭഗത് സിംഗിനെ മോചിപ്പിക്കാനുള്ള നടപടികൾ കൈക്കൊള്ളാനും തീരുമാനിച്ചു. 1930 ഡിസംബറിൽ വൈസ്രോയിയെ ഡൽഹിയിലേക്കുള്ള പ്രത്യേക ട്രെയിൻ സ്ഫോടനം ചെയ്യാൻ ശ്രമിച്ചു. മുന്നിലെ രണ്ട് ബോഗികൾക്ക് (ബോഗി നമ്പർ 8, 9) കേടുപാടുകൾ സംഭവിച്ചെങ്കിലും വൈസ്രോയി പരിക്കേൽക്കാതെ രക്ഷപ്പെട്ടു. ഇതിനുശേഷം ഭഗത് സിങ്ങും ബടുകേശ്വർ ദത്തും ജയിലിൽ നിന്ന് പുറത്തിറങ്ങി പോലീസ് വാനിൽ കയറുമ്പോൾ അവരെ മോചിപ്പിക്കാൻ അത് അടിച്ചുപൊളിക്കണമെന്ന് തീരുമാനിച്ചു. 1930-ലാണ് പദ്ധതി തയ്യാറാക്കിയത്. പദ്ധതിയുടെ റിഹേഴ്സലിനായി വിപ്ലവകാരികൾ മെയ് 28-ന് രവി നദിയുടെ തീരത്തെത്തി. അവിടെ അവർ ഒരു ബോംബ് പരീക്ഷിച്ചു, പക്ഷേ അത് നിർഭാഗ്യകരമായി മാറി, കാരണം ബോംബ് ഭഗവതി ചരൺ വോറയുടെ വളരെ സമീപത്തു പൊട്ടിത്തെറിക്കുകയും അദ്ദേഹം കൊല്ലപ്പെടുകയും ചെയ്തു. ഭഗത് സിംഗിനെ മോചിപ്പിക്കാൻ തീരുമാനിച്ചതിനാൽ തന്റെ സഹപ്രവർത്തകന്റെ മരണത്തിൽ ചന്ദ്രശേഖർ ആസാദ് തളർന്നില്ല. പദ്ധതിയനുസരിച്ച് 1930 ജൂണിൽ ലാഹോറിലെത്തി ഈ മാസം 23ന് സെൻട്രൽ ജയിലിന് സമീപമെത്തി അവിടെ അവസരത്തിനായി കാത്തിരിക്കുകയായിരുന്നു. നേരത്തെ പോലീസ് വാൻ ജയിൽ ഗേറ്റിന് കുറച്ച് അകലെ പാർക്ക് ചെയ്യാറുണ്ടായിരുന്നു, വിചാരണത്തടവുകാർ അതിൽ കയറി. എന്നാൽ അന്ന് പോലീസ് വാൻ ജയിൽ ഗേറ്റിന് വളരെ അടുത്താണ് പാർക്ക് ചെയ്തിരുന്നത്. അതിനാൽ പദ്ധതി പാളി.

പണ്ഡിറ്റ് മോത്തിലാൽ നെഹ്റുവിനെ ചന്ദ്രശേഖർ ആസാദ് പതിവായി കണ്ടു, പോലീസിനെ കബളിപ്പിച്ചു എന്നത് ഇവിടെ പരാമർശിക്കേണ്ടതില്ല. നേരത്തെ, സോണ്ടേഴ്സിനെ കൊലപ്പെടുത്തിയ ശേഷം ഭഗത് സിംഗ് ലാഹോറിൽ നിന്ന് പലായനം ചെയ്തപ്പോഴും ആസാദ് മോത്തിലാൽ നെഹ്രുവിനെ സന്ദർശിച്ചിരുന്നു. ഒരുപക്ഷേ, അദ്ദേഹത്തിൽ നിന്ന് എന്തെങ്കിലും സാമ്പത്തിക സഹായവും ലഭിച്ചിരിക്കാം.

സ്വാതന്ത്ര്യത്തെക്കുറിച്ചുള്ള തന്റെ ആശയങ്ങൾ പ്രചരിപ്പിക്കുന്നതിനുള്ള ഉപാധിയായാണ് ഭഗത് സിംഗ് ഈ കേസിനെ പരിഗണിച്ചത്. ഇതിലപ്പുറം ഒന്നുമില്ല. ഇംഗ്ലീഷുകാരിൽ നിന്ന് നീതി ലഭിക്കുമെന്ന് അദ്ദേഹം പ്രതീക്ഷിച്ചിരുന്നില്ല. അതിനാൽ ഈ കേസിൽ വ്യക്തതയൊന്നും അദ്ദേഹം നൽകിയില്ല. മൂന്ന് മാസത്തോളം കോടതി നടപടികൾ തുടർന്നു. 1930 ആഗസ്ത് 26-ന് കോടതി

ജോലികൾ പൂർത്തിയായിരുന്നു. അതിനുശേഷം കടലാസ് ജോലികൾ മാത്രമേ ഉണ്ടായിരുന്നുള്ളൂ. അടുത്ത ദിവസം പ്രതികൾക്ക് സ്വയരക്ഷയ്ക്കായി അവർ ആഗ്രഹിക്കുന്നതെന്തും സമർപ്പിക്കാൻ അറിയിച്ചു. അവർക്ക് വേണമെങ്കിൽ ഒരു അഭിഭാഷകനെ ഏൽപ്പിക്കുകയോ സാക്ഷികളെ ഹാജരാക്കുകയോ ചെയ്യാമായിരുന്നു. എന്നാൽ ഏതുവിധേനയും ഇത് ഒരു മാറ്റവും ഉണ്ടാക്കാൻ പോകുന്നില്ലെന്ന് അറിയാവുന്നതിനാൽ എല്ലാ പ്രതികളും ഇത് നിരസിച്ചു. ഒരുപക്ഷേ ട്രിബ്യൂണൽ അതിന്റെ വിധി പറയാൻ തയ്യാറെടുക്കുകയായിരുന്നു. സെപ്റ്റംബർ 16-ന് ഭഗത് സിംഗ് തന്റെ സഹോദരൻ കുൽവീർ സിങ്ങിന് ഒരു കത്തെഴുതി.

"പ്രിയ സഹോദരൻ കുൽവിർജി,

സത് ശ്രീ അകൽ

ഉദ്യോഗസ്ഥരുടെ ഇഷ്ടാനുസരണം എന്റെ മറ്റുള്ളവരുമായുള്ള കൂടിക്കാഴ്ച കുറഞ്ഞുവെന്ന് നിങ്ങൾക്കറിയാം. ഈ സാഹചര്യത്തിൽ, മീറ്റിംഗ് സാധ്യമല്ലായിരിക്കാം, മാത്രമല്ല കേസിലും ഉടൻ തീരുമാനമുണ്ടാകുമെന്ന് ഞാൻ കരുതുന്നു. കുറച്ച് ദിവസങ്ങൾക്ക് ശേഷം, എന്നെ മറ്റേതെങ്കിലും ജയിലിലേക്ക് മാറ്റിയേക്കും. അതിനാൽ ഒരു ദിവസം ജയിലിൽ വന്ന് എന്റെ കോമ്പസും നോട്ടുകളും മറ്റ് വസ്തുക്കളും എടുക്കുക. എന്റെ പാത്രങ്ങളും വസ്ത്രങ്ങളും കോമ്പസും മറ്റ് അനുബന്ധ പേപ്പറുകളും ഞാൻ ജയിൽ സൂപ്രണ്ടിന്റെ ഓഫീസിലേക്ക് അയയ്ക്കും. വന്ന് ശേഖരിക്കുക. ഈ ദുർബ്ബലമായ ഉള്ളിൽ ഈ ചിന്ത വീണ്ടും വീണ്ടും വരുന്നത് എന്തുകൊണ്ടാണെന്ന് എനിക്കറിയില്ല. പരമാവധി ഈ മാസത്തിനുള്ളിൽ എന്റെ വിധി വരും, എന്നെ അയയ്ക്കും. ഈ സാഹചര്യത്തിൽ, ഞങ്ങൾ മറ്റൊരു ജയിലിൽ കണ്ടുമുട്ടിയേക്കാം എന്ന് ഞാൻ കരുതുന്നു. ഞാനത് ഇവിടെ പ്രതീക്ഷിക്കുന്നില്ല നിങ്ങൾക്ക് കഴിയുമെങ്കിൽ അഭിഭാഷകനെ അയക്കുക. പ്രിവി കൗൺസിലുമായി ബന്ധപ്പെട്ട ഒരു സുപ്രധാന വിഷയത്തിൽ ഞാൻ അദ്ദേഹത്തോട് കൂടിയാലോചിക്കാൻ ആഗ്രഹിക്കുന്നു. അമ്മയെ പരിചരിക്കുക, വിഷമിക്കേണ്ടെന്ന് ഉറപ്പ് നൽകുക.

നിങ്ങളുടെ സഹോദരൻ,

ഭഗത് സിംഗ്."

ഭഗത് സിങ്ങും കൂട്ടാളികളും ശിക്ഷിക്കപ്പെട്ട തടവുകാർക്ക് വേണ്ടിയുള്ള ജയിലിൽ പാർപ്പിച്ചു. സാധാരണ തടവുകാർക്കുള്ള സൗകര്യങ്ങൾ പോലും അവർക്ക് നിഷേധിക്കപ്പെട്ടു. പണ്ഡിറ്റ് മോത്തിലാൽ നെഹ്റു ഭഗത് സിങ്ങിനെ വളരെയധികം സ്നേഹിച്ചിരുന്നു. ഈ സമയത്ത് അദ്ദേഹത്തിന് ഗുരുതരമായ

അസുഖമുണ്ടായിരുന്നു, പക്ഷേ ഭഗത് സിംഗിനെ ജയിലിൽ കാണാൻ അദ്ദേഹം തന്റെ ഒരാളെ അയച്ചു. വഴിയിൽ തടസ്സം സൃഷ്ടിക്കരുതെന്ന് അദ്ദേഹം മുഖേന ഭഗത് സിംഗിനെ അറിയിച്ചു. കുറച്ചു സമയം കിട്ടാൻ അവൻ ആഗ്രഹിച്ചു. ഒത്തുതീർപ്പിനായി നടക്കുന്ന ചർച്ച ഭഗത് സിംഗിന്റെ ജീവൻ രക്ഷിക്കുമെന്ന് അദ്ദേഹം കരുതി. എന്നാൽ ഭഗത് സിംഗ് ഈ വിഷയത്തെ വ്യത്യസ്തമായി നോക്കി. തൂങ്ങിമരിച്ചത് രാജ്യതാൽപ്പര്യമാണെന്നാണ് അദ്ദേഹം കരുതിയത്. ഇത് രാജ്യത്തെ ജനങ്ങളെ ഒരു പാഠം പഠിപ്പിക്കും, അവർ സ്വാതന്ത്ര്യത്തിനായി കഠിനമായി പരിശ്രമിക്കും. സർക്കാർ ഒരു വശത്ത് കോൺഗ്രസുകാർക്ക് നേരെ സൗഹൃദത്തിന്റെ കരം നീട്ടുകയും മറുവശത്ത് വിപ്ലവകാരികളെ തകർക്കാൻ ശ്രമിക്കുകയും ചെയ്തു. അതുകൊണ്ട് ഭഗത് സിങ്ങിനെയും മറ്റും തൂക്കിലേറ്റുമെന്ന് ഏറെക്കുറെ ഉറപ്പായിരുന്നു. വിധിക്കെതിരെ അപ്പീൽ നൽകണമെന്ന് പലരും ഭഗത് സിംഗിനെ പല രീതിയിൽ പ്രേരിപ്പിച്ചു. അത് ഒരുപക്ഷേ ശിക്ഷ കുറയ്ക്കുകയോ തൂക്കിലേറ്റുന്നത് കുറച്ചുകാലത്തേക്ക് മാറ്റിവയ്ക്കുകയോ ചെയ്തേക്കാം. ഇതുവഴി അദ്ദേഹത്തിന് തന്റെ ആശയങ്ങൾ സംപ്രേഷണം ചെയ്യാൻ കൂടുതൽ സമയം ലഭിക്കും. വളരെയധികം പ്രേരണയോടും സ്ഥിരോത്സാഹത്തോടും ന്യായവാദത്തോടും പ്രയാസത്തോടും കൂടി അദ്ദേഹം അപ്പീലിൽ ഒപ്പിടാൻ സമ്മതിച്ചു. ഒരു ഓർഡിനൻസ് പ്രകാരം കേസ് വിചാരണ ചെയ്യപ്പെടണമെന്ന് അപ്പീലിൽ പ്രാർത്ഥിച്ചു, അതിനാൽ അത് അതോറിറ്റിയുടെ അധികാരപരിധിക്ക് പുറത്താണ്. രാജ്യം മുഴുവൻ അവന്റെ ജീവൻ രക്ഷിക്കാൻ മുറവിളി കൂട്ടി. ഭഗത് സിങ്ങും കൂട്ടരും കോടതി ബഹിഷ്കരിച്ചിരുന്നു. അതിനാൽ, എല്ലാ നടപടികളും അവരുടെ അഭാവത്തിൽ നടത്തി.

1930 സെപ്റ്റംബർ 20-ന് ഭഗർ സിംഗിന് വധശിക്ഷ നൽകുമെന്ന് വ്യക്തമായിരുന്നു. 1930 സെപ്റ്റംബർ 25-ന് അദ്ദേഹം തന്റെ ഇളയ സഹോദരൻ കുൽവീർ സിങ്ങിന് ഒരു കത്തെഴുതി:

"പ്രിയ സഹോദരൻ കുൽവീർ സിംഗ് ജി,

സത് ശ്രീ അകൽ

നീ എന്നെ കാണാൻ അമ്മയോടൊപ്പം ഏറെ നേരം വന്നിരുന്നു എന്നെ കാണാത്തതിൽ നിരാശനായി മടങ്ങി എന്നറിഞ്ഞപ്പോൾ എനിക്ക് വളരെ വിഷമം തോന്നി. ജയിലധികൃതർ കൂടിക്കാഴ്ച അനുവദിക്കില്ലെന്ന് നിങ്ങൾക്കറിയാമായിരുന്നു. പിന്നെ എന്തിനാ അമ്മയെ കൂട്ടിക്കൊണ്ടു വന്നത്? എനിക്കറിയാം 'അമ്മ ഈ സമയത്ത് ഭയങ്കര അസ്വസ്ഥയാണ്. എന്നാൽ അസ്വസ്ഥതയും ഉത്കണ്ഠയും കൊണ്ട് എന്താണ് പ്രയോജനം? അത് തീർച്ചയായും ദോഷം ചെയ്യും. അവൾ കരയുകയാണെന്ന് അറിഞ്ഞപ്പോൾ മുതൽ

ഞാൻ തന്നെ അസ്വസ്ഥനായിരുന്നു. വിഷമിക്കേണ്ട കാര്യമില്ല. അല്ലാതെ വിഷമിച്ചിട്ട് ഒരു നേട്ടവുമില്ല. എല്ലാവരും ധൈര്യത്തോടെ സാഹചര്യത്തെ നേരിടണം. എല്ലാത്തിനുമുപരി, ലോകത്തിലെ മറ്റ് വ്യക്തികൾ ആയിരക്കണക്കിന് ബുദ്ധിമുട്ടുകളിൽ മുഴുകിയിരിക്കുന്നു; ഒരു പ്രാവശ്യത്തെ മീറ്റിംഗ് നിങ്ങളെ തൃപ്തിപ്പെടുത്തിയില്ലെങ്കിൽ, കുറച്ച് കൂടി മീറ്റിംഗ് ഓഫർ എന്താണ്? വിധിയും ചലാനും കഴിഞ്ഞാൽ മീറ്റിംഗുകൾ സൗകര്യപ്രദമായി അനുവദിക്കും എന്നാണ് എന്റെ തോന്നൽ. എന്നാൽ യോഗങ്ങൾ അനുവദനീയമല്ലെന്ന് കരുതുക, പരിഭ്രാന്തരാകുന്നതിൽ എന്താണ് പ്രയോജനം?

താങ്കളുടെ

ഭഗത് സിംഗ്"

ഭഗത് സിങ്ങിന്റെ വധശിക്ഷ വിധിച്ചപ്പോൾ, അദ്ദേഹത്തിന്റെ പിതാവ് സർദാർ കിഷൻ സിംഗ് അദ്ദേഹത്തിന്റെ ജീവൻ രക്ഷിക്കാനായി അദ്ദേഹത്തിന്റെ കേസ് കേൾക്കുന്ന ട്രൈബ്യൂണലിലേക്ക് ഒരു അപേക്ഷ അയച്ചു. സംഭവം നടന്ന ദിവസം ഭഗത് സിംഗ് ലാഹോറിലല്ല, കൽക്കത്തയിലായിരുന്നുവെന്ന് ഈ കത്തിലൂടെ തെളിയിക്കാൻ അദ്ദേഹം ആഗ്രഹിച്ചു. ആപ്ലിക്കേഷന്റെ ചില വരികൾ ഇങ്ങനെയാണ്:

"സംഭവ ദിവസം ഭഗത് സിംഗ് കൽക്കട്ടയിൽ ഉണ്ടായിരുന്നു. അന്ന് അദ്ദേഹം ഖാദി ഭണ്ഡറിന്റെ മാനേജർക്ക് ഒരു കത്ത് എഴുതി, അത് തപാൽ വഴി അദ്ദേഹത്തെ തേടിയെത്തി. ഞാൻ സത്യസന്ധനും മാന്യനുമായ വ്യക്തിയാണ്, ഭഗത് എന്ന് സത്യവാങ്മൂലം സമർപ്പിക്കാൻ ഞാൻ തയ്യാറാണ്. സംഭവ ദിവസം സിംഗ് കൽക്കത്തയിലായിരുന്നു. നീതിയുടെ താൽപ്പര്യാർത്ഥം എനിക്ക് അദ്ദേഹത്തെ (മാനേജറെ) കോടതിയിൽ ഹാജരാക്കാം. അല്ലെങ്കിൽ ഒരു ബദലായി, നീതിയുടെയും സമത്വത്തിന്റെയും താൽപ്പര്യത്തിൽ കോടതി സാക്ഷിയായി അദ്ദേഹത്തെ വിളിപ്പിച്ചേക്കാം. ഈ കേസിൽ ജീവന്റെയും മരണത്തിന്റെയും പ്രശ്നമാണ്, പ്രതിക്ക് സ്വയം പ്രതിരോധിക്കാനുള്ള അവകാശം പൂർണ്ണമായും ഉപയോഗിക്കാനുള്ള മുഴുവൻ അവസരവും നൽകണം. എനിക്ക് വാദിക്കാൻ അവസരം നൽകിയാൽ, തെളിവ് നിയമത്തിലെ 155-ാം വകുപ്പ് പ്രകാരം ഐ. സർക്കാർ സാക്ഷികൾ ആരായിരുന്നു, അവർക്ക് സമൂഹത്തിൽ എന്ത് പദവിയാണ് ഉള്ളത്, സാക്ഷികളായി പ്രവർത്തിക്കാനുള്ള അവരുടെ ഉദ്ദേശ്യങ്ങൾ എന്തായിരുന്നു, എങ്ങനെ, എപ്പോൾ സാക്ഷികളാക്കി മാറ്റി? അവന്റെ പ്രതിരോധം."

ജയിലിൽ വെച്ച് അച്ഛൻ സ്വീകരിച്ച നടപടി അറിഞ്ഞപ്പോൾ ഭഗത് സിംഗ് വളരെ ദേഷ്യപ്പെട്ടു. അച്ഛന്റെ ഈ നടപടിയിൽ പ്രതിഷേധിച്ചു. അദ്ദേഹം ഉടൻ തന്നെ തന്റെ പിതാവിന് ഒരു കത്ത് എഴുതുകയും ഈ കത്തിന്റെ ഒരു പകർപ്പ്

പ്രസിദ്ധീകരണത്തിനായി ദി ട്രിബ്യൂണിന് അയച്ചു, അതിനാൽ തന്റെ പ്രതിരോധത്തിൽ പിതാവ് എഴുതിയ അപേക്ഷയുമായി തനിക്ക് ഒരു ബന്ധവുമില്ലെന്ന് എല്ലാവർക്കും അറിയാമായിരുന്നു. ഈ കത്ത് 1930 ഒക്ടോബർ 4-ന് ദി ട്രിബ്യൂണിൽ വന്നിട്ടുണ്ട്. ചില പ്രധാന ഉദ്ധരണികൾ താഴെ കൊടുക്കുന്നു:

"...നിങ്ങൾ എന്റെ വാദത്തിനായി സ്പെഷ്യൽ ട്രൈബ്യൂണലിലേക്ക് ഒരു അപേക്ഷ അയച്ചുവെന്നറിഞ്ഞപ്പോൾ ഞാൻ ആശ്ചര്യപ്പെട്ടു, എനിക്ക് നിശബ്ദമായി സഹിക്കാൻ പറ്റാത്തത്ര വേദനാജനകമായിരുന്നു വാർത്ത. ഇത് എന്റെ മനസ്സിന്റെ സമനില തെറ്റിച്ചു. എനിക്ക് മനസ്സിലാക്കാൻ കഴിയുന്നില്ല. ഇപ്പോഴത്തെ തലത്തിലും ഇപ്പോഴത്തെ സാഹചര്യത്തിലും താങ്കൾ എന്തിനാണ് അതെല്ലാം ചിന്തിച്ചത്.നിന്റെ മകനായതിനാൽ നിന്റെ (അച്ഛന്റെ) വികാരങ്ങളെയും ആഗ്രഹങ്ങളെയും ഞാൻ മാനിക്കുന്നു, എന്നാൽ എന്നോട് ആലോചിക്കാതെ എന്നെക്കുറിച്ച് ഇങ്ങനെയൊരു പ്രയോഗം നടത്താൻ നിനക്ക് അവകാശമില്ലെന്ന് ഞാൻ മനസ്സിലാക്കുന്നു. രാഷ്ട്രീയരംഗത്ത് നിങ്ങളും ഞാനും തമ്മിൽ ആശയങ്ങളുടെ ഏറ്റുമുട്ടൽ എല്ലായ്പ്പോഴും ഉണ്ടായിട്ടുണ്ടെന്ന് അറിയുക.നിങ്ങളുടെ അംഗീകാരവും വിസമ്മതവും കണക്കിലെടുക്കാതെ സ്വാതന്ത്ര്യത്തിനായി ഞാൻ എപ്പോഴും പ്രവർത്തിച്ചിട്ടുണ്ട്.

"ഞാൻ എന്റെ കാര്യത്തിൽ ശ്രദ്ധയോടെയും ധാരണയോടെയും എതിർപ്പ് പ്രകടിപ്പിക്കുകയും എന്റെ പ്രതിരോധം ശരിയായി അവതരിപ്പിക്കുകയും ചെയ്തുവെന്ന് തുടക്കം മുതൽ നിങ്ങൾ എന്നെ പ്രേരിപ്പിച്ചിരുന്നുവെന്ന് നിങ്ങൾ ഓർക്കുന്നുവെന്ന് ഞാൻ പ്രതീക്ഷിക്കുന്നു. ഞാൻ ഇതിനെ എതിർക്കുന്നു എന്നത് നിങ്ങളുടെ അറിവിലാണ്. ഞാൻ സ്വയം പ്രതിരോധിക്കാൻ ഒരിക്കലും പ്രതീക്ഷിച്ചിരുന്നില്ല. , ഈ വിഷയത്തിൽ ഞാൻ ഗൗരവമായ ഒരു ചിന്തയും നടത്തിയില്ല. എന്റെ നിലപാട് വ്യക്തമാക്കാൻ എനിക്ക് ഉറച്ച ചോദ്യങ്ങളുണ്ടെന്ന് എല്ലാവരും കരുതി. പക്ഷേ അത് ഒരു പ്രത്യേക വിഷയമാണ്, ഇപ്പോൾ ഇവിടെ എടുക്കാൻ കഴിയില്ല.

"ഈ സാഹചര്യത്തിൽ ഞങ്ങൾ ഒരു പ്രത്യേക നയമാണ് പിന്തുടരുന്നതെന്ന് നിങ്ങൾക്കറിയാം. എന്റെ ഓരോ ചുവടും ആ നയങ്ങൾക്കും പ്രോഗ്രാമുകൾക്കും എന്റെ നിയമങ്ങൾക്കും അനുസൃതമായിരിക്കണം. ഇപ്പോൾ സ്ഥിതി തികച്ചും വ്യത്യസ്തമാണ്. സാഹചര്യം നേരെ വിപരീതമായിരുന്നെങ്കിൽ. ഇന്നത്തെ അവസ്ഥയിൽ, എന്നെക്കുറിച്ച് വ്യക്തത നൽകുന്ന അവസാന വ്യക്തി ഞാനായിരിക്കും, ഈ കേസിന്റെ കാലത്ത് എനിക്ക് ഒരു ലക്ഷ്യമേ ഉണ്ടായിരുന്നുള്ളൂ, എനിക്കെതിരെയുള്ള ഗുരുതരമായ കുറ്റാരോപണങ്ങൾക്ക് മുന്നിൽ നിസ്സംഗത പുലർത്തുക എന്നതായിരുന്നു അത്. രാഷ്ട്രീയ പ്രവർത്തകർ വേറിട്ടുനിൽക്കണമെന്നും കോടതികളിലെ നിയമപോരാട്ടങ്ങളെ കുറിച്ച് ഒരിക്കലും

ഞങ്ങളുടെ നയം ഈ തത്ത്വത്തിന് അനുസൃതമാണ്, ഞങ്ങൾ ഇതിൽ വിജയിച്ചേക്കാം അല്ലെങ്കിൽ വിജയിക്കാതിരിക്കാം -എനിക്ക് ഇതിൽ ഒരു വിധിയും പറയാൻ കഴിയില്ല, ഞങ്ങൾ തികച്ചും നിസ്വാർത്ഥമായ രൂപത്തിൽ ഞങ്ങളുടെ ധർമ്മം (അനുഷ്ഠാനം) പിന്തുടരുകയാണ്.

'ലാഹോർ ഗൂഢാലോചന കേസ് ഓർഡിനൻസിന്റെ' വേളയിൽ, കുറ്റാരോപിതർ നിയമത്തെയും നീതിയെയും ഒരുപോലെ അപമാനിക്കുകയാണെന്ന് വൈസ്രോയി ഒരു പിന്തുണാ പ്രസ്താവനയിൽ പറഞ്ഞു. ഈ സാഹചര്യത്തിൽ അത് പൊതുജനങ്ങൾക്ക് മുന്നിൽ കാണിക്കാൻ സർക്കാർ ഞങ്ങൾക്ക് അവസരം നൽകി. അവർ നിയമത്തെ അപമാനിക്കുകയായിരുന്നു.ആളുകൾക്ക് ഞങ്ങളോട് ഈ കാര്യത്തിൽ വിയോജിപ്പുണ്ടാകാം. നിങ്ങളും അവരിലൊരാളായിരിക്കാം. എന്നാൽ എന്റെ അറിവോ ആഗ്രഹമോ കൂടാതെ ഇക്കാര്യത്തിൽ നിങ്ങൾ ഒരു നടപടിയും എടുക്കുന്നു എന്നല്ല ഇതിനർത്ഥം. എന്റെ ജീവൻ നിങ്ങളെപ്പോലെ വിലപ്പെട്ടതല്ല. എന്നെ സംബന്ധിച്ചിടത്തോളം, തത്ത്വങ്ങളുടെ അമൂല്യമായ നിധി ത്യജിച്ചുകൊണ്ട് ജീവൻ രക്ഷിക്കാൻ കഴിയുന്നത്ര വിലപ്പെട്ടതല്ല, എനിക്ക് മറ്റ് സഹകാരികളും ഉണ്ട്... അവരുടെ കാര്യവും ഗൗരവമുള്ളതാണ്, ഞങ്ങൾ ഒരു സംയുക്ത നയത്തിൽ നിൽക്കും. വ്യക്തിപരമായ തലത്തിൽ നാം അതിന് എന്ത് വില കൊടുക്കുന്നു എന്നത് പ്രശ്നമല്ല.

"പിതാജി, ഞാൻ ഒരു വലിയ ധർമ്മസങ്കടത്തിലാണ്. എന്റെ വാക്കുകൾ പരുഷമായിരിക്കുമെന്ന് ഞാൻ ഭയപ്പെടുന്നു, ഒരുപക്ഷേ നിങ്ങളെ കുറ്റപ്പെടുത്തുന്ന പ്രക്രിയയിൽ അല്ലെങ്കിൽ (ഇതിലും കൂടുതൽ) നിങ്ങളുടെ പ്രവൃത്തിയെ അപലപിക്കുന്ന പ്രക്രിയയിൽ ഞാൻ സംസ്കാരത്തിന്റെ അതിർവരമ്പുകൾ ലംഘിച്ചേക്കാം. അങ്ങനെയാണെങ്കിലും ഞാൻ ഇത് പറയും. മറ്റൊരാൾ എന്നോട് ഇതുപോലെ പെരുമാറിയാൽ, അത് രാജ്യദ്രോഹത്തിൽ കുറയാത്തതായി ഞാൻ കണക്കാക്കുമായിരുന്നു, പക്ഷേ നിങ്ങളുടെ സാഹചര്യത്തിൽ എനിക്ക് ഇത് പറയാൻ കഴിയില്ല, ഞാൻ കൂടുതൽ തുറന്നുപറയട്ടെ, എനിക്ക് പിന്നിൽ നിന്ന് കുത്തേറ്റതായി തോന്നുന്നു. നിങ്ങളുടെ സന്ദർഭത്തിൽ ഞാൻ അതിനെ ഒരു ബലഹീനത എന്ന് വിളിക്കും-ഏറ്റവും താഴ്ന്ന ക്രമത്തിന്റെ ബലഹീനത.

"നമ്മൾ ഓരോരുത്തരും പരീക്ഷിക്കപ്പെട്ട ഒരു സമയമായിരുന്നു അത്. പിതാജി, ആ പരീക്ഷണത്തിൽ താങ്കൾ പരാജയപ്പെട്ടുവെന്ന് എനിക്ക് പറയാൻ ആഗ്രഹമുണ്ട്. നിങ്ങൾ മനുഷ്യസാധ്യമായ ഒരു യഥാർത്ഥ രാജ്യസ്നേഹിയാണെന്ന് എനിക്കറിയാം. നിങ്ങളുടെ മുഴുവൻ ത്യാഗവും നിങ്ങൾ ചെയ്തുവെന്ന് എനിക്കറിയാം. ഇന്ത്യയുടെ സ്വാതന്ത്ര്യത്തിനുവേണ്ടിയുള്ള ജീവിതം.പക്ഷേ, അദ്ദേഹത്തിന്റെ സുപ്രധാന നിമിഷത്തിൽ എന്തുകൊണ്ടാണ് നിങ്ങൾ ഇത്തരമൊരു ദൗർബല്യം പ്രകടിപ്പിച്ചതെന്ന് എനിക്ക് മനസ്സിലാകുന്നില്ല.

"പിതാജി, നിങ്ങൾ സ്വീകരിച്ച നടപടികൾ എനിക്ക് അംഗീകരിക്കാൻ കഴിയില്ലെന്ന് നിങ്ങളുടെ ശ്രദ്ധയിൽപ്പെടുത്താനും എന്റെ സുഹൃത്തുക്കളുടെയും

എന്റെ കേസിൽ താൽപ്പര്യമുള്ള മറ്റെല്ലാവരുടെയും അറിയിപ്പ് കൊണ്ടുവരാൻ ഞാൻ ആഗ്രഹിക്കുന്നു. ഇപ്പോൾ പോലും എന്റെ പ്രതിരോധം അവതരിപ്പിക്കുന്നതിന് ഞാൻ അനുകൂലമല്ല. കുറ്റാരോപിതരായ എന്റെ സഹകാരികൾ സമർപ്പിച്ച ഏതെങ്കിലും അപേക്ഷ കോടതി സ്വീകരിച്ചാൽ, ഞാൻ എന്റെ പ്രതിവാദം അവതരിപ്പിക്കില്ല, ഞങ്ങൾ നിരാഹാര സമരം നടത്തിയപ്പോൾ സമർപ്പിച്ച യോഗങ്ങളുമായി ബന്ധപ്പെട്ട് ട്രൈബ്യൂണലിന് ഞാൻ അയച്ച കത്ത് തെറ്റിദ്ധരിക്കപ്പെട്ടിരിക്കുന്നു.

"ഇത് പിന്നീട് പ്രസിദ്ധീകരിക്കാൻ ഞാൻ നിങ്ങളോട് അഭ്യർത്ഥിക്കുന്നു, കാരണം ഇക്കാര്യത്തിൽ ആളുകൾക്ക് വിശദമായി അറിയണമെന്ന് ഞാൻ ആഗ്രഹിക്കുന്നു."

തങ്ങളുടെ കേസിലെ വിധി എന്തായിരിക്കുമെന്ന് അറിയാമായിരുന്നിട്ടും ഈ വിപ്ലവകാരികൾ തികഞ്ഞ അശ്രദ്ധമായ ഒരു ജീവിതമാണ് നയിച്ചിരുന്നത്. ഒരിക്കൽ, 1930 സെപ്റ്റംബറിൽ തടവുകാർക്ക് രാത്രിയിൽ ഒരു പ്രത്യേക അത്താഴം നൽകി. അവരുടെ ജീവിതത്തിലെ അവസാനത്തെ അത്താഴമായിരുന്നു അത്. ഈ അത്താഴവിരുന്നിൽ ചില ജയിൽ ഉദ്യോഗസ്ഥരും പ്രതികൾക്കൊപ്പം ചേർന്നു. ഈ ധീരരായ ആത്മാക്കൾ അവരുടെ മുഖത്ത് ഉത്കണ്ഠയുടെ ഒരു അടയാളവും കാണിച്ചില്ല. അവർ അലറിക്കൊണ്ട് ചിരിച്ചു, പരസ്പരം കളിയാക്കി, തമാശകളിൽ മുഴുകി, കഥകളും തമാശകളും പറഞ്ഞു, ജയിൽ ഉദ്യോഗസ്ഥരുമായുള്ള അവരുടെ പെരുമാറ്റം തികച്ചും പരിഷ്കൃതവും ശാന്തവും കുടുംബപരവുമായിരുന്നു. ഇത് ജയിൽ ഉദ്യോഗസ്ഥരെ സാരമായി ബാധിച്ചു.

ഭഗത് സിങ്ങിനെതിരായ കുറ്റാരോപണങ്ങളിൽ മൂന്ന് തരം സാക്ഷികൾ മൊഴി നൽകി.

1. അവൻ സോണ്ടേഴ്സിനെ കൊലപ്പെടുത്തുന്നത് കണ്ട ദൃക്സാക്ഷികൾ, കൊലപാതകത്തിന് ശേഷം ഓടുന്നത് കണ്ടു, അവനെ തിരിച്ചറിഞ്ഞു.
2. കൊലപാതകത്തിൽ അവരുടെ കൂട്ടാളികളായിരുന്ന ജയ് ഗോപാലും ഹൻസ് രാജ് വോറയും സാക്ഷികൾ.
3. ഭഗത് സിംഗ് എഴുതിയ കുറിപ്പുകൾ, അവ 'കൈ എഴുത്ത് വിദഗ്ധൻ' സാക്ഷ്യപ്പെടുത്തി.

സോണ്ടേഴ്സിന്റെ കൊലപാതകത്തിൽ ജയ് ഗോപാൽ പങ്കെടുത്തിരുന്നു, എന്നാൽ ഇപ്പോൾ അദ്ദേഹം സർക്കാർ സാക്ഷിയായി. ഒരു ദിവസം സാക്ഷി പെട്ടിയിൽ നിൽക്കുമ്പോൾ കൂട്ടാളികൾക്കെതിരെ മൊഴിയെടുക്കുമ്പോൾ

കൂട്ടാളികളെ നോക്കി മീശ പിരിച്ചു. ഈ നീചമായ പ്രയോഗത്തിൽ മുഴുകുന്നത് കണ്ടപ്പോൾ വിപ്ലവകാരികളുടെ രക്തം തിളച്ചു. വിപ്ലവകാരികളിൽ ഏറ്റവും പ്രായം കുറഞ്ഞയാളായിരുന്നു പ്രേംദത്ത്. സ്വയം നിയന്ത്രിക്കാനാവാതെ അയാൾ ഷൂ ഊരി ജയ് ഗോപാലിനു നേരെ എറിഞ്ഞു. കോടതിയിൽ ഹാലൂ-ബലൂ (പണ്ടമോണിയം) ഉണ്ടായിരുന്നു. വിപ്ലവകാരികളെ കൈവിലങ്ങ് വെക്കാൻ മജിസ്ട്രേറ്റ് ഉത്തരവിട്ടു. വിപ്ലവകാരികൾക്ക് അതൊന്നും ഉണ്ടാകില്ല. കോടതിയിൽ ഭൂകമ്പം ഉണ്ടായതായി തോന്നി. കോടതി വാദം മാറ്റിവെക്കേണ്ടി വന്നു.

വിധി

ബ്രിട്ടീഷുകാരുടെ നാടകം ഒടുവിൽ അവസാനിച്ചു. ഇന്ത്യൻ ശിക്ഷാനിയമത്തിലെ സെക്ഷൻ 120, 129, 302, സ്ഫോടകവസ്തു നിയമത്തിലെ സെക്ഷൻ 4, സെക്ഷൻ 6F എന്നിവ പ്രകാരം ഭഗത് സിംഗ് കുറ്റക്കാരനാണെന്ന് കോടതി കണ്ടെത്തി, ഇനിപ്പറയുന്ന ശിക്ഷകൾ വായിച്ചു:

"ഗൂഢാലോചനയുടെ പ്രധാന അംഗങ്ങളിൽ ഒരാളെന്ന നിലയിലും, അദ്ദേഹം പങ്കെടുത്ത ബോധപൂർവവും ഭീകരവുമായ കൊലപാതകവും മനസ്സിൽ വെച്ചുകൊണ്ട്, അവനെ തൂക്കിക്കൊല്ലാൻ വിധിക്കുന്നു."

ധീരരായ യുവാക്കളെല്ലാം കോടതികൾ ബഹിഷ്കരിച്ചിരുന്നു എന്നോർക്കണം. അതിനാൽ, അവരുടെ അഭാവത്തിൽ ഈ വിധി വായിച്ചു. കോടതിയുടെ ഒരു കൊറിയർ ജയിലിലെത്തി. ഈ വിധിയെക്കുറിച്ച് അദ്ദേഹം അവരെ അറിയിച്ചു. വിധി വരുന്നതിന് ഒരു ദിവസം മുമ്പ് ജയിലിന് ചുറ്റും സായുധ പോലീസിനെ വിന്യസിച്ചിരുന്നു. എല്ലാ കാര്യങ്ങളിലും മുൻകരുതൽ എടുത്തു. ഭഗത് സിംഗ് ഉൾപ്പെടെ 15 പ്രതികളാണ് കേസിൽ ഉണ്ടായിരുന്നത്. അവർക്ക് ഇനിപ്പറയുന്ന വാക്യങ്ങൾ ലഭിച്ചു:

ഭഗത് സിംഗ്, സുഖ് ദേവ്, രാജ് ഗുരു എന്നിവർക്ക് വധശിക്ഷ വിധിച്ചു. ഏഴുപേരെ ആജീവനാന്തം നാടുകടത്തി. ശിവ് വർമ്മ, കിഷോരി ലാൽ, ഗയാ പ്രസാദ്, ജയ് ദേവ് കപൂർ, വിജയ് കുമാർ സിൻഹ, മഹാവീർ സിംഗ്, കമൽനാഥ് തിവാരി എന്നിവരായിരുന്നു അവർ. കുന്ദൻ ലാൽ വർമയ്ക്ക് ഏഴുവർഷവും പ്രേംദത്തിന് അഞ്ചുവർഷവും തടവുശിക്ഷ വിധിച്ചു. അജയ് ഘോഷ്, ജിതേന്ദ്ര ലാൽ സിൻഹ, ദേശ് രാജ് എന്നിവർക്കെതിരെ ഒരു കുറ്റവും തെളിയിക്കപ്പെട്ടില്ല. അങ്ങനെ അവരെ വിട്ടയച്ചു.

ഈ വിധി പൊതുജനങ്ങൾ അറിയാതിരിക്കാൻ എല്ലാ മുൻകരുതലുകളും എടുത്തിരുന്നു. എന്നാൽ അതെങ്ങനെ സാധ്യമാകും? ഈ വാർത്ത കാട്ടുതീ പോലെ നാടെങ്ങും പരന്നു. കോടതിയുടെ 68 പേജുള്ള ഉത്തരവിന്റെ പശ്ചാത്തലത്തിൽ എല്ലാത്തരം യോഗങ്ങളും ഘോഷയാത്രകളും

നിരോധിച്ചുകൊണ്ട് സർക്കാർ ലാഹോറിൽ 144-ാം വകുപ്പ് ഏർപ്പെടുത്തി. ഇങ്ങനെയൊക്കെയാണെങ്കിലും വിവിധ സ്ഥലങ്ങളിൽ ഇത് പ്രഖ്യാപിക്കുകയോ പോസ്റ്ററുകൾ സ്ഥാപിക്കുകയോ ചെയ്തില്ല. മുനിസിപ്പൽ മൈതാനത്ത് ആളുകൾ വലിയ ശബ്ദത്തോടെ തടിച്ചുകൂടി. വൈസ്രോയിയുടെ ഓർഡിനൻസിനെയും അതിന് കീഴിലുള്ള ഏകപക്ഷീയമായ കേസ് നടപടികളെയും ഈ കേസിൽ വിപ്ലവകാരികൾക്ക് നൽകിയ കഠിനമായ ശിക്ഷകളെയും ആളുകൾ നിശിതമായി വിമർശിച്ചു. സായുധ പോലീസിന്റെ കർശനമായ പട്രോളിംഗ് ഉണ്ടായിരുന്നെങ്കിലും, ഭഗത് സിംഗിന്റെയും കൂട്ടാളികളുടെയും പുതിയ ഫോട്ടോകളിൽ മാധ്യമപ്രവർത്തകർ എങ്ങനെയോ കൈവശം കിട്ടി പത്രങ്ങൾ വിധിയോടൊപ്പം അവ പ്രാധാന്യത്തോടെ പ്രസിദ്ധീകരിച്ചു. സർക്കാർ ആശങ്കാകുലരായിരുന്നു, അതിന്റെ മുഴുവൻ സി.ഐ.ഡി. ആശയക്കുഴപ്പത്തിലായി. സമ്മേളനങ്ങളുടെയും ജാഥകളുടെയും കൊടുങ്കാറ്റ് നാടാകെ പിടിച്ചു. ഒക്ടോബർ എട്ടിന് വിധി വന്ന് രണ്ടാം ദിവസമാണ് ഈ വിധിയെത്തുടർന്ന് രാജ്യത്തെ ജനസമൂഹം സർക്കാരിനെതിരെ ദേഷ്യം കൊണ്ട് രോഷാകുലരായത്. ലാഹോറിലുടനീളം വിദ്യാർത്ഥി യൂണിയൻ പണിമുടക്ക് ആചരിച്ചു. മിക്കവാറും എല്ലാ സ്കൂളുകളും കോളേജുകളും സ്വന്തം നിലയിൽ അടഞ്ഞുകിടന്നു. അടയ്ക്കാത്തവ ആളുകൾ പിക്കറ്റ് ചെയ്യുകയും നിർബന്ധിതമായി അടക്കുകയും ചെയ്തു. വേഗത്തിലുള്ളതും കൂട്ടവുമായ അറസ്റ്റിലേക്ക് സർക്കാർ അവലംബിച്ചു. നിരവധി വിദ്യാർത്ഥികളെ അറസ്റ്റ് ചെയ്തു. ചില വിദ്യാർത്ഥികളും ഡി.എ.വി.യിലെ ഒരു അധ്യാപകനും. കോളേജ്, ലാഹോർ കോപം കൊണ്ട് ഭ്രാന്തുപിടിച്ചു, പോലീസിന് നേരെ വീണു. രാജ്യത്തുടനീളം ജാഥക്കാർക്കെതിരെ ലാത്തിച്ചാർജ് നടത്തി.

ഒരു വശത്ത് രാജ്യം മുഴുവൻ രോഷം കൊണ്ട് വീർപ്പുമുട്ടി. മറുവശത്ത് ഭഗത് സിംഗ് ഒന്നും സംഭവിക്കാത്ത മട്ടിൽ നിശ്ശബ്ദനായി ഇരുന്നു. ഈ വിപ്ലവകാരികൾ കോടതി ബഹിഷ്കരിച്ചിരുന്നുവെന്ന് നേരത്തെ തന്നെ പ്രസ്താവിച്ചിട്ടുണ്ട്. അങ്ങനെ ഭഗത് സിങ്ങിനെയും കൂട്ടരെയും പാർപ്പിച്ചിരിക്കുന്ന ജയിൽ മുറികളിലേക്ക് സർക്കാർ അഭിഭാഷകൻ പോയി, അവിടെ അദ്ദേഹം കോടതിവിധി അവർക്ക് വായിച്ചു കേൾപ്പിച്ചു:

"ഭഗത് സിംഗ്, കോടതി നിങ്ങൾക്ക് വധശിക്ഷ വിധിച്ചതിൽ ഖേദത്തോടെ അറിയിക്കുന്നു"

ഭഗത് സിംഗ് അതിൽ ഖേദം പ്രകടിപ്പിച്ചില്ല, കാരണം അത് സംഭവിക്കുമെന്ന് അദ്ദേഹത്തിന് നേരത്തെ അറിയാമായിരുന്നു. ബ്രിട്ടീഷ് സർക്കാരിന് കീഴിൽ മറ്റെന്താണ് പ്രതീക്ഷിക്കാൻ കഴിയുക? ഒരു പക്ഷേ, ഈ വിധി വായിച്ചപ്പോൾ സർക്കാർ അഭിഭാഷകന്റെ ആത്മാവും കരഞ്ഞിട്ടുണ്ടാകാം. വികാരാധീനനായി

അദ്ദേഹം പറഞ്ഞു, "നീ ഒരു ധീരനാണ്. നിങ്ങളുടെ ധീരതയെ ഞാൻ അഭിനന്ദിക്കുന്നു. എന്നാൽ നിങ്ങളുടെ ചെറുപ്പം ഈ ശിക്ഷ അർഹിക്കുന്നില്ല. ഒരു ദിവസം നിങ്ങൾക്ക് നല്ലൊരു രാഷ്ട്രീയ നേതാവാകാം..."

എല്ലാത്തിനുമുപരി ഭഗത് സിംഗ് ആയിരുന്നു. സർക്കാർ അഭിഭാഷകന്റെ ഈ നിരീക്ഷണത്തിനു ശേഷവും അദ്ദേഹം അസ്വസ്ഥനായിരുന്നു. അവന്റെ ദൃഷ്ടിയിൽ മരണം പരമോന്നത സന്തോഷം നേടാനുള്ള ഒരു മാർഗമായിരുന്നു. അദ്ദേഹത്തിന്റെ അഭിപ്രായത്തിൽ, തന്റെ മാതൃരാജ്യത്തിന്റെ സേവനത്തിൽ ചെറുപ്പത്തിൽ മരിക്കുന്നതാണ് ഏറ്റവും നല്ല ഓപ്ഷൻ. വാർദ്ധക്യത്തിന്റെ ദയനീയാവസ്ഥയിൽ മരിക്കുന്നതിനേക്കാൾ എത്രയോ മെച്ചമായിരുന്നു അത്. അതിനാൽ, അദ്ദേഹം സർക്കാർ അഭിഭാഷകനോട് പറഞ്ഞു, "ഒരു വ്യക്തിക്ക് ചെറുപ്പത്തിൽ തന്നെ ഈ ശിക്ഷ ലഭിക്കുന്നത് അഭികാമ്യമാണ്, എന്റെ പൂർവ്വികർ പറഞ്ഞു:

ജിസ് മർനെ സേ ജഗ് ഡാരെ, മേരി മാൻ ആനന്ദ്.

മർനി ഹി തി പൈയേ പുരൻ പരമാനന്ദ്.

(ലോകം മുഴുവൻ ഭയക്കുന്ന മരണത്തിൽ എന്റെ ഹൃദയം സന്തോഷിക്കുന്നു.

പൂർണ്ണമായ സന്തോഷം മരണത്തിലൂടെ മാത്രമേ അനുഭവപ്പെടുകയുള്ളൂ.)

ഇതിന് പിന്നാലെ അപ്പീൽ പോകണമെന്ന് സർക്കാർ അഭിഭാഷകൻ ഉപദേശിച്ചെങ്കിലും ഭഗത് സിംഗ് എതിർത്തു. ബ്രിട്ടീഷ് സർക്കാരിൽ നിന്ന് ഒരു നീതിയും അദ്ദേഹം പ്രതീക്ഷിച്ചിരുന്നില്ല. ഇംഗ്ലീഷുകാരോട് യാചിക്കുന്നതുപോലെയാണ് അദ്ദേഹം അപ്പീൽ ഫയൽ ചെയ്യുന്നത് പരിഗണിച്ചത്. അവന്റെ കണ്ണിൽ മരിക്കുന്നതാണ് ഇത്തരത്തിലുള്ള ഭിക്ഷാടനത്തേക്കാൾ നല്ലത്. അതുകൊണ്ട് അദ്ദേഹം പറഞ്ഞു:

"അതുകൊണ്ടൊന്നും പ്രയോജനമില്ല. ഈ സാമ്രാജ്യത്വ കോടതികളിൽ നിന്ന് ഞങ്ങൾ നീതി പ്രതീക്ഷിക്കുന്നില്ല. ഇന്ന് ബ്രിട്ടീഷ് ഉദ്യോഗസ്ഥർ ഇന്ത്യൻ യുവാക്കളെ ഇല്ലാതാക്കുന്ന തിരക്കിലാണ്. ഇവിടെ ഒരു ദയയും ഇല്ല. ഞങ്ങൾക്ക് ലഭിച്ചത് ഇവിടെയുള്ള സമ്മാനമാണ്. യാചിക്കുന്നതിനേക്കാൾ ധൈര്യമായി മരിക്കുന്നതാണ് നല്ലത്. ശത്രുവിൽ നിന്ന്, ഞാൻ സ്വാതന്ത്ര്യത്തിന്റെ ജ്വാലയിലേക്കുള്ള ഒരു പുഴുവാണ്.

ഇതിനുശേഷം ഭഗത് സിങ്ങിനെയും അദ്ദേഹത്തിന്റെ രണ്ട് കൂട്ടാളികളായ രാജ് ഗുരുവിനെയും സുഖ് ദേവിനെയും സെൽ നമ്പർ 14 ലേക്ക് അയച്ചു, ഇത് ശിക്ഷിക്കപ്പെട്ട തടവുകാർക്ക് തൂക്കിലേറ്റപ്പെടുന്ന സമയം വരെ തങ്ങാനുള്ളതായിരുന്നു.

8

വിധിക്ക് ശേഷം

വിട പറയുന്നതിന് മുമ്പ് ഭഗത് സിംഗ്, രാജ് ഗുരു, സുഖ് ദേവ് എന്നിവർ അവരുടെ സുഹൃത്തുക്കളെ കണ്ടു, അവർ കുറച്ച് മിനിറ്റ് സംസാരിച്ചു. അപ്പോൾ ഭഗത് സിംഗ് തന്റെ അവസാന സന്ദേശം അവർക്ക് നൽകി:

"സുഹൃത്തുക്കളേ, വേർപിരിയലുകളും മീറ്റിംഗുകളും ജീവിതത്തിന്റെ ഭാഗമാണ്. നമുക്ക് വീണ്ടും കണ്ടുമുട്ടാം. നിങ്ങളുടെ കാലാവധി പൂർത്തിയാക്കിയാൽ, വീട്ടിലെത്തി ലൗകിക കാര്യങ്ങളിൽ വഴിതെറ്റിക്കരുത്. നിങ്ങൾ ബ്രിട്ടീഷുകാരെ പുറത്താക്കും വരെ മിണ്ടരുത്. ഒരു സോഷ്യലിസ്റ്റ് റിപ്പബ്ലിക് സ്ഥാപിച്ചു, ഇത് നിങ്ങൾക്കുള്ള എന്റെ അവസാന സന്ദേശമാണ്.

പ്രിവി കൗൺസിലിൽ അപ്പീൽ

ഈ വിധിക്ക് ശേഷം പ്രിവി കൗൺസിലിൽ അപ്പീൽ നൽകാൻ പ്രതിരോധ സമിതി തീരുമാനിച്ചു. ബ്രിട്ടീഷ് സാമ്രാജ്യത്തിന്റെ പരമോന്നത കോടതിയാണ് പ്രിവി കൗൺസിൽ. ഭഗത് സിംഗ് അതിന് അനുകൂലമായിരുന്നില്ല. അതിനാൽ, പ്രതികളാരും അതിനെ സമീപിക്കുകയോ അവരുടെ അഭിഭാഷകരെ അയയ്ക്കുകയോ ചെയ്തില്ല. അവിടെ തർക്കങ്ങളോ വാദപ്രതിവാദങ്ങളോ നടന്നില്ല. സർക്കാർ ചുമത്തിയ കുറ്റങ്ങൾക്ക് മാത്രമാണ് മറുപടി നൽകിയത്. രാജ്യത്തെ സാഹചര്യങ്ങളുടെ പശ്ചാത്തലത്തിൽ തന്നെ തൂക്കിലേറ്റണമെന്ന് ഭഗത് സിംഗ് ആഗ്രഹിച്ചിരുന്നു. ഒരു അടിമ രാജ്യത്തെ പൗരന്മാർക്ക് എന്ത് സംഭവിക്കുന്നു എന്നതിന് ഇത് ഇന്ത്യക്കാരെയെങ്കിലും ഒരു പാഠം പഠിപ്പിക്കും. അതിനാൽ, പ്രിവി കൗൺസിൽ വിധിയിൽ മാറ്റം വരുത്തുമോ, തൂക്കിക്കൊല്ലൽ ജീവപര്യന്തം തടവായി മാറ്റിയാലോ എന്ന ഭയം അദ്ദേഹത്തിന്റെ മനസ്സിൽ ചെറുതായി ഉണ്ടായിരുന്നു. അത് തനിക്ക് ദോഷകരമാകുമെന്ന് അദ്ദേഹം കരുതി. യഥാർത്ഥത്തിൽ, പ്രിവി കൗൺസിൽ നിഷ്പക്ഷമായ ഒരു വിധി പുറപ്പെടുവിച്ചിരുന്നെങ്കിൽ അത് അങ്ങനെയാകുമായിരുന്നു.

ഇയാളുടെ കൂട്ടാളിയായ ബതുകേശ്വർ ദത്തിന് ജീവപര്യന്തം തടവ് വിധിച്ചു. ഈ സമയം മുൾട്ടാൻ ജയിലിലായിരുന്നു. 1930 നവംബറിൽ ഭഗത് സിംഗ് അദ്ദേഹത്തിന് ഒരു കത്തെഴുതി:

"എന്റെ കേസിൽ ശിക്ഷ വിധിച്ചു. തൂക്കിക്കൊല്ലാൻ ഉത്തരവായി. എന്നെ

കൂടാതെ മറ്റ് നിരവധി കുറ്റവാളികളും തൂക്കിക്കൊല്ലാൻ കാത്തിരിക്കുന്നു. എങ്ങനെയെങ്കിലും തൂക്കിലേറ്റൽ ഒഴിവാക്കണമെന്ന് അവർ പ്രാർത്ഥിക്കുന്നു, പക്ഷേ അതിനിടയിൽ ഞാൻ മാത്രമാണെന്ന് തോന്നുന്നു. ഒരു ആദർശത്തിനുവേണ്ടി തൂക്കുകയറിൽ ഊഞ്ഞാലാടാൻ ഭാഗ്യം വരുന്ന ദിവസത്തിനായി അക്ഷമരായി കാത്തിരിക്കുന്നവർ.വിപ്ലവകാരികൾക്ക് എത്ര ധീരതയോടെ തങ്ങളുടെ ആദർശങ്ങൾക്കായി സ്വയം ബലിയർപ്പിക്കാൻ കഴിയുമെന്ന് സന്തോഷത്തോടെ കഴുത്തിൽ തൂക്കിയ കുരുക്ക് എടുത്ത് ഞാൻ ലോകത്തിന് കാണിച്ചുകൊടുക്കും.

"ഞാൻ തൂക്കിക്കൊല്ലാൻ വിധിക്കപ്പെട്ടിരിക്കുന്നു, പക്ഷേ നിങ്ങൾക്ക് ജീവപര്യന്തം ശിക്ഷ ലഭിച്ചു. നിങ്ങൾ ജീവിച്ചിരിക്കും, വിപ്ലവകാരികൾക്ക് മരിക്കാൻ മാത്രമല്ല, ജീവിക്കുമ്പോഴും ദുരന്തങ്ങൾ നേരിടേണ്ടിവരുമെന്ന് നിങ്ങൾ ജീവിച്ചിരിപ്പുകൊണ്ട് പ്രകടിപ്പിക്കേണ്ടിവരും. മരണം വേണം. ലൗകിക പ്രയാസങ്ങളിൽ നിന്നുള്ള മോചനത്തിനുള്ള ഉപാധിയാകരുത്, മറിച്ച്, ആകസ്മികമായി തൂങ്ങിക്കിടക്കുന്ന കുരുക്കിൽ നിന്ന് രക്ഷപ്പെട്ട വിപ്ലവകാരികൾ, തങ്ങളുടെ ആദർശങ്ങൾക്കുവേണ്ടിയുള്ള തൂക്കുകയർ പുഞ്ചിരിയോടെ സ്വീകരിക്കാൻ മാത്രമല്ല, അവർക്ക് കഴിയുമെന്ന് ലോകത്തിന് മുന്നിൽ തെളിയിക്കണം. ഇരുട്ടും മുഷിഞ്ഞതും ശ്വാസം മുട്ടിക്കുന്നതുമായ ജയിൽ മുറികളിൽ അവരോട് ചെയ്ത ഏറ്റവും മോശമായ ക്രൂരതകൾ സഹിക്കുക."

പ്രിവി കൗൺസിലിലെ അപ്പീലിനെ ഭഗത് സിംഗ് പൂർണ്ണമായും എതിർത്തിരുന്നുവെങ്കിലും അപ്പീൽ ഫയൽ ചെയ്യേണ്ടത് ആവശ്യമാണെന്ന് കരുതുന്ന നിരവധി അഭ്യുദയകാംക്ഷികൾ അദ്ദേഹത്തിനുണ്ടായിരുന്നു. പ്രതിരോധ സമിതി ഇക്കാര്യത്തിൽ സാധ്യമായ എല്ലാ നടപടികളും സ്വീകരിച്ചു. പണ്ഡിറ്റ് മോത്തിലാൽ നെഹ്റു തന്റെ ഹൃദയത്തിൽ ഈ ധീരന്മാരുടെ ജീവൻ രക്ഷിക്കണമെന്ന് ആഗ്രഹിച്ചു. ഈ ദിവസങ്ങളിൽ അദ്ദേഹം രോഗബാധിതനായിരുന്നു, മരണത്തോട് വളരെ അടുത്താണ്. ഭഗത് സിംഗിന് ഒരു സന്ദേശം അയച്ചു. അഭിഭാഷകനായ പ്രേംനാഥ് മേത്ത തന്നെ അദ്ദേഹത്തെ ജയിലിൽ കണ്ടു. പ്രിവി കൗൺസിലിൽ ഒരു അപ്പീൽ ഫയൽ ചെയ്യുന്നതിലൂടെ ഭഗത് സിങ്ങിന്റെ ആശയങ്ങൾ വിദേശ രാജ്യങ്ങളിൽ ദൂരവ്യാപകമായി വ്യാപിക്കുമെന്ന് അദ്ദേഹം ഭഗത് സിംഗുമായി പല തരത്തിൽ ന്യായവാദം ചെയ്തു. ഇംഗ്ലീഷുകാരുടെ ക്രൂരതകളും ഇന്ത്യൻ ജയിലുകളിലെ തടവുകാരുടെ ദയനീയാവസ്ഥയും ലോകജനതയ്ക്ക് മുന്നിൽ തുറന്നുകാട്ടപ്പെടും. ഈ ശ്രമങ്ങൾക്കെല്ലാം ഒടുവിൽ ഭഗത് സിംഗ് ഇത് സമ്മതിച്ചു. എന്നാൽ ഭഗത് സിങ്ങിന്റെ അപ്പീലിലെ ഉദ്ദേശം, തൂക്കിലേറ്റുന്നത് കുറച്ച് ദിവസത്തേക്ക് മാറ്റിവെക്കുകയും അദ്ദേഹത്തിന്റെ സഹകാരികളായ വിപ്ലവകാരികൾക്ക് അതിന്റെ പ്രയോജനം ലഭിക്കുകയും ചെയ്തു എന്നതിൽ മാത്രം ഒതുങ്ങി.

അവരെ തൂക്കിലേറ്റുന്നത് തടയുക എന്നതായിരുന്നു അപ്പീലിന്റെ ലക്ഷ്യം എന്നതായിരുന്നു ഭഗത് സിംഗിന്റെ ഗെയിം പ്ലാൻ. കോൺഗ്രസ് സർക്കാരുമായി ഒത്തുതീർപ്പുണ്ടാക്കുകയും അതിന്റെ ഫലങ്ങളിൽ തിളങ്ങാതിരിക്കുകയും യുവാക്കൾക്കിടയിൽ അതൃപ്തി പുകയുകയും ചെയ്യുമ്പോൾ, ആ നിമിഷങ്ങളിൽ അവരെ തൂക്കിലേറ്റണം, അങ്ങനെ കോൺഗ്രസിന്റെ ആജ്ഞ കടന്നുപോകും. വിപ്ലവകാരികളോട്.

ഒരു സാധാരണ കോടതി അവർക്ക് ഈ ശിക്ഷ വിധിച്ചിട്ടില്ല. പകരം, ഈ കേസ് ഒരു ഓർഡിനൻസിലൂടെ വൈസ്രോയി രൂപീകരിച്ച ഒരു പ്രത്യേക ട്രൈബ്യൂണലാണ് വിചാരണ ചെയ്തത്. അവർ ഈ ട്രിബ്യൂണലിനെ നിയമവിരുദ്ധമായി കണക്കാക്കി, അതിനാൽ ഈ വിധിയും അവരുടെ കണ്ണിൽ നിയമവിരുദ്ധമായിരുന്നു. ഇത് തള്ളിക്കളയുമെന്ന് കരുതിയതുകൊണ്ട് മാത്രമാണ് അവർ അപ്പീലിന് ഉപദേശം നൽകിയത്. ശിക്ഷ നിലനിൽക്കും, പക്ഷേ തൂക്കിലേറ്റുന്നത് തീർച്ചയായും കുറച്ച് ദിവസത്തേക്ക് മാറ്റിവയ്ക്കും. അതിനാൽ, ലാലാ ദുലി ചന്ദ്, ഡോ. ഗോപി ചന്ദ് ഭാർഗവ എന്നിവരും പ്രതിരോധ സമിതിയിലെ മറ്റ് അംഗങ്ങളും 1930 നവംബറിൽ പ്രിവി കൗൺസിലിൽ വിധിക്കെതിരെ അപ്പീൽ നൽകി. പക്ഷേ, അതൊന്നും ഫലം കണ്ടില്ല. 1931 ജനുവരി 10-ന് അപ്പീൽ തള്ളി.

ഹൈക്കോടതിയിൽ അപ്പീൽ

ട്രൈബ്യൂണലിന്റെ വിധി പ്രകാരം, ഭഗത് സിംഗിനെയും കൂട്ടരെയും 1930 ഒക്ടോബറിൽ തൂക്കിലേറ്റണം. പ്രിവി കൗൺസിലിൽ അപ്പീൽ പോയതിനാൽ ഈ വിഷയം മാറ്റിവച്ചു. 1930 ഒക്ടോബറിൽ തൂക്കിക്കൊല്ലണമെന്നും ഇപ്പോൾ ആ സമയം അവസാനിച്ചുവെന്നും ചൂണ്ടിക്കാട്ടി ജീവൻ ലാലും ശ്യാം ലാലും 1931 ഫെബ്രുവരി 16-ന് ഹൈക്കോടതിയിൽ അപ്പീൽ നൽകി. കൂടാതെ, കേസ് പരിഗണിക്കുന്ന ട്രൈബ്യൂണലിന്റെ കാലാവധിയും അവസാനിച്ചിരുന്നു. അതിനാൽ മുഴുവൻ കേസും പുനഃപരിശോധിച്ച് പ്രതികളെ തൂക്കിലേറ്റുന്നതും കസ്റ്റഡിയിലെടുത്തതും നിയമവിരുദ്ധമായി പ്രഖ്യാപിക്കണമെന്നായിരുന്നു ഹൈക്കോടതിയിലെ അപേക്ഷ.

എന്നാൽ ഇംഗ്ലീഷ് നീതിന്യായ വ്യവസ്ഥയിൽ നിന്ന് നിങ്ങൾക്ക് എങ്ങനെ ഭക്തിനിർഭരമായ പ്രതീക്ഷകൾ ഉണ്ടാകും? അതിന്റെ മനോഭാവം തുടക്കം മുതൽ ശത്രുത വ്യക്തമായിരുന്നു. ഈ ധീരരായ ആളുകളെ ഒഴിവാക്കാനാണ് അത് ലക്ഷ്യമിടുന്നത്. ജീവിക്കാൻ അനുവദിച്ചാൽ ബ്രിട്ടീഷുകാരുടെ ക്രൂരതകൾ അവർ തുറന്നുകാട്ടുമെന്ന് ഉറപ്പായിരുന്നു. പിന്നെ എങ്ങനെയാണ് ഹൈക്കോടതി ഈ അപ്പീൽ സ്വീകരിക്കുക? ഫയൽ ചെയ്ത് അഞ്ച് ദിവസത്തിന് ശേഷം 1931 ഫെബ്രുവരി 20-ന് അത് അപ്പീൽ നിരസിച്ചു.

വൈസ്രോയിക്ക് ദയ അഭ്യർത്ഥന

മാതൃരാജ്യത്തിന് വേണ്ടി ജീവൻ ബലിയർപ്പിക്കാൻ കാത്തിരിക്കുന്ന ഈ ധീരരായ പുത്രന്മാർക്ക് വധശിക്ഷ വിധിച്ചതിൽ വെറുതെ ഇരിക്കാനോ മിണ്ടാതിരിക്കാനോ രാജ്യത്തെ ബഹുജനങ്ങൾക്ക് കഴിഞ്ഞില്ല. തങ്ങളുടെ ജീവൻ രക്ഷിക്കപ്പെടണമെന്ന് എല്ലാവരും ആഗ്രഹിച്ചു, അതിനാൽ, ഓരോരുത്തരും അവരവരുടെ തലത്തിലും സ്വന്തം രീതിയിലും ഈ അനീതിക്കെതിരെ ശബ്ദമുയർത്തുകയായിരുന്നു. ലോകത്തിന്റെ ശാശ്വതമായ ഒരു ഭരണം അവസാന ശ്വാസം വരെ പ്രതീക്ഷിക്കുക എന്നതാണ്. അതിനാൽ പ്രിവി കൗൺസിൽ അപ്പീൽ നിരസിച്ചതിന് ശേഷം, പ്രശസ്തനായ സാമൂഹ്യ പരിഷ്കർത്താവും നേതാവുമായ പണ്ഡിറ്റ് മദൻ മോഹൻ മാളവ്യ 1931 ഫെബ്രുവരി 14-ന് വൈസ്രോയിക്ക് മുമ്പാകെ ഒരു അപ്പീൽ ഫയൽ ചെയ്തു. ഈ അപ്പീലിൽ വൈസ്രോയി തന്റെ അവകാശങ്ങൾ വിനിയോഗിക്കണമെന്ന് അപേക്ഷിച്ചു ദയ നൽകുക, ഭഗത് സിംഗ്, രാജ് ഗുരു, സുഖ് ദേവ് എന്നിവരുടെ വധശിക്ഷ ജീവപര്യന്തമായി കുറയ്ക്കുക.

പ്രിവി കൗൺസിൽ അപ്പീൽ നിരസിച്ചതിന് ശേഷം, കരുണയ്ക്കായി പ്രാർത്ഥിച്ചുകൊണ്ട് അപേക്ഷ, രാജ്യത്തിന്റെ എല്ലാ മുക്കിലും മൂലയിലും നിന്ന് വൈസ്രോയിക്ക് അയച്ചു. ഇന്ത്യയിൽ മാത്രമല്ല, വിദേശ രാജ്യങ്ങളിൽ നിന്നും ഈ വ്യക്തികൾക്ക് അനുകൂലമായി ശബ്ദം ഉയർന്നു. ഈ വധശിക്ഷ വിദേശ രാജ്യങ്ങളിലും അപലപിക്കപ്പെട്ടിരുന്നു. കമ്മ്യൂണിസ്റ്റ് പാർട്ടി ഓഫ് ഇംഗ്ലണ്ട് ഈ കേസിൽ പ്രതികരണം രേഖപ്പെടുത്തി:

"രാഷ്ട്രീയ കേസുകളുമായി ബന്ധപ്പെട്ട് ഒരു ഉദാഹരണവും കാണാത്ത ഈ കേസിന്റെ ചരിത്രം, ബ്രിട്ടനിലെ സാമ്രാജ്യത്വ ഗവൺമെന്റിന്റെ വീർപ്പുമുട്ടിയ ആഗ്രഹത്തിന്റെ ഫലമായ ക്രൂരതയുടെയും ലക്ഷണങ്ങളെ പ്രതിഫലിപ്പിക്കുന്നു, അങ്ങനെ അടിച്ചമർത്തപ്പെട്ട ജനങ്ങളുടെ ഹൃദയങ്ങളിൽ ഭയം ജനിപ്പിക്കാൻ കഴിയും."

ഈ കേസിൽ കോടതിയുടെ ക്രൂരമായ നടപടികൾ ലോകമെമ്പാടും അപലപിക്കപ്പെട്ടു. ബെർലിനിലെ ഒരു പത്രപ്രവർത്തകൻ എഴുതി:

"ലാഹോർ ഗൂഢാലോചനയുടെയും മീററ്റ് ഗൂഢാലോചനയുടെയും രാഷ്ട്രീയ ഘടന ആരംഭിച്ചത് ഒരു ക്രൂരനായ സാമ്രാജ്യത്വ കശാപ്പുകാരൻ മക്ഡൊണാൾഡാണ്. ബ്രിട്ടീഷ് സാമ്രാജ്യത്വത്തിന് അതിന്റെ കോളനികളുടെ അധിനിവേശം തുടരാൻ വേണ്ടിയാണ് കോടതി കൊലപാതകം എന്ന മുദ്രാവാക്യം ഉയർന്നത്."

പ്രിവി കൗൺസിൽ അപ്പീൽ നിരസിച്ചതിന് ശേഷം, ലാഹോറിൽ നിന്ന് പ്രസിദ്ധീകരിക്കുന്ന ദി ട്രിബ്യൂൺ, രാജ്യത്തെ മാനസികാവസ്ഥയെ ഇനിപ്പറയുന്ന

വാക്കുകളിൽ വിവരിച്ചു: "ഈ പ്രക്ഷോഭം രാജ്യത്തുടനീളം വ്യാപിച്ചു, പഞ്ചാബിലും മറ്റ് സംസ്ഥാനങ്ങളിലും ആയിരക്കണക്കിന് ആളുകൾ അതിൽ പങ്കെടുത്തു."

അങ്ങനെ ഭഗത് സിങ്ങിന്റെയും രണ്ട് കൂട്ടാളികളായ രാജ് ഗുരുവിന്റെയും സുഖ് ദേവിന്റെയും വധശിക്ഷ റദ്ദാക്കാൻ രാജ്യത്തെ പത്രങ്ങൾ ശക്തമായ ശബ്ദം ഉയർത്തി. പത്രങ്ങളുടെ പല പേജുകളും അവരെ വിട്ടയക്കണമെന്നാവശ്യപ്പെട്ട് കത്തുകൾ കൊണ്ട് നിറഞ്ഞു. ലക്ഷക്കണക്കിന് ആളുകൾ ഒപ്പ് കാമ്പയിൻ നടത്തി. ഈ ഒപ്പുകൾ അടങ്ങിയ കത്ത് സർക്കാരിനും വൈസ്രോയിക്കും അയച്ചു. ഈ ധീരരായ പുത്രന്മാരുടെ വധശിക്ഷ ജീവപര്യന്തമാക്കി മാറ്റണമെന്ന് അവർ അഭ്യർത്ഥിച്ചു. ഈ ലക്ഷ്യത്തോടെ ഇന്ത്യയുടെ വൈസ്രോയിക്കും ബ്രിട്ടീഷ് സർക്കാരിലെ മന്ത്രിമാർക്കും ലോകത്തിന്റെ എല്ലാ ഭാഗങ്ങളിൽ നിന്നും ആളുകൾ ടെലിഗ്രാം അയച്ചു. ബ്രിട്ടീഷ് പാർലമെന്റിന്റെ അധോസഭയിലെ ചില അംഗങ്ങളും ഈ വധശിക്ഷയ്ക്കെതിരെ പ്രതിഷേധിച്ചു. ഈ ശിക്ഷ ഇളവ് ചെയ്യാൻ അവർ വൈസ്രോയിയോട് അഭ്യർത്ഥിച്ചു:

"ലാഹോർ ഗൂഢാലോചന കേസിലെ പ്രതികളുടെ ശിക്ഷാ ഇളവ് ഒത്തുതീർപ്പിന്റെ അടിസ്ഥാനത്തിൽ ഹൗസ് ഓഫ് കോമൺസിന്റെ ഇൻഡിപെൻഡന്റ് ലേബർ പാർട്ടി ആത്മാർത്ഥമായി അഭ്യർത്ഥിക്കുന്നു."

1931 മാർച്ച് 6-ന് വൈസ്രോയിക്ക് ലഭിച്ച ഒരു ടെലിഗ്രാം വഴിയാണ് ഈ അപേക്ഷ അയച്ചത്. പ്രിവി കൗൺസിൽ അപ്പീൽ തള്ളിയതിൽ ഇന്ത്യയിലെ യുവാക്കൾ കടുത്ത രോഷത്തിലായിരുന്നു. ഇന്ത്യയുടെ ഏറ്റവും വലിയ അപമാനമായി അവർ അതിനെ കണക്കാക്കി, പ്രതികാരത്തിനായി അവരുടെ രക്തം തിളച്ചുമറിയുകയായിരുന്നു. പഞ്ചാബിലെ യുവാക്കളാണ് ഏറ്റവും രോഷാകുലരായത്. "രക്തത്തിന് രക്തം" എന്നത് അവരുടെ പ്രിയപ്പെട്ട വാചകമായി മാറി. പഞ്ചാബിലെങ്ങും ഇതിന്റെ പോസ്റ്ററുകൾ ഒട്ടിക്കുകയും ഹാൻഡ് ബില്ലുകൾ വിതരണം ചെയ്യുകയും ചെയ്തു. ഒരു ഹാൻഡ്ബില്ലിൽ ഇനിപ്പറയുന്ന വാചകം ഉണ്ടായിരുന്നു:

"ഓ, ഇന്ത്യയിലെ നിർഭയ യുവാക്കളേ, എല്ലാ ദിവസവും നടക്കുന്ന പ്രകോപനപരമായ സംഭവങ്ങളിൽ നിങ്ങൾക്ക് ലജ്ജയില്ലേ? വധിക്കപ്പെട്ട ഇന്ത്യൻ സ്വാതന്ത്ര്യത്തിന്റെ തീക്ഷ്ണ പ്രേമികൾ നിങ്ങളെ ബാധിച്ചില്ലേ? നിങ്ങൾക്ക് ദേശസ്നേഹത്തിന്റെ വികാരങ്ങൾ പൂർണ്ണമായും ഇല്ലാതായിട്ടുണ്ടോ? ഭഗത് സിംഗിന്റെ കാഴ്ച്ച , മരണമുറിയിലെ സുഖ് ദേവും രാജ് ഗുരുവും നിങ്ങളിൽ ആത്മാഭിമാനം ഉളവാക്കുന്നില്ലേ? നിങ്ങൾക്ക് ചിന്താശേഷി നഷ്ടപ്പെട്ടിരിക്കാം. എങ്കിൽപ്പോലും ഇന്ത്യൻ സർക്കാരിന്റെ സ്വേച്ഛാധിപത്യത്തിനെതിരെ ഒരു പാഠം പഠിപ്പിക്കേണ്ടത് നിങ്ങളുടെ കടമയാണ്. ഒരു സാധാരണക്കാരനും ബേസ് പോലീസ് ഓഫീസറുടെ കൊലപാതകവും കാരണം ഇംഗ്ലീഷ് സമൂഹം മുഴുവൻ തങ്ങളുടെ

ജീവന് അപകടത്തിലാണെന്ന് തോന്നുന്നു.എന്നാൽ നിങ്ങളുടെ സ്വന്തം സഹോദരങ്ങളെ തൂക്കിലേറ്റാൻ പോകുമ്പോൾ പ്രതികാരം ചെയ്യാൻ നിങ്ങൾ തയ്യാറായില്ല എന്നത് ഖേദകരമാണ് ."

1930-ൽ സർക്കാർ നിയമവിരുദ്ധമായി പ്രഖ്യാപിച്ച 'നൗജവാൻ ഭാരത് സഭ' ഭഗത് സിംഗ് രൂപീകരിച്ചതായി ഇതിനകം സൂചിപ്പിച്ചിരുന്നു. എന്നാൽ അത് ഒരു രഹസ്യ രൂപത്തിൽ സജീവമായിരുന്നു. ലാഹോർ ഗൂഢാലോചന കേസിലെ ഈ മൂന്ന് ധീരരായ ആത്മാക്കൾക്ക് അവരുടെ അപ്പീൽ തള്ളിയതിന് ശേഷം സിഗ്നേച്ചർ കാമ്പെയ്നിൽ ഈ 'സഭ'യിലെ അംഗങ്ങൾ നേതൃപരമായ പങ്ക് വഹിച്ചു. ശിക്ഷ കുറയ്ക്കാൻ വെയ്സ്റോയിക്ക് അയച്ച അപേക്ഷകളിൽ ഒപ്പ് വാങ്ങാൻ ഒരു കമ്മിറ്റി രൂപീകരിച്ചു. ഈ കമ്മിറ്റിയിലെ അംഗങ്ങൾ യഥാർത്ഥത്തിൽ 'നൗജവാൻ ഭാരത് സഭ'യിലെ അംഗങ്ങളായിരുന്നു. ഈ വസ്തുത സർക്കാരിന് അറിയാമായിരുന്നു. ഈ വിഷയത്തിൽ സർക്കാർ അതിന്റെ റിപ്പോർട്ടിൽ നിരീക്ഷിച്ചു:

"ഗൂഢാലോചനക്കേസിലെ പ്രതികളുടെ അപ്പീലുകൾ തള്ളിയതിന്റെ അടിസ്ഥാനത്തിൽ ശിക്ഷാകാലാവധി കുറയ്ക്കുന്നതിന് മെമ്മോറാണ്ടകളിലും അപേക്ഷകളിലും ഒപ്പ് സമ്പാദിക്കുന്നതിനുള്ള ഒരു ദ്രുത കാമ്പെയ്ൻ നടക്കുന്നു. ഈ കാമ്പെയ്ൻ നടത്തുന്ന കമ്മറ്റി മറ്റാരുമല്ല പുനരുജ്ജീവിപ്പിച്ച രൂപത്തിൽ. 'നൗജവാൻ' ഭാരതസഭ "

യുവാക്കളുടെ രോഷവും മൂലം കോൺഗ്രസുകാർക്ക് അവരുടെ ഭാവി ഇരുളടഞ്ഞതായി കാണപ്പെട്ടു. പ്രഗത്ഭനായ കോൺഗ്രസ് നേതാവായ ഡോ. പട്ടാഭി സീതാരാമയ്യ, സ്ഥിതിഗതികൾ വിവരിച്ചു:

വിധിക്കെതിരെ രാജ്യത്തുടനീളം രൂക്ഷമായ പ്രതികരണമാണ് ഉണ്ടായത്. രാജ്യത്തുടനീളം പരന്ന സുമനസുകളുടെ പുറത്താണ് ഈ ശിക്ഷാ ഇളവുകൾക്കായി കോൺഗ്രസുകാർ അവസരം തേടുന്നത്.

ഈ സന്ദർഭത്തിൽ ഗാന്ധിജിയുടെ പങ്ക്

ഈ ദിവസങ്ങളിൽ കോൺഗ്രസ്സിന്റെ ഏക നേതാവ് ഗാന്ധിജിയായിരുന്നു. അന്നത്തെ ഇന്ത്യയുടെ വൈസ്രോയിയുമായി അദ്ദേഹം ഒരു ഒത്തുതീർപ്പ് ഉണ്ടാക്കി. ഗാന്ധി-ഇർവിൻ ഉടമ്പടി എന്നാണ് ഇത് അറിയപ്പെടുന്നത്. 1931 ഫെബ്രുവരി-മാർച്ച് മാസങ്ങളിലാണ് ഇത് പുറത്തുകൊണ്ടുവന്നത്. അന്നത്തെ ഗവർണർ ജനറലായിരുന്ന ഇർവിൻ പ്രഭു ആയിരുന്നു ഇന്ത്യയുടെ വൈസ്രോയി. ഭഗത് സിംഗ്, രാജ് ഗുരു, സുഖ് ദേവ് എന്നിവർക്ക് വിധിച്ച ശിക്ഷകളുടെ പശ്ചാത്തലത്തിൽ ഗാന്ധിയുടെ പങ്കിനെക്കുറിച്ച് ഞങ്ങൾ ഹ്രസ്വവും സൂക്ഷ്മവുമായ വീക്ഷണം നടത്തുകയാണ്.

ഗാന്ധി - ഇർവിൻ ഉടമ്പടിയുമായി ബന്ധപ്പെട്ട ചർച്ച 1931 ഫെബ്രുവരി 17 മുതൽ മാർച്ച് 4 വരെ പതിനാറ് ദിവസം തുടർന്നു. ഡൽഹിയിലെ വൈസ്രോയിയുടെ വസതിയിൽ വച്ചാണ് ഈ സംഭാഷണം നടന്നത്, ഇവർ രണ്ടുപേരും കൂടാതെ സഹായികളൊന്നും ഉണ്ടായിരുന്നില്ല. ഈ രീതിയിൽ അത് രഹസ്യ സംഭാഷണമായിരുന്നു. ലോർഡ് ഇർവിൻ തന്റെ ഫയലിൽ എല്ലാം രേഖപ്പെടുത്തി, പക്ഷേ ഗാന്ധിജി ഇതേക്കുറിച്ച് അഭിപ്രായം പറഞ്ഞില്ല. 1931 ഫെബ്രുവരി 18 ന് ഗാന്ധിജി ശിക്ഷാ വിഷയം ഉന്നയിച്ചെങ്കിലും ശിക്ഷ കുറയ്ക്കുന്നതിനെക്കുറിച്ച് സംസാരിച്ചില്ല. 1931 മാർച്ച് 5-ന് ഒപ്പുവച്ച ഉടമ്പടി 1931 മാർച്ച് 6-ലെ ഗവൺമെന്റ് ഓഫ് ഇന്ത്യ ഗസറ്റിൽ പ്രസിദ്ധീകരിച്ചു. ഭഗത് സിങ്ങിന്റെയും രണ്ടു പേരുടെയും ശിക്ഷാ ഇളവ് സംബന്ധിച്ച് ഈ കരാറിൽ എന്തെങ്കിലും ഉണ്ടാകുമെന്ന് രാജ്യം മുഴുവൻ പ്രതീക്ഷിച്ചിരുന്നു. സഹകാരികൾ. എന്നാൽ എന്നാൽ ഒട്ടും പുരോഗതി ഇല്ലാതെ. ഈ വാക്യങ്ങളുമായി ബന്ധപ്പെട്ട ഒന്നും കരാർ പറഞ്ഞിട്ടില്ല.

ഇത് മാത്രമല്ല, കോൺഗ്രസുകാർ പോലും ഈ തീരുമാനത്തിൽ തൃപ്തരല്ല. അതിനുമുമ്പ്, പുലർച്ചെ 2.30ന് ഗാന്ധി തിരിച്ചെത്തിയപ്പോൾ. മാർച്ച് നാലിന് രാത്രി കോൺഗ്രസ് നിർവാഹക സമിതി അംഗങ്ങളെല്ലാം അദ്ദേഹത്തെ അക്ഷമരായി കാത്തിരിക്കുകയായിരുന്നു. ഗാന്ധിജി അത്യധികം ആഹ്ലാദത്തോടെ കാണപ്പെട്ടു. കരാർ പ്രസ്താവനയുടെ എല്ലാ വിശദാംശങ്ങളും ഗാന്ധിജി നൽകി. ഈ ഉടമ്പടിയുടെ 5-ാം ഖണ്ഡികയിൽ ഒരു അംഗവും സന്തുഷ്ടരായിരുന്നില്ല. ഈ വ്യവസ്ഥ രാഷ്ട്രീയ തടവുകാരുമായി ബന്ധപ്പെട്ടതാണ്, എന്നാൽ അതിൽ സത്യാഗ്രഹി തടവുകാരെ മാത്രമേ പരാമർശിച്ചിട്ടുള്ളൂ. ഭഗത് സിങ്ങിനെയും മറ്റ് ദേശസ്നേഹികളായ രാഷ്ട്രീയ തടവുകാരെയും കുറിച്ച് പരാമർശമില്ല. ഭഗത് സിംഗിനെയും കൂട്ടാളികളെയും തൂക്കിലേറ്റിയ കാര്യം അതീവ രഹസ്യമായിരുന്നു, എന്നാൽ മാർച്ച് 23 ന് അവരെ തൂക്കിലേറ്റുമെന്ന് എല്ലാവരും അറിഞ്ഞു. അതിനാൽ ഗാന്ധി-ഇർവിൻ ഉടമ്പടി ഒപ്പുവെച്ച മാർച്ച് 5 ന് തൂക്കിലേറ്റാൻ ഇനിയും 18 ദിവസങ്ങൾ ബാക്കിയുണ്ട്. 5 ന് വൈകുന്നേരം, കരാർ ഒപ്പിട്ട ശേഷം ഗാന്ധി ഒരു പത്രസമ്മേളനത്തെ അഭിസംബോധന ചെയ്തു. ഇംഗ്ലണ്ട്, ഫ്രാൻസ്, അമേരിക്ക എന്നിവിടങ്ങളിൽ നിന്നുള്ള പ്രതിനിധികൾ പത്രപ്രവർത്തകരിൽ ഉൾപ്പെടുന്നു. വൈസ്രോയി, ഇർവിൻ പ്രഭുവിന് ഗാന്ധി എല്ലാ പ്രശംസയും നൽകി, അതോടൊപ്പം കഴിഞ്ഞ ഒരു വർഷമായി രാഷ്ട്രീയ കാരണങ്ങളാൽ കഷ്ടത അനുഭവിക്കുന്ന വ്യക്തികളെക്കുറിച്ച് അദ്ദേഹം ഇനിപ്പറയുന്ന നിരീക്ഷണം നടത്തി:

"കഷ്ടങ്ങൾക്ക് പരിമിതമായ അവസാനമുണ്ട്. അത് ന്യായവും അന്യായവുമാണ്. എന്നാൽ അതിരു കടക്കുമ്പോൾ, കഷ്ടപ്പാടുകൾ സഹിക്കുന്നത് ജ്ഞാനമല്ല, വിഡ്ഢിത്തമാണ്. നിങ്ങളുടെ പ്രതിയോഗി നിങ്ങളുടെ ഇഷ്ടത്തിനനുസരിച്ച് സംവാദത്തിന് അവസരമൊരുക്കുമ്പോൾ കഷ്ടപ്പാടുകൾ

സഹിക്കുന്നത് വിഡ്ഢിത്തമാണ്. ഒരു യഥാർത്ഥ ഓപ്പണിംഗ് വാഗ്ദാനം ചെയ്താൽ, അത് പ്രയോജനപ്പെടുത്തേണ്ടത് എല്ലാവരുടെയും കടമയാണ്. എന്റെ എളിയ അഭിപ്രായത്തിൽ, ഈ ഉടമ്പടി ഒരു യഥാർത്ഥ ഓപ്പണിംഗ് നൽകി.

സത്യാഗ്രഹികളല്ലാതെ തടവുകാർക്ക് വേണ്ടി ഒന്നും ചെയ്യാൻ അദ്ദേഹത്തിന് കഴിഞ്ഞിരുന്നില്ല. അതിനാൽ ഒരു ലേഖകൻ ഇതേക്കുറിച്ച് തന്റെ അഭിപ്രായം അറിയാൻ ആഗ്രഹിച്ചപ്പോൾ ഗാന്ധിജി പറഞ്ഞു:

"എന്റെ കടമ, എന്റെ മുൻ തടവുകാരായ സുഹൃത്തുക്കളും എനിക്ക് ടെലിഗ്രാം അയച്ചവരുമായ നൂറുകണക്കിന്, ആയിരക്കണക്കിന് ആളുകൾ ഇപ്പോഴും ജയിലുകളിൽ ജീർണ്ണിക്കുന്നു, എന്നാൽ കഴിഞ്ഞ ഒരു വർഷത്തിനിടെ അറസ്റ്റിലായ സത്യാഗ്രഹി തടവുകാരെ മോചിപ്പിക്കും. വ്യക്തിപരമായി പറഞ്ഞാൽ, അക്രമത്തിൽ ഏർപ്പെടുന്നവരെപ്പോലും ശിക്ഷയിലൂടെ അറസ്റ്റ് ചെയ്യണമെന്ന് ഞാൻ വിശ്വസിക്കുന്നില്ല, രാഷ്ട്രീയ ലക്ഷ്യങ്ങൾക്കായി അക്രമത്തിൽ ഏർപ്പെട്ട വ്യക്തികളാണെന്ന് എനിക്കറിയാം. അവർക്കും എന്നെപ്പോലെ സ്നേഹത്തിന്റെയും ത്യാഗത്തിന്റെയും അവകാശവാദത്തിന് അർഹതയുണ്ട്. ഒരുപക്ഷെ അവർ തുല്യ ജ്ഞാനികളാണെന്ന് അവർ അവകാശപ്പെടുന്നില്ലായിരിക്കാം. അതിനാൽ, എന്റെയോ എന്റെ സത്യാഗ്രഹിയുടെയോ സ്ഥാനത്ത് അവരുടെ മോചനം ലഭിച്ചത് എന്റെ ഭാഗത്തുനിന്നും ന്യായമാണ്. സുഹൃത്തുക്കളേ, പക്ഷേ അവരെ മോചിപ്പിക്കണമെന്ന് ആവശ്യപ്പെടാൻ എനിക്ക് ഒരു ന്യായീകരണവുമില്ലെന്ന് അവർ മനസ്സിലാക്കുമെന്ന് ഞാൻ വിശ്വസിക്കുന്നു. എന്നാൽ അതിനർത്ഥം അവർ എന്റെയോ എക്സിക്യൂട്ടീവ് കമ്മിറ്റി അംഗങ്ങളുടെയോ പരിഗണനയിലായിരുന്നില്ല എന്നല്ല. കരാറിലെ വ്യവസ്ഥകളും ഘടിപ്പിച്ചാൽ, കോൺഗ്രസ് അതിന്റെ അന്തസ്സ് പൂർണ്ണമായും വീണ്ടെടുക്കും, ഇത് കോൺഗ്രസിന് സമാധാനം നിലനിർത്താൻ കഴിയുമെന്നും സമാധാനത്തിന് പ്രതിജ്ഞാബദ്ധമാണെന്നും ഗവൺമെന്റിൽ വിശ്വാസമുണ്ടാക്കും, നിസ്സഹകരണ കാലഘട്ടത്തിലെന്നപോലെ, ഞാൻ കരുതുന്നു. പൊതുജനങ്ങൾ കോൺഗ്രസിന് ഈ അവകാശവും ആദരവും നൽകിയാൽ, തടവുകാരെയും മീററ്റിലെ തടവുകാരെയും രാഷ്ട്രീയ തടവുകാർ ഉൾപ്പെടെ എല്ലാ തടവുകാരെയും മോചിപ്പിക്കാൻ അധികനാളുകൾ എടുക്കില്ലെന്ന് ഞാൻ വാഗ്ദാനം ചെയ്യുന്നു.

വിപ്ലവകാരികളെ പ്രത്യേകം പരാമർശിച്ചുകൊണ്ട് അദ്ദേഹം തുടർന്നു പറഞ്ഞു: "ഇന്ത്യയ്ക്ക് തീർച്ചയായും ചെറുതും എന്നാൽ ചലനാത്മകവുമായ ഒരു സംഘടനയുണ്ട്, അത് ഇന്ത്യയെ അക്രമത്തിലൂടെ മോചിപ്പിക്കണമെന്ന് ആഗ്രഹിക്കുന്നു. ഞാൻ നേരത്തെ പ്രാർത്ഥിച്ചതുപോലെ, അതിന്റെ പ്രവർത്തനങ്ങൾ നിർത്തിവയ്ക്കാൻ ഞാൻ വീണ്ടും പ്രാർത്ഥിക്കുന്നു. ബോധ്യം, അപ്പോൾ ഇന്നത്തെ സാഹചര്യം മനസ്സിൽ വെച്ചുകൊണ്ട്, അഹിംസയുടെ മഹത്തായ ശക്തി എന്താണെന്ന് അവർ മനസ്സിലാക്കിയിരിക്കാം, അഹിംസയുടെ

നിഗൂഢവും എന്നാൽ വ്യക്തവുമായ ആഘാതം മൂലമാണ് ജനങ്ങളെ ഉണർത്താനുള്ള അത്ഭുതകരമായ പ്രവർത്തനം സാധ്യമായതെന്ന് അവർ വിയോജിക്കുന്നില്ല. ക്ഷമയുടെയും സത്യത്തിന്റെയും അഹിംസയുടെയും പദ്ധതി നടപ്പാക്കാനുള്ള അവസരം അവർ പ്രയോജനപ്പെടുത്തുമെന്ന് ഞാൻ പ്രതീക്ഷിക്കുന്നു.ദണ്ഡി യാത്ര ആരംഭിച്ചിട്ട് ഒരു വർഷം പിന്നിട്ടിട്ടില്ല.30 കോടി ജനങ്ങളുടെ ജീവിതത്തെ ബാധിക്കുന്ന ഒരു വർഷത്തെ പരീക്ഷണം ഒരു സെക്കന്റിന് തുല്യമാണ്. കാലചക്രം, അവരുടെ മാതൃരാജ്യത്തെ സേവിക്കുന്നതിനായി അവരുടെ ജീവൻ സുരക്ഷിതമാക്കണം, ഞങ്ങൾക്ക് എല്ലാവരെയും വേണം, എല്ലാ രാഷ്ട്രീയ തടവുകാരെയും മോചിപ്പിക്കാനും അവരെ രക്ഷിക്കാനും കോൺഗ്രസിന് ഒരവസരം നൽകണം. കൊലക്കുറ്റം ചുമത്തി കുറ്റക്കാരാണെന്ന് കണ്ടെത്തിയതിനെ തുടർന്ന് ഈ ശിക്ഷയ്ക്കായി കാത്തിരിക്കുന്ന തൂക്കുകയറിൽ നിന്നുള്ള തടവുകാരും. തെറ്റായ പ്രതീക്ഷകൾ ഉയർത്താൻ ഞാൻ ആഗ്രഹിക്കുന്നില്ല. എന്റെ നിലപാടും കോൺഗ്രസിന്റെ നിലപാടും മാത്രമേ എനിക്ക് പരസ്യമായി പറയാനാകൂ. ഞങ്ങളുടെ ജോലി പരിശ്രമിക്കുക എന്നതാണ്, ഫലങ്ങൾ എല്ലായ്പ്പോഴും ദൈവത്തിന്റെ കൈകളിലാണ്.

മാർച്ച് 6 ന്, ഗാന്ധിജി ഡൽഹിയിലെ ദര്യഗഞ്ചിൽ ഒരു പത്രസമ്മേളനം വിളിച്ചിരുന്നു, അതിൽ ഇന്ത്യയിലെയും പാശ്ചാത്യ രാജ്യങ്ങളിലെയും പ്രശസ്തരായ പത്രപ്രവർത്തകർ പങ്കെടുത്തു. ഭഗത് സിങ്ങിന്റെ ശിക്ഷാകാലാവധി കുറച്ചതിനെ കുറിച്ച് ചോദിച്ചപ്പോൾ തൃപ്തികരമായ ഒരു മറുപടിയും ഗാന്ധിജി നൽകിയില്ല. 1931 മാർച്ച് 19 ലെ തന്റെ കുറിപ്പുകളിൽ ഇർവിൻ പ്രഭു തന്റെ ഫയലിൽ ഇങ്ങനെ രേഖപ്പെടുത്തി: "തിരിച്ചുവരുമ്പോൾ ഗാന്ധിജി എന്നോട് ഭഗത് സിംഗിന്റെ കേസിനെക്കുറിച്ച് സംസാരിക്കാമോ എന്ന് ചോദിച്ചു, കാരണം മാർച്ച് 24 ന് അദ്ദേഹത്തെ തൂക്കിലേറ്റിയ വാർത്ത പത്രങ്ങളിൽ വന്നിരുന്നു. വളരെ ദൗർഭാഗ്യകരമായ ദിവസമായിരിക്കും, കാരണം അന്ന് കോൺഗ്രസിന്റെ പുതിയ അധ്യക്ഷന് കറാച്ചിയിലെത്തേണ്ടതും ചൂടേറിയ ചർച്ചകളുമുണ്ടാകും, ഞാൻ വളരെ ശ്രദ്ധാപൂർവം ആലോചിച്ചെങ്കിലും ഒന്നും കണ്ടെത്താനായില്ലെന്ന് ഞാൻ അദ്ദേഹത്തോട് വിശദീകരിച്ചു. ശിക്ഷ ഇളവ് ചെയ്യാൻ എന്നെത്തന്നെ ബോധ്യപ്പെടുത്താനുള്ള അടിസ്ഥാനം. എന്റെ ന്യായവാദം അദ്ദേഹത്തിന് ഭാരമേറിയതായി തോന്നി."

ഇർവിൻ പ്രഭുവിന്റെ കാലത്ത് ഇന്ത്യയുടെ ആഭ്യന്തര സെക്രട്ടറിയായിരുന്നു ഹെർബർട്ട് എമേഴ്സൺ. ഗാന്ധി-ഇർവിൻ ഉടമ്പടി പുരോഗമിക്കുമ്പോൾ, മഹാത്മാഗാന്ധിയും ഇർവിനും പരസ്പരം സംസാരിച്ചു, ചിലപ്പോൾ ഹെർബർട്ട് എമേഴ്സണെയും മുറിയിലേക്ക് വിളിച്ചിരുന്നു. ഹെർബർട്ട് എമേഴ്സന്റെ വാക്കുകളിൽ നിന്നും ഒരാൾ ഭഗത് സിങ്ങിന്റെയും മറ്റുള്ളവരുടെയും ശിക്ഷാ

ഇളവിനായി പ്രത്യേക ശ്രമങ്ങളൊന്നും നടത്തിയിട്ടില്ലെന്ന് ഒരാൾ നിഗമനം ചെയ്യുന്നു: "ഈ കാര്യത്തിൽ ഗാന്ധിജി എനിക്ക് പ്രത്യേകിച്ച് ആശങ്കാകുലനായിരുന്നില്ല. എങ്കിൽ നമ്മൾ ഭാഗ്യവാന്മാരായിരിക്കുമെന്ന് ഞാൻ അദ്ദേഹത്തോട് പറഞ്ഞു. എല്ലാം ഒരു ശല്യവുമില്ലാതെ സംഭവിച്ചു. ഡൽഹിയിൽ നടക്കുന്ന യോഗങ്ങളിൽ അക്രമം അഴിച്ചുവിടുന്ന വിധത്തിലുള്ള പ്രസംഗങ്ങളെക്കുറിച്ച് ഭാവിയിൽ കുറച്ചുകാലത്തേക്ക് എന്തെങ്കിലും ചെയ്യണമെന്ന് ഞാൻ അദ്ദേഹത്തോട് പറഞ്ഞു. സാധ്യമായ എല്ലാ ശ്രമങ്ങളും അദ്ദേഹം വാഗ്ദാനം ചെയ്തു.

അലൻ കാംബെൽ ജോൺസൺ ഇർവിൻ പ്രഭുവിന്റെ ജീവചരിത്രം എഴുതിയിട്ടുണ്ട്, അതിൽ എമേഴ്സന്റെ ഓർമ്മകളെക്കുറിച്ച് അദ്ദേഹം പരാമർശിക്കുന്നു. ഭഗത് സിങ്ങിനെ തൂക്കിലേറ്റിയതുമായി ബന്ധപ്പെട്ട് ഗാന്ധിജിയും എമേഴ്സണും തമ്മിലുള്ള വീക്ഷണ കൈമാറ്റത്തിൽ നിന്നുള്ള ഒരു സംഗ്രഹം ഞങ്ങൾ ഇവിടെ പുനർനിർമ്മിക്കുന്നു:

ഭഗത് സിങ്ങിന്റെ വധശിക്ഷയുമായി ബന്ധപ്പെട്ട ഗാന്ധി-ഇർവിൻ ഉടമ്പടിക്ക് ശേഷം, ഇരുവരും തമ്മിലുള്ള ആശയ വിനിമയം താൻ കേട്ടതായി ഡൽഹി ചർച്ചകളിൽ പ്രധാന പങ്ക് വഹിക്കാൻ ചുമതലപ്പെടുത്തിയ ആഭ്യന്തര സെക്രട്ടറി സർ ഹെർബർട്ട് എമേഴ്സൺ പറയുന്നു. ഭീകരവാദത്തിന്റെ രാഷ്ട്രീയ അനന്തരഫലങ്ങൾ എന്തായിരിക്കുമെന്നതിനെക്കുറിച്ചുള്ള രണ്ട് രാഷ്ട്രീയക്കാർ തമ്മിലുള്ള ചർച്ചയായിരുന്നില്ല ഇത്. പകരം രണ്ട് സന്യാസിമാർ തമ്മിലുള്ള ജീവിത വിശുദ്ധിയെക്കുറിച്ചുള്ള സംഭാഷണമായിരുന്നു ഇത്.

ഭഗത് സിങ്ങിന്റെയും കൂട്ടാളികളുടെയും വധശിക്ഷയിൽ മഹാത്മാഗാന്ധിയുടെ പങ്കിനെക്കുറിച്ച് പിൽക്കാല ഇന്ത്യൻ ചിന്തകരും ശക്തമായ എതിർപ്പ് പ്രകടിപ്പിച്ചിട്ടുണ്ട്. മേൽപ്പറഞ്ഞ എല്ലാ വിവരണങ്ങളിൽ നിന്നും ഉരുത്തിരിഞ്ഞത്, ഈ വാചകങ്ങൾ കുറയ്ക്കാൻ ഗാന്ധി ശക്തമായ നടപടികളൊന്നും സ്വീകരിച്ചില്ല എന്നതാണ്. അദ്ദേഹം തന്നെ അത് അംഗീകരിച്ചിട്ടുണ്ട്. യംഗ് ഇന്ത്യ എന്ന തന്റെ പുസ്തകത്തിൽ അദ്ദേഹം എഴുതി:

"വാക്യങ്ങളിലെ മാറ്റം ഞാൻ ഉടമ്പടിയുടെ ഒരു വ്യവസ്ഥയാക്കുമായിരുന്നു, പക്ഷേ അങ്ങനെ ചെയ്യുമെന്ന് എനിക്ക് എന്നെത്തന്നെ ബോധ്യപ്പെടുത്താൻ കഴിഞ്ഞില്ല. വാക്യങ്ങളിലെ മാറ്റം കരാറിന്റെ വ്യവസ്ഥയാക്കരുതെന്ന് എക്സിക്യൂട്ടീവ് കമ്മിറ്റി എന്നോട് സമ്മതിച്ചു. അതിനാൽ, എനിക്ക് മാത്രമേ ചെയ്യാൻ കഴിയൂ. അതിനൊരു റഫറൻസ്."

ഇതിൽ നിന്ന് വ്യക്തമാണ്, ഈ വ്യവസ്ഥയിലാണ് ഗാന്ധിജി ഉടമ്പടിയിൽ എത്തിയിരുന്നതെങ്കിൽ ശിക്ഷാ ഇളവിനു തടസ്സമായി ഒന്നുമില്ലായിരുന്നു. ഗാന്ധി-ഇർവിൻ ഉടമ്പടി 1931 മാർച്ച് 5 ന് ഒപ്പുവച്ചു. ഈ ഉടമ്പടിയുടെ

അടിസ്ഥാനത്തിൽ എല്ലാ സത്യാഗ്രഹി രാഷ്ട്രീയ തടവുകാരും മോചിപ്പിക്കപ്പെട്ടു, എന്നാൽ ഈ ഉടമ്പടി തങ്ങളുടെ രാജ്യസ്നേഹത്തിനായി ജീവൻ പണയം വയ്ക്കാത്ത വിപ്ലവകാരികൾക്ക് വേണ്ടി ഒന്നും ചെയ്തില്ല. ആസാദ് ഹിന്ദ് ഫൗജിലെ ജനറൽ മോഹൻ സിംഗ് ഗാന്ധിജിയുടെ പെരുമാറ്റത്തെക്കുറിച്ച് എഴുതുന്നു:

"അദ്ദേഹത്തിന് (ഗാന്ധിജിക്ക്) ഭഗത് സിംഗിനെ തൂക്കിലേറ്റുന്നതിൽ നിന്ന് രക്ഷിക്കാമായിരുന്നു. ഈ ദേശീയ നായകന്റെ മോചനം ഒരു ദേശീയ വിഷയമാക്കിയിരുന്നെങ്കിൽ, രാജ്യം മുഴുവൻ ഒരു ത്യാഗത്തിന് തയ്യാറായിരുന്നു, രണ്ടാമതായി, ഭഗത് സിംഗിനെയും കൂട്ടാളികളെയും രക്ഷിക്കാൻ അദ്ദേഹത്തിന് കഴിയുമെങ്കിലും. അദ്ദേഹത്തിന്റെ അഹിംസാത്മക ചിന്തയുടെ തെറ്റായ പ്രശംസ ഉപേക്ഷിക്കാൻ കഴിഞ്ഞില്ല. ഭഗത് സിങ്ങിന്റെ മോചനം വിപ്ലവ നേതൃത്വത്തെ ശക്തിപ്പെടുത്തുമായിരുന്നു, ഈ വസ്തുതയാണ് മഹാത്മാഗാന്ധിക്ക് സഹിക്കാൻ കഴിയാത്തത്.

കോൺഗ്രസുകാരെ കൂടാതെ, ദേശീയ ചിന്താഗതിക്കാരായ എല്ലാ രാഷ്ട്രീയ നേതാക്കളും ഈ ഒത്തുതീർപ്പിനെ വിശ്വാസ ലംഘനമെന്നാണ് വിളിച്ചത്. കോൺഗ്രസ് പ്രവർത്തക യൂത്ത് ലീഗ് അംഗങ്ങളും ഇക്കൂട്ടത്തിലുണ്ടായിരുന്നു.

ഈ ഒത്തുതീർപ്പിനെ ഈ രാജ്യത്തെ ജനങ്ങളോടുള്ള വഞ്ചന എന്ന് വിശേഷിപ്പിച്ചുകൊണ്ട്, ഫ്രീ പ്രസ് ജേണൽ ഓഫ് ബോംബെ എഴുതി:

"കോൺഗ്രസ് നിർവാഹക സമിതിക്കെതിരെ വിശ്വാസ ലംഘനം, പരാജയം ഏറ്റുവാങ്ങൽ എന്നീ കുറ്റങ്ങൾ ചുമത്താം."

ഉടമ്പടിയിൽ മഹാത്മാഗാന്ധിയുടെ പങ്ക് ഒരു തർക്ക രൂപത്തിൽ ഉയർന്നുവരുന്നത് നാം കാണുന്നു. രാജ്യം മുഴുവൻ ഈ ധീരന്മാരുടെ ജീവൻ രക്ഷിക്കാൻ ആഗ്രഹിച്ചപ്പോൾ, അവരെ രക്ഷിക്കാൻ നാട്ടുകാർ പരമാവധി ശ്രമിച്ചപ്പോൾ, അവരുടെ ജീവൻ രക്ഷിക്കാൻ കഴിയുമായിരുന്ന ഗാന്ധിജി, ഒന്നിനും കൊള്ളാത്ത ശ്രമങ്ങൾ നടത്തി. ഗാന്ധിജിയുടെ കണ്ണിൽ കോൺഗ്രസിന്റെ സത്യാഗ്രഹികൾ മാത്രമായിരുന്നു രാഷ്ട്രീയ തടവുകാർ. ഒരു സമർത്ഥനായ രാഷ്ട്രീയക്കാരൻ എന്ന നിലയിൽ, മാധ്യമപ്രവർത്തകരുടെ ചോദ്യങ്ങൾക്ക് മറുപടിയായി അദ്ദേഹത്തിന് ഇങ്ങനെ പറയാൻ കഴിയും: "വ്യക്തിപരമായി പറഞ്ഞാൽ, അക്രമത്തിൽ ഏർപ്പെടുന്നവരെപ്പോലും അറസ്റ്റ് ചെയ്യുന്നതിൽ ഞാൻ വിശ്വസിക്കുന്നില്ല." എന്നാൽ അത് എങ്ങനെ സഹായിക്കും? തണലിൽ ഇരിക്കുന്ന ഒരാൾ, ചൂടുള്ള വെയിലിൽ വിയർക്കുകയും എരിയുകയും ചെയ്യുന്ന മറ്റൊരു വ്യക്തിയോട്, തനിക്ക് തന്നോട് എല്ലാ സഹതാപവും ഉണ്ടെന്നും, തണലിൽ വിശ്രമിക്കണമെന്ന് ആഗ്രഹിച്ചുവെന്നും പറയുന്നതുപോലെയായിരുന്നു അദ്ദേഹത്തിന്റെ ഈ പ്രസ്താവന. പക്ഷേ, തണലിൽ നിന്ന് എഴുന്നേൽക്കാൻ

തോന്നിയില്ല, മറ്റൊരാളെ തണലിൽ കൊണ്ടുവരാനുള്ള കഴിവില്ലായ്മ അദ്ദേഹം പ്രകടിപ്പിച്ചു. ചൂടുള്ള വെയിലിൽ തിളച്ചുമറിയുന്ന ആൾക്ക് ഈ പെപ് ടോക്കിൽ നിന്ന് എന്ത് ആശ്വാസമാണ് ലഭിക്കുക? അത് എളുപ്പത്തിൽ വിലയിരുത്താവുന്നതാണ്. നമുക്ക് ആരെങ്കിലുമായി യാഥാർത്ഥ്യത്തിൽ കുറച്ച് സഹതാപമുണ്ടെങ്കിൽ, ആ മനുഷ്യന്റെ കഷ്ടപ്പാടുകളിൽ നിന്ന് മോചനം നേടാൻ നമ്മൾ കുറച്ച് ത്യാഗം ചെയ്യണം. ഗാന്ധിജിക്ക് അദ്ദേഹത്തിന്റെ തത്വങ്ങൾ മറ്റെന്തിനേക്കാളും പ്രിയപ്പെട്ടതായിരുന്നു. ശ്രേഷ്ഠമായ കാരണങ്ങളാൽ പോരാടുന്ന ഒരു മഹാനായ രാജ്യസ്നേഹിയുടെ ജീവൻ രക്ഷിക്കാൻ കഴിയാത്ത ആ തത്വങ്ങൾ കൊണ്ട് എന്ത് പ്രയോജനം. വാസ്തവത്തിൽ, ഈ ഒത്തുതീർപ്പിലൂടെ കോൺഗ്രസ് പാർട്ടിയുടെ ഭാവി സാധ്യതകൾ മെച്ചപ്പെടുത്താൻ അദ്ദേഹം ആഗ്രഹിച്ചു. ഈ സാഹചര്യത്തിൽ, അദ്ദേഹം മാധ്യമപ്രവർത്തകരോട് തുടർന്നു പറഞ്ഞു, "അവർ (വിപ്ലവകാരികൾ) മാതൃരാജ്യത്തിന്റെ സേവനങ്ങൾക്കായി അവരുടെ ജീവൻ സംരക്ഷിക്കണം. ഇതിന് എല്ലാവരേയും ആവശ്യമുണ്ട്, അവർ കോൺഗ്രസിന് ഒരു അവസരം നൽകണം. കൊലപാതകത്തിന്റെ മാറ്റങ്ങളിൽ കുറ്റക്കാരാണെന്ന് കണ്ടെത്തിയവർ ഉൾപ്പെടെയുള്ള രാഷ്ട്രീയ തടവുകാർ തൂക്കുമരത്തിനായി കാത്തിരിക്കുകയായിരുന്നു. ഇതിന് നിങ്ങൾ എന്ത് പറയും? തൂങ്ങിക്കിടക്കുന്ന കുരുക്കിൽ നിന്ന് അവരെ രക്ഷിക്കാൻ കഴിയുമായിരുന്നപ്പോൾ അദ്ദേഹം സംഗതി അടിച്ചമർത്തി, ഇപ്പോൾ കോൺഗ്രസ് പാർട്ടിയുടെ വിജയത്തിനായി അവരുടെ തോളിൽ തോക്കുമായി ലക്ഷ്യം വയ്ക്കുന്നു.

മിക്ക ഇന്ത്യക്കാരും ഗാന്ധിയുടെ ഈ നടപടിയെ വിമർശിച്ചിട്ടുണ്ട്. പട്ടാഭി സീതാരാമയ്യയെപ്പോലുള്ള ചരിത്രകാരന്മാർ മാത്രമേ അതിനെ പ്രശംസിച്ചിട്ടുള്ളൂ. ഉടമ്പടിയുമായി ബന്ധപ്പെട്ട എല്ലാ കാര്യങ്ങളും വൈസ്രോയി തന്റെ ഫയലുകളിൽ രേഖപ്പെടുത്തിയിട്ടുണ്ടെന്ന് മുൻ വിവരണത്തിൽ നിന്ന് വ്യക്തമാണ്. അതിൽ മഹാത്മാഗാന്ധിയുടെ നിർദ്ദേശങ്ങളും ഉൾപ്പെടുത്തിയിട്ടുണ്ട്. അതനുസരിച്ച് മഹാത്മാഗാന്ധി ഒരിക്കൽ മാത്രമാണ് വധശിക്ഷയുടെ വിഷയം ഉന്നയിച്ചത്. മഹാത്മാഗാന്ധിയുടെ പ്രസ്താവനകളും ഇത് ശരിവയ്ക്കുന്നു. എന്നാൽ ഡോ. പട്ടാഭി സീതാരാമയ്യ എഴുതി:

"ഗാന്ധിയും ഇർവിനും തമ്മിലുള്ള ചർച്ചയിൽ ഭഗത് സിങ്ങിന്റെയും കൂട്ടാളികളായ രാജ് ഗുരുവിന്റെയും സുഖ് ദേവിന്റെയും വധശിക്ഷ ഇളവ് ചെയ്യുന്ന വിഷയം പലതവണ ചർച്ച ചെയ്യപ്പെട്ടു."

പ്രത്യേകിച്ചും ശ്രദ്ധിക്കേണ്ട ഒരു കാര്യം, ഡോ. പട്ടാഭി സീതാരാമയ്യ കോൺഗ്രസ് പാർട്ടിയുടെ പ്രശസ്തനായ ഗാന്ധിയൻ നേതാവായിരുന്നു എന്നതാണ്. ഗാന്ധിജി അദ്ദേഹത്തോട് പ്രത്യേകം ദയ കാണിച്ചിരുന്നു. സുഭാഷ് ചന്ദ്രബോസ് കോൺഗ്രസ്

അധ്യക്ഷനായി തിരഞ്ഞെടുക്കപ്പെട്ടതിന്റെ തെളിവുകൾ ഞങ്ങൾക്ക് ലഭിച്ചു. ഈ തിരഞ്ഞെടുപ്പിൽ നേതാജി സുഭാഷ് ചന്ദ്രബോസും ഡോ. പട്ടാഭി സീതാരാമയ്യയും രണ്ട് മത്സരാർത്ഥികളായിരുന്നു. ഇതിൽ നേതാജി വിജയിച്ചു. നേതാജിയുടെ വിജയത്തിൽ, കോൺഗ്രസ് പാർട്ടിയുടെ എക്സിക്യൂട്ടീവ് കമ്മിറ്റിയിൽ തനിക്ക് (ഗാന്ധിജി) ഇഷ്ടമുള്ളവരെ ഉൾപ്പെടുത്തണമെന്ന് ഗാന്ധിജി നിർബന്ധിച്ചു. ഇത് മാത്രമല്ല, 'പട്ടാഭി സീതാരാമയ്യയുടെ തോൽവി എന്റെ തോൽവിയാണ്' എന്നു വരെ അദ്ദേഹം പറഞ്ഞു. ഗാന്ധിജിയുടെ ഈ പെരുമാറ്റത്തിൽ നേതാജി സുഭാഷ് ചന്ദ്രബോസ് വിഷമിക്കുകയും രാഷ്ട്രപതിസ്ഥാനം രാജിവെക്കുകയും ചെയ്തു. കോൺഗ്രസും വിട്ടു. അതുകൊണ്ട് പട്ടാഭി സീതാരാമയ്യ ഗാന്ധിജിയുടെ അന്ധ അനുയായി ആയിരുന്നുവെന്നും അതിനാൽ അദ്ദേഹത്തിന്റെ പ്രസ്താവന വിശ്വസിക്കാൻ കഴിയില്ലെന്നും പറയാം. വാസ്തവത്തിൽ, ഗാന്ധിജിക്ക് കോൺഗ്രസിന്റെ പ്രലോഭനത്തിൽ നിന്ന് സ്വയം പ്രതാപം ഉപേക്ഷിക്കാൻ കഴിഞ്ഞില്ല. ആസാദ് ഹിന്ദ് ഫൗജിലെ ജനറൽ മോഹൻ സിങ്ങിന്റെ ഈ നിരീക്ഷണം ശരിയാണെന്ന് തോന്നുന്നു, ഗാന്ധിജി ഭഗത് സിങ്ങിന്റെയും കൂട്ടാളികളുടെയും ജീവൻ രക്ഷിച്ചിരുന്നെങ്കിൽ അത് വിപ്ലവകാരികളെ ശക്തിപ്പെടുത്തുമായിരുന്നു, അത് കോൺഗ്രസിന് യോജിച്ചതല്ല. ഗാന്ധിജിക്ക് ഒരിക്കലും സഹിക്കാനായില്ല. ഈ യുവാക്കളെ തൂക്കിക്കൊല്ലുകയാണെങ്കിൽ കറാച്ചിയിലെ കോൺഗ്രസ് സമ്മേളനത്തിന് മുമ്പ് അവരെ തൂക്കിലേറ്റുന്നതാണ് നല്ലതെന്ന് ഗാന്ധിജി തന്നെ ഇർവിനോട് പറഞ്ഞിരുന്നു. ഡോ. പട്ടാഭി സീതാരാമയ്യയുടെ ഇന്ത്യൻ നാഷണൽ കോൺഗ്രസിന്റെ ചരിത്രം എന്ന പുസ്തകത്തിലെ ഒരു കരാറിലും ഇത് പരാമർശിക്കുന്നുണ്ട്. അത്തരം വാക്കുകൾ ഉപയോഗിക്കുന്നത് മഹാത്മാഗാന്ധിയുടെ നിലവാരമുള്ള ദേശീയ നേതാവായി മാറുകയായിരുന്നോ?

വിപ്ലവകാരികളോട് ഗാന്ധിജിക്ക് ഒരു അനുഭാവവും ഉണ്ടായിരുന്നില്ലേ? അവൻ അവരെ തന്റെ എതിരാളികളായി കണക്കാക്കിയോ? അതോ രാജ്യസ്നേഹികളെ അപേക്ഷിച്ച് മഹാത്മാഗാന്ധിയുടെ തത്വങ്ങൾ അദ്ദേഹത്തിന് എല്ലാം ആയിരുന്നോ? ഈ ചോദ്യങ്ങൾ തർക്ക വിഷയങ്ങളാകാം. എന്നാൽ അഖിലേന്ത്യാ തലത്തിൽ ഭഗത് സിംഗ്, രാജ് ഗുരു, സുഖ് ദേവ് എന്നിവരുടെ സ്മാരകം ഉയരുകയും സഹകരണത്തിനായി ഗാന്ധിജിയെ സമീപിക്കുകയും ചെയ്തപ്പോൾ, ഒരു സഹകരണത്തെക്കുറിച്ച് സംസാരിക്കാൻ പോലും ഗാന്ധിജി തയ്യാറായില്ല, ഒരു രൂപത്തിലും സഹകരിക്കാൻ പോലും വിസമ്മതിച്ചു. അത്തരമൊരു ഫംഗ്ഷനോടൊപ്പം. മറുപടിയായി അദ്ദേഹം ഈ കമ്മിറ്റിയുടെ ജനറൽ സെക്രട്ടറിക്ക് ഇനിപ്പറയുന്ന കത്ത് അയച്ചു:

"പ്രിയ സുഹൃത്ത്!

ജൂൺ 30-ന് നിങ്ങളുടെ കത്ത് ലഭിച്ചു. നിങ്ങളുടെ ന്യായവാദത്തെ ഞാൻ ഒട്ടും

അംഗീകരിക്കുന്നില്ല. ആരോടെങ്കിലും ആദരസൂചകമായി ഒരു സ്മാരകം ഉയർത്തപ്പെടുമ്പോൾ, അതിനർത്ഥം അദ്ദേഹത്തെ ഓർക്കുന്ന ആളുകൾ അദ്ദേഹത്തിന്റെ കാൽപ്പാടുകൾ പിന്തുടരും, ആരുടെ സ്മരണയിലാണ് സ്മാരകം നിർമ്മിക്കപ്പെടുകയെന്ന്. അത്തരം പ്രവർത്തനങ്ങൾ സ്വീകരിക്കുന്നത് വരും തലമുറയ്ക്കുള്ള ക്ഷണമാണ്. അതിനാൽ, ഈ സ്മാരകവുമായി ഒരു രൂപത്തിലും എന്നെ ബന്ധപ്പെടുത്താൻ എനിക്ക് കഴിയില്ല.

പണ്ഡിറ്റ് മോത്തിലാൽ നെഹ്റു, പണ്ഡിറ്റ് ജവഹർലാൽ നെഹ്റു, ഡോ. കിച്ച്ലു, രാജർഷി പുരുഷോത്തം ദാസ് ടണ്ടൻ, ഡോ. ഗോപി ചന്ദ് ഭാർഗവ തുടങ്ങിയ ദേശീയ തലത്തിലുള്ള നിരവധി നേതാക്കൾ ഭഗത്സിംഗിനെയും കൂട്ടരെയും ജയിലിൽ കാണാൻ വന്നു. മൊഹമ്മദ് പോലും. ഈ വിപ്ലവകാരികളോട് അനുഭാവമുണ്ടായിരുന്നു. മഹാമന മദൻ മോഹൻ മാളവ്യ ഭഗത് സിംഗിനും കൂട്ടർക്കും വേണ്ടി വൈസ്രോയിയോട് അപേക്ഷിച്ചിരുന്നു. എന്നാൽ ഗാന്ധിജി എല്ലായിടത്തും മൗനം പാലിച്ചു. മഹാത്മാഗാന്ധിയുടെ ഈ നിലപാടിൽ അകാലിദളിലെയും കോൺഗ്രസ് പ്രവർത്തക യൂത്ത് ട്രേഡ് യൂണിയനിലെയും ആളുകൾ വലിയ രോഷം പ്രകടിപ്പിച്ചു. അടുത്ത ദിവസം, 1930 മാർച്ച് 7-ന്, ബജറ്റ് ഗസറ്റിൽ ഗാന്ധി-ഇർവിൻ സെറ്റിൽമെന്റ് റിപ്പോർട്ട് പ്രസിദ്ധീകരിച്ചതിന് ശേഷം, ഡൽഹിയിൽ ഒരു യോഗം വിളിച്ചു. അതിൽ ഈ പാർട്ടികൾ അവരുടെ അഭിപ്രായങ്ങൾ പ്രകടിപ്പിക്കുന്ന ഹാൻഡ്ബില്ലുകൾ വിതരണം ചെയ്തു. ഈ ഹാൻഡ്ബില്ലുകൾ ഗാന്ധിജിയുടെ മനോഭാവത്തെയും വിമർശിച്ചു:

"ഇന്ന് എവിടെയാണ് സമാധാനം? മക്കൾ വെടിയുണ്ടകൾക്ക് ഇരയായി, തടവിലാക്കപ്പെട്ട്, ജയിലിൽ മരണമുറികളിൽ തൂക്കിലേറ്റപ്പെടാൻ കാത്തിരിക്കുന്ന ആ അമ്മമാരുടെ ഹൃദയങ്ങൾ അനുഭവിക്കുക. ഭർത്താക്കന്മാർ വിധവകളായി ഉപേക്ഷിച്ച അല്ലെങ്കിൽ ജീവിതത്തിന് വിധേയരായ ഭാര്യമാരോട് ചോദിക്കുക. അന്യഗ്രഹ ബ്യൂറോക്രസിയുടെ തടവറകളിൽ ശിക്ഷിക്കപ്പെട്ടു. രക്തസാക്ഷികളോടുള്ള നിങ്ങളുടെ ഉത്തരവാദിത്തം നിങ്ങൾ മറന്നോ? ഈ പുണ്യ ഉടമ്പടിയുടെ പങ്കാളിയാകുമോ?"

നമ്മൾ ഭാരതീയർ എന്നും വ്യക്തി ആരാധകർ ആയിരുന്നു എന്നത് കയ്പേറിയ സത്യമാണ്. അതുകൊണ്ടാണ് മഹാത്മാഗാന്ധിയെ നാം ആരാധനയ്ക്ക് യോഗ്യനാക്കിയത്. നമ്മളിൽ ഭൂരിഭാഗവും അദ്ദേഹത്തിന്റെ അന്ധ അനുയായികളാണ്. അദ്ദേഹത്തെ വിമർശിക്കുന്നത് കുറ്റമായി ഞങ്ങൾ കരുതുന്നു. എന്നാൽ സത്യം എപ്പോഴും സത്യമാണ്. ലോകം മുഴുവൻ ഇതിനെതിരെ അണിനിരന്നാലും സത്യം സത്യമാണ്. മനസ്സ് സ്വാർത്ഥതാൽപര്യങ്ങളിൽ നിന്നും മുൻവിധികളിൽ നിന്നും മുക്തമല്ലെങ്കിൽ ഒരു മനുഷ്യൻ സത്യം കാണുകയില്ല. ഒരു മൂടുപടം സത്യത്തെ മൂടുന്നതുപോലെ അവന്റെ കണ്ണുകൾ സത്യം കാണുന്നില്ല. ഒരു

ന്യായാധിപൻ എന്ന നിലയിൽ താൻ തീരുമാനമെടുക്കേണ്ട വിഷയങ്ങൾ കാണുമ്പോൾ ഒരു മനുഷ്യന് സത്യത്തിന്റെ നേർക്കാഴ്ചകൾ ഉണ്ടാകും, അത് സ്വയം പരിഗണിക്കാതെയും മറ്റുള്ളവയും വ്യത്യസ്തവും പരസ്പരവിരുദ്ധവുമായ വീക്ഷണങ്ങളിൽ നിന്ന് മുക്തവും എല്ലാത്തരം സ്വാർത്ഥതാൽപര്യങ്ങളിൽ നിന്നും മുക്തവുമാണ്. മുൻകൂട്ടി നിശ്ചയിച്ച ആശയങ്ങൾ.

ഗാന്ധിജി അക്കാലത്തെ മഹാനായ നേതാവായിരുന്നുവെങ്കിലും അദ്ദേഹം ഒരു സമ്പൂർണ്ണ മനുഷ്യനായിരുന്നു; അദ്ദേഹത്തിന് ഇന്ത്യൻ ചരിത്രത്തിൽ അതുല്യമായ സ്ഥാനമുണ്ട്, സത്യത്തിന്റെയും അഹിംസയുടെയും പാത മനുഷ്യരാശിക്ക് ഉത്തമമായ വഴികാട്ടിയാണ്, എന്നിട്ടും സ്വതന്ത്ര ചിന്താഗതിക്കാരനായ ഇന്ത്യക്കാരൻ മുകളിൽ പറഞ്ഞ രണ്ട് സംഭവങ്ങൾക്ക് ഒരിക്കലും ക്ഷമിക്കില്ല! ആദ്യ സംഭവം, ഗാന്ധി-ഇർവിൻ ഉടമ്പടിയിൽ അദ്ദേഹം ഭഗത് സിംഗ്, രാജ് ഗുരു, സുഖ് ദേവ് എന്നിവരോട് നീതി പുലർത്താത്തതാണ്, രണ്ടാമതായി, നേതാജി സുഭാഷ് ചന്ദ്രബോസിനെ കോൺഗ്രസ് അധ്യക്ഷസ്ഥാനം രാജിവയ്ക്കാൻ നിർബന്ധിച്ചതിന്. ആദ്യ സംഭവത്തിന്, നൗജവൻ സഭയിലെ അംഗങ്ങൾ കറാച്ചി റെയിൽവേ സ്റ്റേഷനിൽ എത്തിയപ്പോൾ അദ്ദേഹത്തിനെതിരെ മുദ്രാവാക്യം വിളിച്ചു, 'ഗാന്ധി, ഗോ ബാക്ക്", 'ഗാന്ധിവാദ് മുർദാബാദ്" (ഗാന്ധിവാദം താഴ്ത്തുക), 'ഗാന്ധിയുടെ ഉടമ്പടി ഭഗത് സിംഗിനെ തൂക്കിലേറ്റാൻ കാരണമായി', ' ഭഗത് സിംഗ് സിന്ദാബാദ്.'

9

സൂര്യൻ അസ്തമിക്കുന്നു

ഭഗത് സിങ്ങിന്റെ ജീവൻ രക്ഷിക്കാനുള്ള ഇന്ത്യക്കാരുടെ എല്ലാ ശ്രമങ്ങളും പരാജയപ്പെട്ടെന്നും ഗാന്ധി-ഇർവിൻ ഉടമ്പടി അദ്ദേഹത്തിന്റെ തൂക്കിക്കൊല്ലൽ അനിവാര്യമായ യാഥാർത്ഥ്യമാക്കിയെന്നും മുൻ അധ്യായത്തിലെ സംഭവങ്ങളുടെ വിവരണം വ്യക്തമാക്കുന്നു. അതുകൊണ്ട്, ഒരു ധീരദേശാഭിമാനിയെപ്പോലെ അവൻ മരണത്തെ ആലിംഗനം ചെയ്യാൻ തന്റെ തൂങ്ങിമരണത്തിനായി കാത്തിരുന്നു.

അദ്ദേഹത്തിന്റെ കുടുംബാംഗങ്ങളുമായുള്ള അവസാന കൂടിക്കാഴ്ച

ഭഗത് സിംഗ് ജയിലിലായിരുന്നപ്പോൾ അദ്ദേഹത്തിന്റെ കുടുംബത്തിലെ അന്തേവാസികൾ അദ്ദേഹത്തെ സന്ദർശിക്കാറുണ്ടായിരുന്നു. എന്നാൽ ആ കൂടിക്കാഴ്ചകളും 1931 മാർച്ച് 3-ന് നടന്ന യോഗങ്ങളും തമ്മിൽ വലിയ വ്യത്യാസമുണ്ടായിരുന്നു. മുൻകാല മീറ്റിംഗുകളിൽ അദ്ദേഹത്തിന്റെ കുടുംബത്തിലെ അന്തേവാസികൾക്ക് അവരുടെ ഹൃദയത്തിന്റെ കോണിൽ എവിടെയെങ്കിലും ഒരു ചെറിയ പ്രതീക്ഷ ഉണ്ടായിരുന്നു, ഒരുപക്ഷേ ഭഗത് സിംഗിന്റെ ശിക്ഷയിൽ ഇളവ് വന്നേക്കാം, പക്ഷേ കൂടിക്കാഴ്ച. അന്നായിരുന്നു അവസാന കൂടിക്കാഴ്ച. വിടപറയാൻ സമയമായി. അന്ന് അവന്റെ കുടുംബത്തിലെ എല്ലാ അംഗങ്ങളും വന്നിരുന്നു. അവന്റെ അമ്മയും അച്ഛനും, മുത്തശ്ശനും മുത്തശ്ശിയും, അമ്മാവനും അമ്മായിയും, ഇളയ സഹോദരനും സഹോദരിമാരും, എല്ലാവരും. മുത്തച്ഛൻ സർദാർ അർജുൻ സിംഗ് ആയിരുന്നു ഏറ്റവും ദയനീയം. അദ്ദേഹം മുഖാമുഖം ഭഗത് സിങ്ങിനെ സമീപിച്ചു. അവൻ തന്റെ ചെറുമകന്റെ തലയിൽ തന്റെ സ്നേഹനിർഭരമായ കൈ തലോടി . എന്തൊക്കെയോ പറയണമെന്നുണ്ടായിരുന്നു, പക്ഷേ വാക്കുകൾ അവന്റെ ചുണ്ടിൽ എത്തിയപ്പോൾ മാഞ്ഞുപോയി. അവന്റെ ചുണ്ടുകൾ വിറച്ചു, പിറുപിറുത്തു, അവന്റെ ഹൃദയം ഞെരുങ്ങി. ചെറുമകന്റെ മുന്നിൽ നിൽക്കാൻ അവനു കഴിഞ്ഞില്ല. അവൻ അവിടെ നിന്നും മാറി. അവന്റെ കണ്ണുകളിലൂടെ അവന്റെ നിസ്സഹായത പെയ്യാൻ തുടങ്ങി. അവന്റെ സങ്കടം ഊഹിക്കാവുന്നതേയുള്ളൂ, കാരണം പേരക്കുട്ടി മകനേക്കാൾ പ്രിയപ്പെട്ടതാണ്,

പലിശയാണ് പ്രധാന തുകയേക്കാൾ കൂടുതൽ.ഇളയ സഹോദരങ്ങളും സഹോദരിമാരും പുഞ്ചിരിയോടെ അവനെ കണ്ടു. തുടർന്ന് അമ്മ വിദ്യാവതിയുമായി സംസാരിച്ചു. അവൻ അമ്മയോട് പറഞ്ഞു, 'മാ, ദാദാജി ഇനി അധികനാൾ ജീവിച്ചിരിക്കില്ല. നീ തിരികെ ബംഗയിലേക്ക് പോകുമ്പോൾ അവനെ സേവിക്കൂ." അമ്മ ധീരയായ ഒരു സ്ത്രീയെപ്പോലെ മകനോട് അവന്റെ കടമയെക്കുറിച്ച് നിർദ്ദേശിച്ചു. അവസാന നിമിഷങ്ങളിൽ തന്റെ മകൻ പരിഭ്രാന്തരാകാതെ മരണത്തെ ഭയപ്പെടുന്നുണ്ടെന്ന് അവൾ ചിന്തിച്ചിരിക്കാം. അതിനാൽ അവൾ പറഞ്ഞു,"...സോണി! നിങ്ങളുടെ വിശ്വാസത്തിലും ബോധ്യങ്ങളിലും ഉറച്ചുനിൽക്കുക. നമ്മൾ ഓരോരുത്തരും ഒരു ദിവസം മരിക്കണം. എന്നാൽ യഥാർത്ഥ മരണം ലോകം മുഴുവൻ വീക്ഷിക്കുന്ന ഒന്നാണ്, എല്ലാവരും പൊട്ടിക്കരയുന്ന ഒന്നാണ്. അവന്റെ മരണം വിലപ്പെട്ടതാണ്. ഉദാത്തമായ ആദർശങ്ങൾക്കും പ്രവർത്തനങ്ങൾക്കും വേണ്ടി എന്റെ മകൻ തന്റെ ജീവിതം ബലിയർപ്പിക്കുന്നതിൽ ഞാൻ അഭിമാനിക്കുന്നു. തൂക്കിലേറ്റുന്ന പ്ലാറ്റ്ഫോമിൽ നിന്ന് നിങ്ങൾ 'ഇൻക്വലാബ് സിന്ദാബാദ്' എന്ന മുദ്രാവാക്യം ഉയർത്തണമെന്ന് എന്റെ ഹൃദയത്തിൽ നിന്നും ആത്മാവിൽ നിന്നും ഞാൻ ആഗ്രഹിക്കുന്നു. നിങ്ങളുടെ ജോലി കുറയരുത്, മറിച്ച് കൂടുതൽ മുന്നേറണം."

മാ വിദ്യാവതി, വാസ്തവത്തിൽ, ധീരയായ ഒരു ഇന്ത്യൻ വനിതയാണ്. ഇത്രയും ധീരയായ അമ്മയുടെ മകൻ ഭഗത് സിംഗ് അല്ലാതെ മറ്റെന്തെങ്കിലും തരത്തിൽ ആകാൻ എങ്ങനെ സാധിച്ചു? രാജ്യത്തോടുള്ള ഇത്രയും സ്നേഹവും ആത്മാഭിമാനവും അപൂർവ്വം അമ്മമാരിൽ മാത്രമേ കാണൂ. ഒരു സാധാരണ സ്ത്രീക്ക് തന്റെ മകനോട് ഇത്രയും ശ്രേഷ്ഠമായ കാര്യങ്ങൾ പ്രഭാഷണം നടത്താൻ കഴിയുമോ?

ഇതിന് ശേഷം ഭഗത് സിംഗ് പിതാവുമായി സംസാരിച്ചു. ഈ സംഭാഷണത്തിൽ, ഒരു പിതാവിന് മകനോടുള്ള സ്നേഹവും മരണത്തെക്കുറിച്ചുള്ള ഭഗത് സിംഗിന്റെ നിർഭയതയും നാം ശ്രദ്ധിക്കുന്നു.

അച്ഛൻ: ബേട്ടെ, നമുക്ക് ഒരിക്കൽ കൂടി കണ്ടുമുട്ടാം.

ഭഗത് സിംഗ്: നിങ്ങൾ എന്തെങ്കിലും കേട്ടിട്ടുണ്ടോ?

അച്ഛൻ: അതെ.

ഭഗത് സിംഗ്: എന്ത്?

കിഷൻ സിംഗ്: രാജ് ഗുരുവിന്റെയും സുഖ് ദേവിന്റെയും നിങ്ങളുടെയും വാചകം മാറിയിട്ടില്ല. ഗാന്ധി-ഇർവിൻ ഉടമ്പടി പ്രകാരം കോൺഗ്രസ് തടവുകാരെ മാത്രമേ മോചിപ്പിക്കൂ; ഒരു വിപ്ലവ തടവുകാരനെയും മോചിപ്പിക്കില്ല. വൈസ്രോയിക്ക് വേണമെങ്കിൽ, അയാൾക്ക് വധശിക്ഷ ഇളവ് ചെയ്യാം, പക്ഷേ ഇത് ചെയ്യാൻ അദ്ദേഹം തയ്യാറല്ല.

ഭഗത് സിംഗ്: ഞങ്ങളുടെ ശിക്ഷ ആരും ഇളവ് ചെയ്യില്ലെന്ന് ഞാൻ ആദ്യം മുതൽ പറയുന്നുണ്ട്. മരണത്തിന്റെ കുരുക്ക് തീർച്ചയായും നമ്മുടെ കഴുത്തിൽ വയ്ക്കപ്പെടും. അതിൽ പുതുമയില്ല.

അച്ഛൻ: ഞാൻ വേറെ എന്തൊക്കെയോ കേട്ടിട്ടുണ്ട്.

ഭഗത് സിംഗ്: അതെന്താ?

അച്ഛൻ: മഹാത്മാഗാന്ധി പറഞ്ഞിട്ടുണ്ട്, ഈ മൂന്ന് യുവാക്കളെയും മരണം വരെ തൂക്കിക്കൊല്ലണമെങ്കിൽ, ഈ ജോലി കറാച്ചി സമ്മേളനത്തിന് മുമ്പ് നടപ്പിലാക്കണം.

ഭഗത് സിംഗ്: എപ്പോഴാണ് ആ സമ്മേളനം നടക്കുക?

അച്ഛൻ: ഈ മാസം അവസാനത്തോടെ.

ഭഗത് സിംഗ്: എങ്കിൽ സന്തോഷിക്കേണ്ട കാര്യമാണ്. വേനൽക്കാലം അടുക്കുന്നു. മരണകോശത്തിന്റെ ചൂടിൽ വറുക്കുന്നതിനേക്കാൾ നല്ലത് മരിക്കുന്നതാണ് എന്ന് ഞാൻ കരുതുന്നു. ഞാൻ വീണ്ടും ഇന്ത്യയിൽ ജനിക്കും, ഞങ്ങൾ വീണ്ടും ഇംഗ്ലീഷുകാരുമായി മുഖാമുഖം വന്നേക്കാം. എന്റെ രാജ്യം, ഇന്ത്യ തീർച്ചയായും സ്വതന്ത്രമാകും.

ഇതിനുശേഷം അച്ഛനും മകനോട് മനഃപാഠം ചെയ്യരുതെന്ന് ഉപദേശിച്ചു. ഇതിന് ശേഷം ഭഗത് സിംഗ് തന്റെ സഹോദരന്മാരോടും സഹോദരിമാരോടും പറഞ്ഞു, "മനസ്സു നഷ്ടപ്പെടുത്തരുത്, എന്റെ മരണശേഷം രാജ്യത്തിനും ജനങ്ങൾക്കും വേണ്ടിയുള്ള സേവനത്തിൽ നിന്ന് നിങ്ങളുടെ തല തിരിക്കരുത്. ത്യാഗത്തിൽ നിന്ന് നിങ്ങൾ ശിർക്ക് ചെയ്യരുത്. രാജ്യം, അവസരമുണ്ടെങ്കിൽ." അവസാനം അമ്മയെ അടുത്തേക്ക് വിളിച്ച് പറഞ്ഞു, "എന്റെ മൃതദേഹം എടുക്കാൻ നിങ്ങൾ ഇങ്ങോട്ട് വരരുത്. കുൽവീറിനെ അയയ്ക്കൂ. നിങ്ങൾ കരഞ്ഞാൽ ഭഗത് സിംഗിന്റെ അമ്മ കരയുകയാണെന്ന് ആളുകൾ പറയും." ഇത്രയും പറഞ്ഞ് അവൻ ഒരു പൊട്ടിച്ചിരിയിൽ മുഴുകി. അവരുടെ അശ്രദ്ധയും സ്വവർഗ്ഗാനുരാഗികളെ ഉപേക്ഷിച്ചതും ജയിൽ ഉദ്യോഗസ്ഥരെ ഞെട്ടിച്ചു. മരണത്തോട് അടുത്തിരുന്നെങ്കിലും ഒന്നും സംഭവിക്കാത്തത് പോലെയാണ് അവർ പെരുമാറിയത്. ഒരു ക്ഷമ, ഒരു ധൈര്യം! സാധാരണക്കാരുടെ ഇടയിൽ നിങ്ങൾ അത് കണ്ടെത്തുമോ? ഇതിനുശേഷം കുടുംബം എല്ലാവരും യാത്രയയപ്പ് നൽകി, അവസാനത്തെ വിടവാങ്ങൽ, ഇനി ഒരിക്കലും കണ്ടുമുട്ടരുത്. കുടുംബാംഗങ്ങളുമായുള്ള അദ്ദേഹത്തിന്റെ അവസാന കൂടിക്കാഴ്ചയായിരുന്നു ഇത്. ഇതിനുശേഷം, തൂങ്ങിമരിച്ചിട്ടും അവർക്ക് അവനെ കാണാൻ കഴിഞ്ഞില്ല, ഇനി മുതൽ അവന്റെ മൃതദേഹം മാത്രമേ കാണൂ എന്ന് അവർ സങ്കൽപ്പിച്ചെങ്കിലും. ഭഗത് സിംഗും അങ്ങനെ തന്നെ ചിന്തിച്ചു. അതുകൊണ്ടാണ്

മൃതദേഹം ഏറ്റുവാങ്ങാൻ ഇളയ സഹോദരനോട് ആവശ്യപ്പെട്ടത്. എന്നാൽ സ്വേച്ഛാധിപത്യ ബ്രിട്ടീഷ് സർക്കാർ ഇത് പോലും അനുവദിക്കില്ലെന്ന് അദ്ദേഹം സങ്കൽപ്പിച്ചിരുന്നില്ല.

തൂക്കിക്കൊല്ലുന്നതിന് മുമ്പ്

ഒടുവിൽ, മാർച്ച് 23 ആഗതമായി, ഈ മഹത്തായ ആത്മാക്കളെ തൂക്കിലേറ്റേണ്ട നിർഭാഗ്യകരമായ ദിവസം. ഭഗത് സിംഗ് ലെനിന്റെ ജീവചരിത്രം ജയിലിൽ വെച്ച് തന്നെ തന്റെ അഭിഭാഷകനിൽ നിന്ന് കടമെടുത്തിരുന്നു. മറ്റൊന്നും ചെയ്യാനില്ലാത്ത കാലത്ത് പുസ്തകങ്ങൾ അവന്റെ കൂട്ടാളികളായിരുന്നു. ലെനിന്റെ ജീവചരിത്രം വായിക്കുന്നതിൽ അദ്ദേഹം നഷ്ടപ്പെട്ടു. മുഖത്ത് ഒരിടത്തും ഭയമോ അസ്വസ്ഥതയോ ഇല്ലാതെ പൂർണ്ണമായും രചിച്ചിരിക്കുന്നു, പക്ഷേ ജയിലർ ഖാൻ ബഹാദൂർ മുഹമ്മദ് അക്ബറിന്റെ മനസ്സിൽ ഒരു കൊടുങ്കാറ്റ് ആഞ്ഞടിക്കുന്നുണ്ടായിരുന്നു. ഭഗത് സിങ്ങിനെ എങ്ങനെയെങ്കിലും രക്ഷിക്കാൻ കഴിയുമോ എന്ന് അദ്ദേഹം ചിന്തിച്ചിരിക്കാം. സേവനത്തിൽ അവന്റെ കൈകൾ കെട്ടിയിട്ടില്ലെങ്കിൽ എങ്ങനെയിരിക്കും? ഈ ധീരന്മാരുടെ മുഖങ്ങൾ വീണ്ടും വീണ്ടും അവന്റെ മനസ്സിന് മുന്നിൽ വന്നു. അവന്റെ ഹൃദയത്തിൽ ഒരു വിചിത്രമായ ഇളക്കം അനുഭവപ്പെട്ടു, ഒരു കൊടുങ്കാറ്റ് ഉയരും, അവനുൾപ്പെടെ ആർക്കും കാണാൻ കഴിയാത്ത ഒരു ലാവ അവന്റെ ഉള്ളിൽ തിളച്ചുമറിയുന്നു, പക്ഷേ അവൻ അത് അനുഭവിക്കുന്നു, അത് വിവരിക്കാൻ കഴിയാത്ത ഒരു അനുഭവം. ഉച്ച സമയമായിരുന്നു. സൂര്യൻ ആകാശത്തിന്റെ നടുവിലായിരുന്നു. അൽപം മുമ്പ് ഭഗത് സിംഗ് രാസഗുള എടുത്ത് കഴിച്ചിരുന്നു. തുടർന്ന് അസിസ്റ്റന്റ് ജയിലർ തടവുകാരോട് അവരവരുടെ സെല്ലുകളിലേക്ക് പോകാൻ ആവശ്യപ്പെട്ടു. എന്താണ് കാര്യം എന്ന് തടവുകാർക്ക് മനസ്സിലായില്ല. സാധാരണയായി വൈകുന്നേരം അവരുടെ സെല്ലുകളിലേക്ക് പോകാൻ ആവശ്യപ്പെടുകയും പൂട്ടിയിടുകയും ചെയ്യുമ്പോൾ അത് ഉച്ച സമയമായിരുന്നു. എന്തായിരിക്കാം അർത്ഥം? അതറിയാൻ എല്ലാവരും തല ചൊറിയുന്നുണ്ടായിരുന്നു. അപ്പോഴേക്കും ജയിലർ മുഹമ്മദ് അക്ബർ അവിടെ എത്തി 14-ാം നമ്പർ സെല്ലിനു മുന്നിൽ നിന്നു. എന്താണ് കാര്യം എന്ന് ചോദിക്കുന്ന പോലെ തടവുകാരെല്ലാം അവന്റെ മുഖത്തേക്ക് നോക്കി, പക്ഷേ അവന്റെ മുഖം കണ്ടിട്ട് ആരും ചോദിക്കാൻ ധൈര്യപ്പെട്ടില്ല. അവൻ വല്ലാത്ത പിരിമുറുക്കത്തിലാണെന്നും അവന്റെ ഉള്ളിൽ എന്തോ അലയടിക്കുന്നുണ്ടെന്നും തീരുമാനിക്കാൻ കഴിയാതെയിരിക്കുന്നതായും അവന്റെ മുഖത്ത് നിന്ന് മനസ്സിലായി. "തടവുകാർക്ക് വേണമെങ്കിൽ, അവർക്ക് പുറത്ത് നിൽക്കാം, എന്താണ് സംഭവിക്കുന്നതെന്ന് അദ്ദേഹം കാണും" എന്ന് അദ്ദേഹം പറഞ്ഞു. ഇതും പറഞ്ഞ് അവൻ വന്ന വഴിയേ പോയി. എന്താണ്

വരാനിരിക്കുന്നതെന്ന് തടവുകാരും ഭാഗികമായി ഊഹിച്ചു. അവർ അവരുടെ സെല്ലുകളിലേക്ക് പോയി. ഇന്ന് ഉച്ചയ്ക്ക് സൂര്യൻ അസ്തമിക്കാൻ പോകുകയായിരുന്നു, ആയിരിക്കാം.

വൈകുന്നേരം 5.00 മണിക്ക്. എല്ലാ തടവുകാരും അവരുടെ സെല്ലുകളിൽ പൂട്ടിയിരുന്നു. അവരുടെ ഹാജർ രേഖപ്പെടുത്തിയിരുന്നു. ഈ മൂന്ന് ധൈര്യശാലികളെയും അവരുടെ സെല്ലുകളിൽ കുളിപ്പിക്കാൻ പ്രേരിപ്പിച്ചു. 3.00 മണിക്ക് തൂക്കിക്കൊല്ലുമെന്ന് അവരെ അറിയിച്ചു. ആ ദിവസം ജയിലിൽ ഒരു സിഖ്, ഛതർ സിംഗ്, ആർമിയുടെ മുൻ ഹവൽദാർ ആയിരുന്ന ചീഫ് വാർഡൻ. മതപരമായ ചായ്‌വുള്ള മൃദുവായ സിഖുകാരനായിരുന്നു അദ്ദേഹം. ഭഗത് സിംഗ് തൂക്കിലേറ്റപ്പെടാൻ പോകുന്നു എന്നറിഞ്ഞപ്പോൾ അദ്ദേഹം ഭഗത് സിങ്ങിനെ സമീപിച്ച് പറഞ്ഞു, "ബേട്ടാ, ഇത് ഇപ്പോൾ അവസാനമാണ്. പ്രായത്തിൽ ഞാൻ നിങ്ങളുടെ പിതാവിന് തുല്യനാണ്, ദയവായി എന്റെ ചെറിയ നിർദ്ദേശം സ്വീകരിക്കുക...."

"എന്നോട് പറയൂ, എന്താണ് ഓർഡർ", ഭഗത് സിംഗ് നിസ്സംഗതയോടെ പുഞ്ചിരിച്ചുകൊണ്ട് പറഞ്ഞു. "എനിക്ക് ഒരു ചെറിയ അഭ്യർത്ഥന മാത്രമേയുള്ളൂ. ഈ അവസാന അവസരത്തിൽ നിങ്ങൾ വാഹേ ഗുരു എന്ന പേര് ചൊല്ലുകയും ഗുരു വാണി വായിക്കുകയും ചെയ്യുക. ഈ ഗുട്ക (വിശുദ്ധന്മാരുടെ ശബ്ദത്തിന്റെ സംക്ഷിപ്ത പതിപ്പ്) എടുക്കുക, ഞാൻ ഇത് നിങ്ങൾക്കായി കൊണ്ടുവന്നിട്ടുണ്ട്," ചതർ സിംഗ് പറഞ്ഞു. ഭഗത് സിംഗ് പൊട്ടിച്ചിരിച്ചുകൊണ്ട് പറഞ്ഞു, "അൽപ്പം നേരത്തെ പറഞ്ഞിരുന്നെങ്കിൽ, നിങ്ങളുടെ ആഗ്രഹം നിറവേറ്റാൻ എനിക്ക് എതിർപ്പുണ്ടാകില്ലായിരുന്നു. ഇപ്പോൾ, അവസാന നിമിഷം ഞാൻ ദൈവത്തെ ഓർത്താൽ, ഈ മനുഷ്യൻ (ഭഗത് സിംഗ്) ഭീരു... ജീവിതകാലം മുഴുവൻ അവൻ എന്നെ ഓർത്തില്ല, ഇപ്പോൾ അവന്റെ മുന്നിൽ മരണം കാണുമ്പോൾ അവൻ എന്നെ ഓർക്കുന്നു, അതിനാൽ ഞാൻ നയിച്ച വഴിയിൽ നിന്ന് ഈ ലോകം വിടാൻ നിങ്ങൾ എന്നെ അനുവദിക്കുന്നത് നല്ലതാണ്. എന്റെ മുൻകാല ജീവിതം, നിരീശ്വരവാദിയായതിന് പലരും എന്നെ കുറ്റപ്പെടുത്തും, അവൻ ദൈവത്തിൽ വിശ്വസിച്ചിട്ടില്ലെന്ന് പറയും, പക്ഷേ ഭഗത് സിംഗ് ഒരു ഭീരുവാണെന്നും സത്യസന്ധനല്ലെന്നും ആരും പറയില്ല, ഒടുവിൽ മരണത്തെ അഭിമുഖീകരിക്കുമ്പോൾ അവന്റെ കാലുകൾ വിറയ്ക്കുകയായിരുന്നു.

ഈ സമയത്ത് ലെനിന്റെ ജീവചരിത്രം വായിക്കുന്നതിൽ മുഴുകിയിരിക്കുമ്പോൾ ജയിൽ ഓഫീസർ വന്ന് പറഞ്ഞു, "സർദാർജി, നിങ്ങളെ തൂക്കിക്കൊല്ലാൻ ഞങ്ങൾക്ക് ഉത്തരവുകൾ ലഭിച്ചു, തയ്യാറാകൂ."

പുസ്തകത്തിൽ ഒട്ടിപ്പിടിച്ച കണ്ണുകളോടെ, വായിച്ചുകൊണ്ട് അദ്ദേഹം പറഞ്ഞു, "നിൽക്കൂ, ഒരു വിപ്ലവകാരി മറ്റൊരു വിപ്ലവകാരിയെ കണ്ടുമുട്ടുന്നു." കുറച്ചു

കഴിഞ്ഞപ്പോൾ ആ ഭാഗം വായിച്ചു തീർന്നപ്പോൾ അവൻ പുസ്തകം വായുവിലേക്ക് വലിച്ചെറിഞ്ഞു, "നമുക്ക് പോകാം" എന്ന് പറഞ്ഞു സെല്ലിൽ നിന്ന് പുറത്തിറങ്ങി.

മൂന്ന് ധീരരായ ഭഗത് സിംഗ്, രാജ് ഗുരു, സുഖ് ദേവ് എന്നിവരെ തൂക്കിലേറ്റുന്ന പ്ലാറ്റ്ഫോമിലേക്ക് കൊണ്ടുപോകുന്നതിന് മുമ്പ്, ജയിൽ നിയമങ്ങൾ അനുസരിച്ച് വസ്ത്രം മാറാൻ ജയിൽ ഉദ്യോഗസ്ഥർ അവരോട് ആവശ്യപ്പെട്ടു. എന്നാൽ ഭഗത് സിംഗ് ഇതിനോട് യോജിച്ചില്ല, "ഞാൻ ഒരു കള്ളനോ കൊള്ളക്കാരനോ സാധാരണ കുറ്റവാളിയല്ല. ഞാൻ ഒരു രാഷ്ട്രീയ തടവുകാരനാണ്, വിപ്ലവകാരിയാണ്" എന്ന് പറഞ്ഞു. ചീഫ് വാർഡനും ഡെപ്യൂട്ടി സൂപ്രണ്ടും മറുപടി ഒന്നും പറയാതിരിക്കാൻ ധൈര്യം കാണിക്കുകയും സൂപ്രണ്ടിനെയും സബ് ഇൻസ്പെക്ടറെയും വിവരം അറിയിക്കുകയും ചെയ്തു. അപ്പോൾ സബ് ഇൻസ്പെക്ടർ അക്ബർ ഖാൻ തന്റെ അടുത്ത് വന്ന് ജീവിതത്തിന്റെ അവസാന നിമിഷത്തിൽ അങ്ങനെ പെരുമാറരുതെന്ന് അഭ്യർത്ഥിച്ചു. അപ്പോൾ ഭഗത് സിംഗ് സമ്മതിച്ചു.

മൂന്ന് വിപ്ലവകാരികളും അവരുടെ സെല്ലുകളിൽ നിന്ന് പുറത്തിറങ്ങി. അവർ പരസ്പരം കണ്ടു, പരസ്പരം ആലിംഗനം ചെയ്തു. മൂവരും ചിരിച്ചു. തൂക്കിലേറ്റപ്പെടാൻ പോകുന്ന വ്യക്തികൾ ചിരിക്കുന്നതും അവരുടെ മുഖം പ്രകാശിക്കുന്നതും എന്തൊരു വിരോധാഭാസമാണ്. അവരുടെ മുഖത്ത് മ്ലാനതയുടെ ഒരു അംശവും ഉണ്ടായിരുന്നില്ല. നിവർന്നുനിൽക്കുന്ന നെഞ്ചുമായി, നിറഞ്ഞ സന്തോഷത്തോടെ അവർ നടന്നു. പക്ഷേ, ജയിൽ ഉദ്യോഗസ്ഥരുടെ മുഖത്ത് ഒരു ഇരുട്ട് വ്യക്തമായി കാണാമായിരുന്നു. തൂക്കുമരത്തിലേക്ക് കൊണ്ടുപോകുന്നവരുടെ മുഖത്ത് വേദനയുടെയും നിരാശയുടെയും വരകൾ വ്യക്തമായി കാണാമായിരുന്നു. മധ്യഭാഗത്ത് ഭഗത് സിംഗ് ഉണ്ടായിരുന്നു, വലതുവശത്ത് രാജ് ഗുരുവും ഇടതുവശത്ത് സുഖ് ദേവും. ഭഗത് സിംഗ് തന്റെ രണ്ട് കൂട്ടാളികളുടെ ആയുധങ്ങൾ സ്വന്തമായി പിടിച്ചു. മൂന്നുപേരും മരണത്തെ പൂർണ്ണമായും മറന്നു, പാട്ടുപാടി ആടിക്കൊണ്ടിരുന്നു.

"ദിൽ സേ നികലേഗി നാ മർകർ വതൻ കെ ഉൾഫത്

മേരി മിട്ടി സേ ഭി ഖുശ്ബു-ഇ-വതൻ ആയേഗി."

(മരണം കഴിഞ്ഞാലും രാജ്യത്തോടുള്ള സ്നേഹം ഇല്ലാതാകില്ല.

എന്റെ ചിതാഭസ്മവും എന്റെ രാജ്യത്തിന്റെ സ്വാദിനെ ഊറ്റിയെടുക്കും.)

അന്തരീക്ഷമാകെ ശോഷിച്ചിരിക്കുന്നു, പക്ഷേ ദേശസ്നേഹികളുടെ മുഖങ്ങൾ അതുല്യമായ തിളക്കത്തിൽ തിളങ്ങി. ജയിൽ ഉദ്യോഗസ്ഥരും തൊഴിലാളികളും ഭാരതമാതാവിന്റെ പ്രിയപ്പെട്ട പുത്രന്മാർ, തൂങ്ങിക്കിടക്കുന്ന കുരുക്ക് ചുംബിക്കാനും ആലിംഗനം ചെയ്യാനും മഹാപ്രയാണത്തിനായി (അവസാന യാത്ര, വിമോചനത്തിലേക്കുള്ള വഴി) മുന്നോട്ട് നടന്നു.

അവസാന യാത്രയും അന്ത്യകർമ്മങ്ങളും

6.35ഓടെയാണ് മൂവരും തൂങ്ങിമരിച്ച സ്ഥലത്ത് എത്തിയത്. ആ സമയത്ത് ജയിൽ സൂപ്രണ്ട്, ഇൻസ്പെക്ടർ ജനറൽ ഓഫ് പോലീസ്, ഡെപ്യൂട്ടി കമ്മീഷണർ (ലാഹോർ), ഇൻസ്പെക്ടർ ജനറൽ (ജയിൽ) എന്നിവർ അവിടെ ഉണ്ടായിരുന്നു. 'ഇങ്ക്വാലാബ് സിന്ദാബാദ്', 'അംഗ്രേസി സാമ്രാജ്യവാദ് കാ നാഷ് ഹോ', 'രാഷ്ട്രീയ ഝണ്ടാ ഉഞ്ചാ രഹേ', (ദേശീയ പതാക ഉയരത്തിൽ പറക്കട്ടെ), 'താഴേയ്ക്ക്, യൂണിയൻ ജാക്ക്' എന്നിങ്ങനെ മൂവരും ഉച്ചത്തിൽ മുദ്രാവാക്യം വിളിക്കാൻ തുടങ്ങി. ജയിലിലെ മറ്റ് തടവുകാർ ഈ മുദ്രാവാക്യങ്ങൾ കേട്ടു, മഹാനായ വിപ്ലവകാരികളുടെ അവസാന നിമിഷം വന്നിരിക്കുന്നുവെന്ന് ഊഹിച്ചു. അതിനാൽ അവർ ഈ മുദ്രാവാക്യങ്ങൾ അവരുടെ സെല്ലുകളിൽ ഉച്ചത്തിൽ ആവർത്തിക്കുകയും മുദ്രാവാക്യങ്ങൾ ആവർത്തിച്ചുകൊണ്ട് അവർക്ക് ആദരാഞ്ജലികൾ അർപ്പിക്കുകയും ചെയ്തു.

അവർ തൂക്കു വേദിയിൽ എത്തിയപ്പോൾ ഡെപ്യൂട്ടി കമ്മീഷണർ തൂക്കിക്കൊല്ലൽ നിയമങ്ങൾ അനുസരിച്ച് അവിടെ നിൽക്കുകയായിരുന്നു. ഭഗത് സിങ്ങും കൂട്ടരും കൈവിലങ്ങ് വെച്ചില്ല, കാരണം തൂക്കിക്കൊല്ലുമ്പോൾ മുഖത്ത് കറുത്ത മുഖംമൂടി ഇടരുതെന്നും ജയിലറോട് അവർ നേരത്തെ പറഞ്ഞിരുന്നു. ജയിലർ അവരുടെ അവസാന ആഗ്രഹം അംഗീകരിച്ചു, പക്ഷേ അവരെ ഈ രൂപത്തിൽ കണ്ട ഡെപ്യൂട്ടി കമ്മീഷണർ പെട്ടെന്ന് ഞെട്ടി. തുടർന്ന് ജയിലർ മുഹമ്മദ് അക്ബർ അദ്ദേഹത്തോട് കഥ മുഴുവൻ പറയുകയും അവർ പെരുമാറുമെന്ന് ഉറപ്പ് നൽകുകയും ചെയ്തു. തൂക്കു വേദിയിൽ കയറുന്നതിന് മുമ്പ്, ഇംഗ്ലീഷ് ഡെപ്യൂട്ടി കമ്മീഷണറെ അഭിസംബോധന ചെയ്തുകൊണ്ട് ഭഗത് സിംഗ് പറഞ്ഞു, "മജിസ്ട്രേറ്റ്! ഇന്ത്യൻ വിപ്ലവകാരികൾ അവരുടെ ഉന്നതമായ ആദർശങ്ങൾക്കായി മരണത്തെ സന്തോഷപൂർവ്വം ആശ്ലേഷിക്കുന്നതെങ്ങനെയെന്ന് കാണാനുള്ള അവസരം നിങ്ങൾക്ക് ലഭിച്ചതിൽ ഭാഗ്യമുണ്ട്."

തന്റെ ജീവിതത്തിന്റെ അവസാന നിമിഷങ്ങളിൽ പോലും ഭഗത് സിംഗ് തന്റെ ആദർശങ്ങളിൽ പൂർണ്ണമായും അചഞ്ചലനായി നിലകൊള്ളുന്നത് കണ്ട് മജിസ്ട്രേറ്റും കേൾവി ബാധിക്കാതെ ഇരിക്കുമായിരുന്നില്ല. ഇതും പറഞ്ഞു അവൻ തൂക്കു വേദിയിൽ കയറി. മൂന്ന് കുരുക്കുകൾ അവിടെ തൂങ്ങിക്കിടക്കുന്നുണ്ടായിരുന്നു. അവർ ഒരേ ക്രമത്തിൽ ഇവിടെ നിന്നു: മധ്യത്തിൽ ഭഗത് സിംഗ്, വലതുവശത്ത് രാജ് ഗുരു, ഇടതുവശത്ത് സുഖ് ദേവ്. മൂവരും ഇടിമുഴക്കത്തിൽ വീണ്ടും മുദ്രാവാക്യം വിളിച്ചു: "ഇൻക്വലാബ് സിന്ദാബാദ്", "സാമ്രാജ്യവാദ് മുർദാബാദ്." മൂവരും ആ കുരുക്കുകളെ നോക്കി പുഞ്ചിരിച്ചും ചുംബിച്ചും കഴുത്തിൽ ഇട്ടു,

വെളുത്ത പൂമാല അണിഞ്ഞ് യുദ്ധക്കളത്തിലേക്ക് പോകുന്നതുപോലെ. ഭഗത് സിംഗ് ആരാച്ചാരോട് കുരുക്കുകൾ ക്രമീകരിക്കാൻ ആവശ്യപ്പെട്ടു. ഒരുപക്ഷേ ജീവിതത്തിൽ ആദ്യമായിട്ടായിരിക്കാം ഈ വാക്കുകൾ അവൻ കേൾക്കുന്നത്. തൂക്കു വേദിയിൽ കയറുമ്പോൾ സാധാരണ തടവുകാരുടെ കാലുകൾ കുലുങ്ങുന്നു, എന്നാൽ ഇവിടെ ഭഗത് സിംഗ് അവനോട് കുരുക്ക് ക്രമീകരിക്കാൻ ആവശ്യപ്പെടുകയായിരുന്നു. ആരാച്ചാർ കുരുക്ക് ക്രമീകരിച്ചു, ചക്രം തിരിച്ചു, പലക കാലിൽ നിന്ന് തെന്നിവീണു, മൂന്ന് ധീരരും അവരുടെ മാതൃരാജ്യത്തിന്റെ ബലിപീഠത്തിൽ സ്വയം രക്തസാക്ഷികളായി. ഇന്ത്യൻ മണ്ണിന്റെ സ്വാതന്ത്ര്യത്തിനായി എന്നെന്നേക്കുമായി ജ്വലിക്കുന്ന സൂര്യൻ അസ്തമിച്ചു.

സർക്കാർ ടെലിഗ്രാം പ്രകാരം 7.00 മണിക്ക് അവരെ തൂക്കിലേറ്റണം. എന്നാൽ മന്മഥ് നാഥ് ഗുപ്ത പറയുന്നതനുസരിച്ച് 7.15 ന് അവരെ തൂക്കിലേറ്റി. മറ്റ് ചില പുസ്തകങ്ങളിൽ ഈ സമയം 7.30 അല്ലെങ്കിൽ 7.33 എന്ന് പരാമർശിക്കുന്നു. ഇവിടെ ശ്രദ്ധിക്കേണ്ട കാര്യം, തൂക്കിക്കൊല്ലൽ സാധാരണയായി രാവിലെയാണ് നടക്കുന്നത്, എന്നാൽ ഭഗത് സിംഗിന്റെ കാര്യത്തിൽ ഈ നിയമം പാലിച്ചില്ല. രാത്രിയിൽ തൂങ്ങിമരിച്ചു. തൂക്കിക്കൊല്ലപ്പെട്ട ശേഷം, ഒരാളുടെ മൃതദേഹം അവന്റെ ബന്ധുക്കൾക്കും കൈമാറുന്നു, എന്നാൽ ഈ മഹാനായ വിപ്ലവകാരികളുടെ കാര്യത്തിൽ, അവരെ തൂക്കിലേറ്റാൻ പോകുകയാണെന്ന് അവരുടെ കുടുംബങ്ങളെ പോലും അറിയിച്ചിരുന്നില്ല. ഇതിൽ കൂടുതൽ എന്ത് ക്രിമിനൽ നടപടിയാണ് നിങ്ങൾക്ക് ചിന്തിക്കാൻ കഴിയുക? ഈ ധീരന്മാരുടെ ശരീരം ചെറിയ കഷണങ്ങളാക്കി, തോക്ക് ബാഗിൽ നിറച്ചിരുന്നതായി പറയപ്പെടുന്നു. ജയിലിന്റെ പ്രധാന കവാടത്തിൽ നിന്ന് ഈ ബാഗുകൾ പുറത്തെടുക്കാൻ ബ്രിട്ടീഷ് സർക്കാർ തന്നെ ധൈര്യപ്പെട്ടില്ല എന്നതിൽ നിന്ന് തന്നെ വിലയിരുത്താം. ഇംഗ്ലീഷുകാർ തന്നെ കുറ്റവാളികളായിരുന്നു, ഈ ധീരരായ ആളുകൾ വാസ്തവത്തിൽ ഒരു കുറ്റവും ചെയ്തിട്ടില്ല. അവർ തങ്ങളുടെ മാതൃരാജ്യത്തിനും അതിന്റെ സ്വാതന്ത്ര്യത്തിനും വേണ്ടി പോരാടുകയും അന്യരായ ഇംഗ്ലീഷുകാരെ അവരുടെ രാജ്യത്ത് നിന്ന് പുറത്താക്കാൻ ആഗ്രഹിക്കുകയും ചെയ്താൽ അത് കുറ്റമാണോ? അതിന് അവരെ തൂക്കിലേറ്റി. ജയിലിന്റെ പിൻവാതിലിലൂടെ ബാഗുകൾ പുറത്തെടുത്തതാകാം. വിഖ്യാത വിപ്ലവകാരിയായ ശ്രീ മന്മഥ് നാഥ് ഗുപ്ത എഴുതി, "ജയിലിന്റെ പുറകുവശത്തുള്ള ഭിത്തിയിൽ ഉണ്ടാക്കിയ ഒരു തുറസ്സിലൂടെ മൃതദേഹങ്ങൾ (ബാഗുകൾ) ജയിലിൽ നിന്ന് പുറത്തെടുത്ത് ദഹിപ്പിക്കാൻ ഫിറോസ്പൂരിലേക്ക് കൊണ്ടുപോയി. മുന്നിൽ നിന്ന് പുറത്തെടുത്താൽ ഗേറ്റ്, വിപ്ലവകാരികളുടെ ഒരു മറഞ്ഞിരിക്കുന്ന കൂട്ടാളി പ്രശ്നങ്ങൾ കണ്ടെത്താനും സൃഷ്ടിക്കാനും സാധ്യതയുണ്ടെന്ന് അവർ ഭയപ്പെട്ടു.

ഈ പ്രവർത്തനങ്ങളെല്ലാം രാത്രിയിൽ രഹസ്യ രൂപത്തിലാണ് നടത്തിയത്. ഇതെല്ലാം നടക്കുമ്പോൾ, മോറി ഗേറ്റിനോട് ചേർന്നുള്ള ഗ്രൗണ്ടിൽ ഭഗത് സിംഗിന്റെ

പിതാവ് സർദാർ കിഷൻ സിംഗ് ഒരു പ്രസംഗം കേൾക്കുകയായിരുന്നു. ഈ തൂങ്ങിമരിച്ച വിവരം ആരോ അവനെ അവിടെ അറിയിച്ചു. ആളുകൾ ക്രോധത്താൽ ഭ്രാന്തന്മാരായി; സർദാർ കിഷൻ സിംഗ് ആൾക്കൂട്ടത്തെ എങ്ങനെയെങ്കിലും നിയന്ത്രിച്ച് ജയിലിലേക്ക് വേഗത്തിൽ ചുവടുവച്ചു. ഇപ്പോഴും ചിലർ ജയിലിൽ വരെ അദ്ദേഹത്തെ അനുഗമിച്ചു. പക്ഷേ, അവൻ അവിടെയെത്തുന്നത് കാര്യമില്ലാതായി. ബാഗുകളുമായെത്തിയ ജയിൽ ട്രക്ക് നേരത്തെ പുറപ്പെട്ടിരുന്നു. ട്രക്ക് ആദ്യം കസൂറിലെത്തി. എല്ലാം പ്ലാൻ പോലെ തന്നെ നടന്നു. ഇവിടെ നിന്ന് അവർ ഒരു സിഖ് ഗ്രന്ഥിയെയും ഒരു ഹിന്ദു പണ്ഡിതനെയും കൂടെ കൊണ്ടുപോയി. അവരെല്ലാം ഫിറോസ്പൂരിനടുത്തുള്ള സത്‌ലജ് തീരത്തെത്തി. മൃതദേഹങ്ങൾ അടങ്ങിയ ബാഗുകൾ ട്രക്കിൽ നിന്ന് പുറത്തെടുത്തു. അർദ്ധരാത്രിയിൽ ആ ബാഗുകളിൽ മണ്ണെണ്ണ ധാരാളമായി വിതറി തീ കൊളുത്തി, അങ്ങനെ മൃതദേഹങ്ങൾ പെട്ടെന്ന് കത്തിച്ചു. മൃതദേഹങ്ങൾ കത്താൻ തുടങ്ങി. വലിയ തീ അന്തരീക്ഷത്തെ മുഴുവൻ ആളിക്കത്തിച്ചു. ഒപ്പമുണ്ടായിരുന്ന ഇംഗ്ലീഷ് ഓഫീസർ പറഞ്ഞു, "ഞാൻ ഇപ്പോൾ പോകുന്നു, എല്ലാം കത്തിക്കുമ്പോൾ, ചാരം നദിയിൽ നിമജ്ജനം ചെയ്യുക". ഒരുപക്ഷേ, മറ്റ് ആളുകളും ഭയപ്പെട്ടിരിക്കാം. പകുതി കത്തിയ ഭാഗങ്ങൾ അവർ വേഗത്തിൽ നദിയിലേക്ക് തള്ളി. പോലീസുകാർക്ക് ഇത് ഒരു മാറ്റവും ഉണ്ടാക്കിയില്ല. അവർ ബക്കറ്റുകളിൽ വെള്ളം നിറച്ചു, ചാരത്തിൽ എറിഞ്ഞ് അവയെല്ലാം നദിയിലേക്ക് തള്ളി. മൃതദേഹങ്ങൾ കത്തിച്ച സ്ഥലം പുഴമണൽ നിറഞ്ഞ നിലയിലായിരുന്നു.

അപ്പോഴേക്കും സമീപവാസികൾ സംഭവം അറിഞ്ഞു. കൈകളിൽ മഷലുകളുമായി (എണ്ണ ടോർച്ചുകൾ) അവർ സത്‌ലുജിന്റെ തീരത്തേക്ക് നീങ്ങി. ഇവർ നേരെ വരുന്നത് കണ്ട് മൃതദേഹം സംസ്കരിക്കാനെത്തിയ ജയിൽ ഉദ്യോഗസ്ഥർ ട്രക്കിൽ ഇരുന്ന് രക്ഷപ്പെടുകയായിരുന്നു. ഗ്രാമവാസികളുടെ ജനക്കൂട്ടം അവിടെയെത്തി. ഒരുപക്ഷേ, മൃതദേഹങ്ങൾ ശരിയായ രീതിയിൽ സംസ്കരിച്ചിട്ടില്ലെന്ന് അവർക്ക് ബോധ്യപ്പെട്ടിരിക്കാം. ശ്രീ മന്മഥ് നാഥ് ഗുപ്ത പറയുന്നതനുസരിച്ച്, "ഗ്രാമവാസികൾ മൃതദേഹങ്ങൾ നദിയിൽ നിന്ന് പുറത്തെടുത്ത് ആചാരപ്രകാരം ദഹിപ്പിച്ചു."

പിറ്റേന്ന് രാവിലെ അവിടെ ഒരു ജനക്കൂട്ടം തടിച്ചുകൂടി. ആ സ്ഥലം ഇന്ത്യക്കാരുടെ ഒരു തീർത്ഥാടന കേന്ദ്രമായി മാറിയിരുന്നു. പൊടി, മണൽ, ചാരം, രക്തത്തിൽ പുരട്ടിയ കല്ലുകൾ അല്ലെങ്കിൽ അസ്ഥി കഷണങ്ങൾ, അല്ലെങ്കിൽ അവർക്ക് കൈ വയ്ക്കാൻ കഴിയുന്നതെന്തും ആളുകൾ അവിടെ നിന്ന് പെറുക്കിയെടുത്തു.

പിറ്റേന്ന് രാവിലെ ബ്രിട്ടീഷ് സർക്കാർ അതിന്റെ ഒരു ഔപചാരികത പാലിക്കാൻ പൊതുജനങ്ങളെ അറിയിച്ചു. ലാഹോറിലെ ജില്ലാ മജിസ്ട്രേറ്റിന് വേണ്ടി

മാർച്ച് 24 ന് ലാഹോറിന്റെ ചുവരുകളിൽ പോസ്റ്ററുകൾ സ്ഥാപിച്ചു:"ഇന്നലെ വൈകുന്നേരം തൂക്കിലേറ്റപ്പെട്ട ഭഗത് സിംഗ്, രാജ് ഗുരു, സുഖ് ദേവ് എന്നിവരുടെ മൃതദേഹങ്ങൾ ജയിലിൽ നിന്ന് സത്‌ലജ് നദിയുടെ തീരത്തേക്ക് കൊണ്ടുപോയി, ആചാരങ്ങൾക്കും പാരമ്പര്യങ്ങൾക്കും അനുസൃതമായി സംസ്കരിച്ചതായി പൊതുജനങ്ങൾ അറിയിച്ചു. സിഖുകാരും ഹിന്ദുക്കളും അവരുടെ ചിതാഭസ്മവും നദിയിൽ നിമജ്ജനം ചെയ്തു.

പിറ്റേന്ന് നാട്ടിൽ ആ വാർത്ത പരന്നു.

രാജ്യത്തെ തൂക്കിക്കൊല്ലലിനെതിരെയുള്ള പ്രതികരണം

ഈ വാർത്ത രാജ്യമാകെ കൊടുങ്കാറ്റ് ഉയർത്തി. മാർച്ച് 24 ദുഃഖാചരണമായി പ്രഖ്യാപിച്ചു. രാജ്യം ദുഃഖസാഗരത്തിൽ മുങ്ങി. അടുത്ത പത്ത് ദിവസത്തേക്ക് പുറത്തിറങ്ങരുതെന്ന് ലാഹോർ ഭരണകൂടം ഇംഗ്ലീഷ് സ്ത്രീകളോട് നിർദ്ദേശിച്ചു. ബോംബെ, മദ്രാസ്, കൽക്കട്ട എന്നിവിടങ്ങളിലെ അന്തരീക്ഷം പരിഗണനാ വിഷയമായി. സായുധ പോലീസ് കൽക്കത്തയിലെ റോഡുകളിൽ പട്രോളിംഗ് നടത്തിയെങ്കിലും പ്രകടനങ്ങൾ തടയാൻ കഴിഞ്ഞില്ല. വിവിധ സ്ഥലങ്ങളിലെ പോലീസുമായി ഇവർ ഏറ്റുമുട്ടി. നിരവധി പേർ കൊല്ലപ്പെടുകയും നിരവധി പേർക്ക് പരിക്കേൽക്കുകയും അറസ്റ്റിലാവുകയും ചെയ്തു.

ജയ് ദേവ് ഗുപ്തയും ബീബി അമർ കൗറും ലാഹോറിലേക്ക് ചിതാഭസ്മത്തിന്റെ ചില അവശിഷ്ടങ്ങൾ കൊണ്ടുവന്നു. ഘോഷയാത്രയായാണ് ഇവരെ പുറത്തെത്തിച്ചത്. ആയിരക്കണക്കിന് ആളുകൾ അവരെ സന്ദർശിച്ചു. രാജ്യത്തുടനീളമുള്ള പത്രങ്ങൾ ഈ മഹാത്മാക്കൾക്ക് ആദരാഞ്ജലികൾ അർപ്പിച്ചുകൊണ്ട് ലേഖനങ്ങൾ പ്രസിദ്ധീകരിച്ചു. വിവിധ സ്ഥലങ്ങളിൽ അനുശോചന യോഗങ്ങൾ നടന്നു. ഗവൺമെന്റിന്റെ അതിക്രമങ്ങളും ഗാന്ധി-ഇർവിൻ ഉടമ്പടിയും രൂക്ഷമായ വിമർശനത്തിന് കാരണമായി. ദുഃഖത്തിൽ കുതിർന്ന ഈ അന്തരീക്ഷത്തിൽ, ലാഹോറിൽ നിന്നുള്ള ദി ട്രിബ്യൂൺ എഴുതി:

"ഇന്ത്യയിൽ ബ്രിട്ടീഷ് സർക്കാർ ചെയ്ത തെറ്റുകൾ എന്തുതന്നെയായാലും, പ്രാധാന്യവും ഗൗരവവും കണക്കിലെടുക്കുമ്പോൾ, ഭഗത് സിംഗ്, രാജ് ഗുരു, സുഖ് ദേവ് എന്നിവരുടെ വധശിക്ഷ ഇളവ് ചെയ്യാത്തതുവഴി അവർ ചെയ്ത തെറ്റിന് സമാന്തരമാണ്."

ലാഹോറിൽ നിന്നുള്ള ഉർദു ദിനപത്രം, പായം, 1931 ഏപ്രിൽ 3-ലെ അതിന്റെ ലക്കത്തിൽ ഇങ്ങനെ പറയുന്നു:

"ഭഗത് സിംഗ്, രാജ് ഗുരു, സുഖ് ദേവ് എന്നിവരെ തൂക്കിലേറ്റി. അവിടെ മാത്രം ജീവൻ നഷ്ടപ്പെട്ടു. എന്നാൽ 23 കോടി ഇന്ത്യക്കാർ അവരെ സ്നേഹിച്ചു. അവരെ കൊലപ്പെടുത്തിയതിലൂടെ ബ്രിട്ടീഷ് സർക്കാർ ഇന്ത്യയുടെ മുഴുവൻ

പൗരുഷത്തെയും വെല്ലുവിളിച്ചു. ഇന്ത്യ ഈ വെല്ലുവിളി സ്വീകരിച്ചാൽ, ഭാവി. ഇംഗ്ലണ്ട് ഇരുണ്ടുപോകും, അത് അംഗീകരിച്ചില്ലെങ്കിൽ, അതിന്റെ ഭാവി നഷ്ടപ്പെടും, രക്തസാക്ഷികൾ നമുക്ക് ഒരു വിചിത്രമായ രക്തസാക്ഷിത്വ വഴി കാണിച്ചുതന്നു, അവർ കാണിച്ചുതന്ന പാതയിലൂടെ സഞ്ചരിക്കണം, ഇംഗ്ലണ്ട് മുഴുവൻ ഇന്ത്യയുടെ അഭ്യർത്ഥന നിരസിച്ചു. കണ്ണീരിലൂടെയും കരച്ചിലിലൂടെയും മറുപടി പറയാനാവില്ല, കാരണം, ബലഹീനതയുടെ ആയുധങ്ങളാണിവ. ബ്രിട്ടീഷ് സർക്കാരിന് ദാനധർമ്മവും മനുഷ്യത്വവും ഉദാരതയും ഇല്ല. ശക്തിക്ക് മുന്നിൽ മാത്രം തലകുനിക്കുന്ന പൈശാചിക സർക്കാരാണിത്. നിങ്ങൾക്ക് ശക്തിയുണ്ട്, ഇത് ശരിയായി ഉപയോഗിക്കുക. ഈ ബ്രിട്ടീഷ് സർക്കാരിനെ ബഹിഷ്കരിക്കുക , ബ്രിട്ടീഷ് കച്ചവടവും, ബ്രിട്ടീഷ് വിദ്യാഭ്യാസവും, അപമാനിതരായ ബ്രിട്ടനും നിങ്ങളുടെ കാലിൽ വീഴും, അത് രക്തസാക്ഷികളുടെ രക്തത്തിന്റെ വില നൽകേണ്ടിവരും അതിനായി അവരുടെ ജീവിതം ഇറക്കി. സ്വതന്ത്ര പേർഷ്യയുടെ മുഴുവൻ രക്തത്തിനും ഒരു സാധാരണ ഇംഗ്ലീഷുകാരന്റെ രക്തത്തിന്റെ വില നൽകാൻ കഴിയുന്നില്ലെങ്കിൽ, ഒരു പോലീസ് ഉദ്യോഗസ്ഥനെ കൊലപ്പെടുത്തിയതിന് കുറ്റം ചുമത്തപ്പെട്ട അടിമ ഇന്ത്യയുടെ വിശ്വസ്തരായ പുത്രന്മാരുടെ രക്തം എങ്ങനെ ഒഴിവാക്കും? (മാപ്പ്) ഒരു സാധാരണ ഇംഗ്ലീഷുകാരന്റെ ജീവൻ വിലപ്പെട്ടതാണെങ്കിൽ, ശരീരത്തിന്റെ ഓരോ ഭാഗവും ദേശസ്നേഹവും വിശുദ്ധ രക്തസാക്ഷിത്വവും നിറഞ്ഞ ഭഗത് സിങ്ങിന്റെയും രാജ് ഗുരുവിന്റെയും സുഖ് ദേവിന്റെയും വില കുറച്ചാണോ ഇന്ത്യ വിലയിരുത്തുന്നത്? ബ്രിട്ടന് മറുപടി പറയുക, വാക്കുകളിലൂടെയല്ല, പ്രവൃത്തികളിലൂടെയാണ്. ഈ ധീരരക്തസാക്ഷികളെ ഇന്ത്യ ബ്രിട്ടന് മുകളിലാണ് കണക്കാക്കുന്നത്. ആയിരക്കണക്കിന് ലക്ഷക്കണക്കിന് ഇംഗ്ലീഷുകാരെ കൊന്നാലും ഞങ്ങൾ പ്രതികാരം ചെയ്യുമായിരുന്നില്ല. ഇന്ത്യയുടെ സ്വാതന്ത്ര്യത്തോടെ മാത്രമേ ഈ പ്രതികാരം പൂർണമാകൂ. അപ്പോഴേ ബ്രിട്ടന്റെ പ്രതാപം പൊടിപൊടിക്കുകയുള്ളൂ. ഓ! ഭഗത് സിംഗ്, രാജ് ഗുരു, സുഖ് ദേവ്! നിന്നെ കൊന്നതിൽ ഇംഗ്ലീഷുകാർ സന്തോഷിക്കുന്നു. ഇല്ല, അവർ തെറ്റിദ്ധരിക്കപ്പെട്ടു. അവർ നിന്നെ കൊന്നിട്ടില്ല, സ്വന്തം ഭാവി കുത്തിക്കൊന്നു. നിങ്ങൾ ജീവിച്ചിരിക്കുന്നു, എന്നേക്കും ജീവിക്കും."

ഇന്ത്യൻ മാത്രമല്ല, വിദേശ പത്രങ്ങളും ഈ നടപടിയിൽ ബ്രിട്ടീഷ് സർക്കാരിനെ വിമർശിച്ചു.

ന്യൂയോർക്കിലെ ഡെയ്‌ലി വർക്കർ എഴുതി:

"ഇന്ത്യയുടെ സ്വാതന്ത്ര്യത്തിന് വേണ്ടി പോരാടിയ ലാഹോറിലെ മൂന്ന് തടവുകാരായ ഭഗത് സിംഗ്, രാജ് ഗുരു, സുഖ് ദേവ് എന്നിവരെ ബ്രിട്ടീഷ് സാമ്രാജ്യത്വത്തിന്റെ താൽപ്പര്യങ്ങൾക്കായി ബ്രിട്ടീഷ് ലേബർ ഗവൺമെന്റ് പരിച്ചുവിട്ടു. ഇത് ബ്രിട്ടീഷ് ലേബർ ഗവൺമെന്റിന്റെ ആദ്യത്തെ രക്തരൂക്ഷിതമായ

പ്രവർത്തനമാണ്. മക്ഡൊണാൾഡിന്റെ നേതൃത്വത്തിൽ മൂന്ന് ഇന്ത്യൻ വിപ്ലവകാരികളുടെ മരണം, മുൻകൂട്ടി ആസൂത്രണം ചെയ്ത രാഷ്ട്രീയ തന്ത്രത്തിന്റെ ഭാഗമായി ലേബർ ഗവൺമെന്റിന്റെ ഉത്തരവനുസരിച്ച്, ബ്രിട്ടീഷ് സാമ്രാജ്യത്വത്തിന്റെ താൽപ്പര്യങ്ങൾ സംരക്ഷിക്കാൻ മക്ഡൊണാൾഡ് സർക്കാരിന് എത്രത്തോളം പോകാനാകുമെന്ന് തെളിയിക്കുന്നു."

ആ സമയത്ത് ഇംഗ്ലണ്ടിൽ ഒരു ലേബർ ഗവൺമെന്റ് അധികാരത്തിലായിരുന്നു, റാംസെ മക്ഡൊണാൾഡായിരുന്നു അതിന്റെ പ്രധാനമന്ത്രി. ലേബർ പാർട്ടി ഓഫ് ഇംഗ്ലണ്ട് സ്വയം തൊഴിലാളി വർഗത്തിന്റെ ചാമ്പ്യനായി കണക്കാക്കുന്നു. ഈ പത്രത്തിൽ പാർട്ടിയുടെ പ്രവർത്തനങ്ങളെ നിശിതമായി വിമർശിക്കുകയും വിപ്ലവകാരികളെ ദേശസ്നേഹികൾ എന്ന് വിശേഷിപ്പിക്കുകയും ചെയ്തു. പല വിദേശ പത്രങ്ങളും അവരെ പ്രശംസിച്ചു. വിപ്ലവകാരികളുടെ പ്രവർത്തനങ്ങൾ ഇന്ത്യയിൽ മാത്രമല്ല വിദേശത്തും പ്രശംസിക്കപ്പെട്ടുവെന്ന് പൊതുവെ വിലയിരുത്താവുന്നതാണ്. അവർ ശരിക്കും ധൈര്യശാലികളായിരുന്നു. അദ്ദേഹത്തിന്റെ മരണശേഷം 'ഭഗത് സിംഗ് കി വീരത' എന്ന പേരിൽ ഒരു ബുക്ക്ലെറ്റ് ബംഗാളിൽ പുറത്തിറങ്ങി. എന്നാൽ ബ്രിട്ടീഷ് സർക്കാർ അത് എങ്ങനെ സഹിക്കുന്നു? അങ്ങനെ പുസ്തകം പിടിച്ചെടുത്തു. അതുപോലെ ഭഗത് സിങ്ങിന്റെ ധീരമായ പ്രവർത്തനങ്ങളും ത്യാഗവും വിവരിക്കുന്ന ഒരു ബുക്ക്ലെറ്റ് പഞ്ചാബിലും പ്രസിദ്ധീകരിച്ചു. ഇതും പഞ്ചാബ് സർക്കാർ പിടിച്ചെടുത്തു.

ഈ രക്തസാക്ഷിത്വത്തിൽ സർക്കാരിനെതിരെ പ്രതിഷേധിച്ച് ബംഗാളിലെ ദേശീയ പാർട്ടികൾ നിയമസഭ ബഹിഷ്കരിച്ചു. അന്ന് ധനകാര്യ ബിൽ സഭയിൽ ചർച്ച ചെയ്യുകയായിരുന്നു. സർക്കാരിന്റെ ഈ നടപടിയിൽ കോൺഗ്രസ് ഒഴികെയുള്ള എല്ലാ പാർട്ടികളും എതിർപ്പ് പ്രകടിപ്പിച്ചു.

ഭഗത് സിങ്ങിന്റെ ഗ്രാമമായ ബംഗയിലെ ജനങ്ങൾ ഭഗത് സിങ്ങിന്റെ മരണത്തിന് പ്രതികാരം ചെയ്യുമെന്ന് രക്തത്തിൽ എഴുതി പ്രതിജ്ഞയെടുത്തു. പഞ്ചാബിൽ പലയിടത്തും കർഷകർ ഭൂവിഹിതം നൽകാൻ വിസമ്മതിച്ചു. അവരുടെ നടപടിയുടെ കാരണം ചോദിച്ചപ്പോൾ, ഭഗത് സിങ്ങിന്റെ ആത്മാവ് തങ്ങളുടെ മുന്നിൽ പ്രത്യക്ഷപ്പെട്ടുവെന്നും നികുതി നൽകരുതെന്നും അവർ മറുപടി നൽകി. 1931 ഏപ്രിൽ 13-ന് അമൃതസറിലെ ജാലിയൻവാലാബാഗിൽ ഒരു സമ്മേളനം നടന്നു. സമരത്തിന് തയ്യാറാവണമെന്ന് യോഗത്തെ അഭിസംബോധന ചെയ്ത ഡോ.സൈഫുദ്ദീൻ കിച്ച്ലു ആവശ്യപ്പെട്ടു. പൊതുജനങ്ങളോട് അതിക്രമം കാണിക്കാൻ ഉത്തരവിട്ടാൽ പോലീസുകാരും രാജിവയ്ക്കണമെന്ന് അദ്ദേഹം അഭ്യർത്ഥിച്ചു. ഈ യോഗത്തിന്റെ ചെയർമാൻ ശ്രീ ഇമാനുദ്ദീൻ ജനങ്ങളോട് വിദേശ വസ്ത്രങ്ങൾ ബഹിഷ്കരിക്കാൻ ആവശ്യപ്പെട്ടു. ഒരു കണ്ണിമവെട്ടിൽ ആളുകൾ വിദേശ വസ്തുക്കൾ കത്തിക്കുന്നത് കണ്ടു. മറ്റെന്തെങ്കിലും എറിഞ്ഞ് വഴിയാത്രക്കാരും അതിൽ പങ്കെടുത്തു. 'സത്യസന്ധതയില്ലാത്ത സർക്കാരിനെ

നശിപ്പിക്കുക', 'ഞങ്ങൾ നികുതി നൽകില്ല' തുടങ്ങിയ മുദ്രാവാക്യങ്ങളാൽ പഞ്ചാബ് മുഴുവൻ പ്രതിധ്വനിച്ചു. സ്വാമി യോഗാനന്ദ് പ്രഖ്യാപിച്ചു, "ഞങ്ങൾ നികുതി അടക്കില്ല. ദേശവാസികളേ, കലാപമുണ്ടാക്കുക. രാത്രിയിൽ പോലീസ് സ്റ്റേഷൻ കൊള്ളയടിക്കുകയും കത്തിക്കുകയും ചെയ്യും." ഏപ്രിൽ 6 ന് ശിവ് കുമാർ എന്ന വ്യക്തി ബഹദൂർഗഢിൽ ഒരു സംവേദനം സൃഷ്ടിച്ചു, താൻ ഒരു പ്രത്യേക വ്യക്തിക്കായി കാത്തിരിക്കുകയാണെന്ന്, അവനിൽ നിന്ന് ഒരു സൂചന ലഭിച്ചയുടനെ അവൻ രക്ത നദികൾ ഒഴുകുന്നത് കാണിക്കും. അതുപോലെ, ഭിക്രേൻ സിംഗ് അമൃത്സറിൽ സംസാരിക്കവെ പറഞ്ഞു, "ഈ അടിച്ചമർത്തൽ സർക്കാരിനെ താഴെയിറക്കുന്ന സമയം അടുത്തിരിക്കുന്നു. ലാലാ ഹർ ദയാൽ ജർമ്മനിയിൽ നിന്ന് ആയുധങ്ങൾ കൊണ്ടുവരുന്നു. രാജാ മഹേന്ദ്ര പ്രതാപ് സിംഗ് ഖൈബർ ചുരം വഴി ബോൾഷെവിക് സൈന്യത്തോടൊപ്പം വരുന്നു. ചെങ്കൊടി. ജപ്പാനിൽ നിന്ന് റാസ് ബിഹാരി ബോസ് വരുന്നു. ജയിലുകൾ തകർത്ത് മീററ്റ് കാണ്ഡിലെ തടവുകാരും വരുന്നു. ഞെട്ടിപ്പിക്കുന്ന ഈ വാർത്ത ഇംഗ്ലീഷുകാർക്ക് ഉറക്കമില്ലാതായി.

മൊത്തത്തിൽ എടുത്താൽ, ഭഗത് സിങ്ങിന്റെ രക്തസാക്ഷിത്വം രാജ്യത്തെയാകെ ഇളക്കിമറിച്ചു. ഇത് ആളുകളെ തീർച്ചയായും ദുഃഖിതരാക്കി, പക്ഷേ അവരുടെ ആവേശം കുറഞ്ഞില്ല. നേരെമറിച്ച്, വർധിച്ച വീര്യത്തോടെ ഇംഗ്ലീഷുകാരെ രാജ്യത്തിന് പുറത്താക്കാൻ അവർ തയ്യാറായി. ഭഗത് സിംഗ് ഇന്ത്യയുടെ ഹൃദയത്തിലും തലയിലും അസ്തമിച്ചു. ഇന്ത്യയിലെ എല്ലാ ഗ്രാമങ്ങളിലും പട്ടണങ്ങളിലും അദ്ദേഹത്തിന്റെ പേരിന്റെ മുദ്രാവാക്യങ്ങൾ കേൾക്കാമായിരുന്നു. പത്രങ്ങളുടെ ആദ്യ പേജിൽ ഫോട്ടോ സഹിതം അവൻ ഉണ്ടായിരുന്നു. അദ്ദേഹത്തിന്റെ ചിത്രങ്ങൾ ചൂടപ്പം പോലെ വിറ്റുപോയി. ഇന്ത്യൻ പൊതുജനങ്ങളുടെ ആരാധനാ ദേവനായി അദ്ദേഹം മാറിയിരുന്നു. ബ്രിട്ടീഷ് സർക്കാർ തീർച്ചയായും അദ്ദേഹത്തെ ശാരീരികമായി അവസാനിപ്പിച്ചെങ്കിലും ഇന്ത്യൻ ഹൃദയങ്ങളിൽ നിന്ന് അദ്ദേഹത്തെ പുറത്താക്കാൻ അതിന് കഴിഞ്ഞില്ല. ബ്രിട്ടീഷ് സർക്കാരിന്റെ മരണത്തിന്റെ നിഴൽ ഭഗത് സിംഗിന്റെ ചിത്രങ്ങളിൽ ആളുകൾ കണ്ടു. അതുകൊണ്ട് തന്നെ അദ്ദേഹത്തിന്റെ ചിത്രങ്ങളും പിടിച്ചെടുക്കാൻ ബ്രിട്ടീഷ് സർക്കാർ മടിച്ചില്ല. താഴെപ്പറയുന്ന സംഭവത്തിൽ ഭഗത് സിംഗ് തൂക്കിലേറ്റപ്പെട്ടതിനാൽ ബ്രിട്ടീഷ് ഗവൺമെന്റ് എത്രമാത്രം ഭയപ്പെടുകയും ഞെട്ടിക്കുകയും ചെയ്തുവെന്ന് നിങ്ങൾക്ക് വിലയിരുത്താം: ഹോഷിയാർപൂരിലെ പോലീസ് സൂപ്രണ്ട് കുതിരപ്പുറത്ത് എങ്ങോട്ടോ പോവുകയായിരുന്നു. യാദൃശ്ചികമായി അവൻ ഒരു പാൻ ഷോപ്പിലേക്ക് നോക്കി. അവിടെ ഭഗത് സിംഗിന്റെ ചിത്രം തൂക്കിയിരുന്നു. ബ്രിട്ടീഷ് ഗവൺമെന്റിന്റെ മരണം പോലെയാണ് അദ്ദേഹം കണ്ടത്. അയാൾ കുതിരപ്പുറത്ത് നിന്ന് ഇറങ്ങി, പാൻവാലയുടെ മേൽ ചാടി, കഴുത്തിൽ പിടിച്ച് നിലത്ത് എറിഞ്ഞു, ചിത്രത്തിന് മുകളിൽ ചവിട്ടി. അതിനെ

എന്ത് വിളിക്കും? മുന്തിരി പുളിച്ചതാണോ? അതിക്രമങ്ങളുടെ പരിധി? ഒരു അടിസ്ഥാന പ്രവർത്തനം, ഭ്രാന്ത് അല്ലെങ്കിൽ എന്താണ്...? ഒരു മനുഷ്യന്റെ ശരീരമോ ഫോട്ടോയോ നശിപ്പിക്കാം. എന്നാൽ നിങ്ങൾക്ക് അവന്റെ പേര് നശിപ്പിക്കാൻ കഴിയുമോ? അവന്റെ ഓർമ്മ? അവന്റെ പ്രവർത്തനങ്ങൾ? അവൻ കാണിച്ച വഴി? ഇല്ല, ഇത് ഒരിക്കലും ചെയ്യാൻ കഴിയില്ല. ഇംഗ്ലീഷുകാരന്റെ ഈ പ്രതികരണം ഇന്ത്യക്കാരെയെല്ലാം ഭഗത് സിങ്ങിന്റെ വലിയ ആരാധകരാക്കി.

1931 മാർച്ച് അവസാനവാരം ഭഗത് സിംഗിന്റെ മരണശേഷം കറാച്ചിയിൽ 46-ാമത് കോൺഗ്രസ് സമ്മേളനം നടന്നു. ഉരുക്കുമനുഷ്യൻ സർദാർ വല്ലഭ് ഭായ് പട്ടേൽ ആയിരുന്നു അതിന്റെ പ്രസിഡന്റ്. ഭഗത് സിംഗിന്റെ പിതാവ് സർദാർ കിഷൻ സിങ്ങും അവിടെ ഉണ്ടായിരുന്നു. ഭഗത് സിങ്ങിന്റെ രക്തസാക്ഷിത്വത്തിന്റെ സ്മരണ ജനഹൃദയങ്ങളിൽ തീർത്തും പുതുമയുള്ളതായിരുന്നു. അങ്ങനെ മരണത്തിന്റെ പരിതസ്ഥിതിയിൽ സെഷൻ ആരംഭിച്ചു.

സമ്മേളനത്തിന്റെ തുടക്കത്തിൽ ഭഗത് സിംഗുമായി ബന്ധപ്പെട്ട ഒരു പ്രമേയം നിർദ്ദേശിച്ചു. പ്രമേയത്തിലെ വാക്കുകളെച്ചൊല്ലി ഏറെ തർക്കമുണ്ടായി. കോൺഗ്രസിലെ മിതവാദികൾ അദ്ദേഹത്തിന്റെ ത്യാഗത്തെ അഭിനന്ദിക്കാൻ ആഗ്രഹിച്ചുവെങ്കിലും അവർ അദ്ദേഹത്തിന്റെ അക്രമപാത നിരസിച്ചു. യുവതലമുറ ഈ ഭേദഗതിയെ എതിർത്തു. അവസാനം മിതവാദികളുടെ പ്രമേയം അംഗീകരിച്ചു. പ്രമേയം താഴെപ്പറയുന്ന രീതിയിൽ അവതരിപ്പിച്ചു.

എല്ലാത്തരം രാഷ്ട്രീയ അക്രമങ്ങളെയും നിരാകരിക്കുകയും അതിൽ നിന്ന് അകന്നുനിൽക്കുകയും ചെയ്യുന്ന കോൺഗ്രസ്, ഭഗത് സിംഗ്, രാജ് ഗുരു, സുഖ് ദേവ് എന്നിവരുടെ ധീരതയെയും ത്യാഗത്തെയും അഭിനന്ദിക്കുകയും ദുഃഖിതരായ കുടുംബങ്ങളോട് സഹതാപം പ്രകടിപ്പിക്കുകയും ചെയ്യുന്നു. കോൺഗ്രസിന്റെ അഭിപ്രായത്തിൽ ഇവരെ തൂക്കിക്കൊല്ലുന്നു. മൂന്ന് വ്യക്തികൾ അപ്രസക്തമായ പ്രതികാര നടപടിയാണ്, രാഷ്ട്രത്തിനുവേണ്ടി ഏകകണ്ഠമായ ദയ ആവശ്യപ്പെടുന്നതിനെ ബോധപൂർവം അപമാനിക്കുകയാണ്; ഇപ്പോഴത്തെ ഗുരുതരമായ സാഹചര്യത്തിൽ ആവശ്യമായ ഒരു സുവർണാവസരം സർക്കാർ നഷ്ടപ്പെടുത്തിയെന്ന അഭിപ്രായത്തോട് കോൺഗ്രസ് യോജിക്കുന്നു. സാഹചര്യം, രണ്ട് രാഷ്ട്രങ്ങളെ ഒരുമിച്ച് കൊണ്ടുവരാനുള്ള സുമനസ്സുകൾ പ്രചരിപ്പിക്കാനും നിരാശയുടെ സാഹചര്യത്തിൽ രാഷ്ട്രീയ അക്രമം സ്വീകരിക്കുന്ന ഒരു പാർട്ടിയെ സമാധാനത്തിന്റെ പാതയിലേക്ക് കൊണ്ടുവരാനുമുള്ള അവസരം..."

ഈ ധീരന്മാരുടെ ജീവൻ രക്ഷിക്കാൻ കഴിയാത്തതിന്റെ പേരിൽ മഹാത്മാഗാന്ധിക്ക് ഈ സമ്മേളനത്തിൽ എതിർപ്പ് നേരിടേണ്ടി വന്നു. ഈ വിഷയത്തിൽ യുവജന ബ്രിഗേഡ് ഗാന്ധിജിയോട് ചോദ്യങ്ങൾ ചോദിച്ചപ്പോൾ അദ്ദേഹം പറഞ്ഞത് ഇത്രമാത്രം.

"ഭഗത് സിങ്ങിന്റെ ജീവൻ രക്ഷിക്കുന്നതിൽ വൈസ്രോയിയുമായുള്ള ഉടമ്പടി ഒരു ലക്ഷ്യവും നേടിയില്ല. നിങ്ങൾ പറയുന്നതുപോലെ, എനിക്ക് ഒരു കാര്യം കൂടി ചെയ്യണമായിരുന്നു, വാക്യങ്ങൾ ഇളവ് ചെയ്യുന്നത് ഉടമ്പടിക്ക് ഒരു മുൻവ്യവസ്ഥയാക്കണമായിരുന്നു. കരാർ ഉപേക്ഷിക്കുമെന്ന് ഭീഷണിപ്പെടുത്തിയാൽ അത് വിശ്വാസ ലംഘനമാകുമായിരുന്നു, ശിക്ഷാ ഇളവ് കരാറിന് മുൻകൂർ വ്യവസ്ഥയാക്കാത്ത വിഷയത്തിൽ കോൺഗ്രസ് എക്സിക്യൂട്ടീവിന് എന്നോട് യോജിപ്പായിരുന്നു, അതുകൊണ്ടാണ് ഞാൻ ഉടമ്പടിയിൽ അതിനെ പറ്റി ഒരു പരാമർശം മാത്രമേ നടത്താനാകൂ.ഞാൻ ലിബറൽ മനോഭാവം പ്രതീക്ഷിച്ചു, എന്റെ പ്രതീക്ഷകൾ നിറവേറ്റാൻ കഴിഞ്ഞില്ല. എന്നാൽ കരാറിൽ നിന്ന് പിന്മാറുന്നതിന്റെ അടിസ്ഥാനം ഇതായിരിക്കില്ല.

സമ്മേളന നടപടികൾ നടക്കുമ്പോഴും ഭഗത് സിങ്ങുമായി ബന്ധപ്പെട്ട പ്രമേയത്തിന്മേലുള്ള ചർച്ച നടക്കുമ്പോഴും പന്തലിന് പുറത്ത് യുവാക്കൾ ചൂടേറിയ ചർച്ചയിൽ ഏർപ്പെടുകയും രോഷം തീർക്കുകയും ചെയ്തു. ഒരു ദിവസം മുമ്പ് ഈ യുവാക്കൾ ഗാന്ധിജിയെ കരിങ്കൊടി കാണിച്ചിരുന്നു.

ഈ പ്രമേയത്തെക്കുറിച്ചുള്ള തന്റെ ആശയങ്ങൾ പ്രകടിപ്പിച്ചുകൊണ്ട് നേതാജി സുഭാഷ് ചന്ദ്രബോസ് ഇങ്ങനെ പറയാൻ ബാധ്യസ്ഥനായിരുന്നു: "ജനങ്ങൾ പ്രമേയത്തിന്റെ കയ്പേറിയ ഗുളിക വിഴുങ്ങേണ്ടി വന്നതുപോലെയായിരുന്നു കറാച്ചിയിലെ സാഹചര്യങ്ങൾ, ആളുകൾ അതിനായി ഇവിടെയെത്തി, സാധാരണയാണെങ്കിലും പോസിറ്റീവ് എന്തെങ്കിലും പ്രതീക്ഷിച്ചിരുന്നു. ആയിരക്കണക്കിന് മൈലുകൾ അകലെ നിൽക്കാൻ അവർ തിരഞ്ഞെടുക്കുന്ന വ്യവസ്ഥകൾ, മഹാത്മാഗാന്ധിയെ സംബന്ധിച്ചിടത്തോളം, പ്രമേയത്തിലെ വാക്കുകളിൽ അദ്ദേഹത്തിന് തന്റെ ആന്തരിക വികാരം തിരുകേണ്ടിയിരുന്നു. പ്രമേയത്തിൽ ഒരു ഭേദഗതി വരുത്തിയെങ്കിലും, ഇത് ഒരു കാരണവും നൽകിയില്ല. സംസ്ഥാനങ്ങളിലെ കോൺഗ്രസ് സമ്മേളനങ്ങളിലും ഈ വിഷയം രൂക്ഷമായ അഭിപ്രായവ്യത്യാസങ്ങൾ സൃഷ്ടിച്ചു.

ഭഗത് സിംഗ്, സുഖ് ദേവ്, രാജ് ഗുരു എന്നിവരുടെ മൃതദേഹങ്ങളോട് ഇംഗ്ലീഷുകാർ ചെയ്ത കാര്യങ്ങളിൽ ഈ സെഷൻ ഉയർന്ന ആവേശത്തിന് സാക്ഷ്യം വഹിച്ചു. ഇതിനായി കോൺഗ്രസ് എക്സിക്യൂട്ടീവ് അന്വേഷണ സമിതിക്ക് രൂപം നൽകിയിരുന്നു. ഡോ. പട്ടാഭി സീതാരാമയ്യ തന്റെ 'ഇന്ത്യൻ നാഷണൽ കോൺഗ്രസിന്റെ ചരിത്ര'ത്തിൽ എഴുതുന്നു:

"ഒരു കാര്യം കൂടി കറാച്ചിയിലെ കോൺഗ്രസുകാരെ ഇളക്കിമറിച്ചു. സർദാർ ഭഗത് സിംഗ്, സുഖ് ദേവ്, രാജ് ഗുരു എന്നിവരുടെ മൃതദേഹങ്ങളെ അപമാനിക്കുന്ന തരത്തിൽ പ്രചരിപ്പിച്ച അവ്യക്തമായ വിവരങ്ങളായിരുന്നു അത്. അതിനാൽ, ഈ ആരോപണങ്ങൾ അന്വേഷിക്കാൻ എക്സിക്യൂട്ടീവ് ഒരു കമ്മിറ്റി രൂപീകരിച്ചു.

ഏപ്രിൽ 30-നകം എക്സിക്യൂട്ടീവിന് റിപ്പോർട്ട് ചെയ്യുക.. ഈ ദിശയിൽ ഏറ്റവുമധികം സമ്മർദം ചെലുത്തിയ ഭഗത് സിംഗിന്റെ പിതാവിന് ഇക്കാര്യത്തിൽ ഒരു തെളിവും ഹാജരാക്കാൻ കഴിഞ്ഞില്ല എന്നതും ഞങ്ങൾ ഇവിടെ പ്രസ്താവിച്ചേക്കാം. മറ്റേതെങ്കിലും തരത്തിലുള്ള വാഗ്ദാനത്തിനായി അദ്ദേഹം കമ്മിറ്റിക്ക് മുമ്പാകെ ഹാജരായില്ല. സഹായം. അതിനാൽ ഇതിൽ നിന്ന് ഒരു ഫലവും പുറത്തുവന്നില്ല.

മൃതദേഹങ്ങൾ കത്തിച്ചപ്പോൾ, അതിനുശേഷം എന്ത് തെളിവാണ് സാധ്യമായത്?

ഭഗത് സിംഗിനെ തൂക്കിലേറ്റിയ ശേഷം ഇന്ത്യക്കാരനെ മറക്കുമെന്ന് ഇംഗ്ലീഷുകാർ കരുതിയിരുന്നെങ്കിലും പിന്നീടുള്ള സംഭവങ്ങളുടെ ചക്രം ഈ രീതിയിൽ ചിന്തിക്കുന്നത് അവരുടെ ഭാഗത്തുനിന്നുള്ള വലിയ തെറ്റാണെന്ന് തെളിയിച്ചതായി നാം കാണുന്നു.

10

ഭഗത് സിങ്ങിന്റെ ജീവിത തത്വശാസ്ത്രം

ഓരോ മനുഷ്യനും അവന്റെ ജീവിതത്തിൽ ചില മൂല്യങ്ങളുണ്ട്. അല്ലെങ്കിൽ ഓരോരുത്തരും ജീവിതത്തിന്റെ വിവിധ വശങ്ങളെക്കുറിച്ച് അവരുടേതായ രീതിയിൽ ചിന്തിക്കുകയും പരിഗണിക്കുകയും ചെയ്യുന്നുവെന്ന് നിങ്ങൾക്ക് പറയാം. രാജ്യം, മതം, രാഷ്ട്രീയം, മറ്റ് അനുബന്ധ വിഷയങ്ങൾ എന്നിവയെക്കുറിച്ച് വ്യത്യസ്തമായ ആശയങ്ങൾ ഒരാൾക്ക് കാണാൻ കഴിയും. ജീവിതത്തെ വേറിട്ടതും വ്യത്യസ്തവുമായ രൂപങ്ങളിൽ കാണുന്നതിനുള്ള ഈ സമീപനത്തെ പൊതുവെ മനുഷ്യന്റെ ജീവിത തത്വശാസ്ത്രം എന്ന് വിളിക്കുന്നു. ഭഗത് സിംഗിന്റെ ആയുസ്സ് അധികമായിരുന്നില്ല. 1907 സെപ്റ്റംബർ 27-ന് ജനിച്ച അദ്ദേഹം 1931 മാർച്ച് 23-ന് തൂക്കിലേറ്റപ്പെട്ടു. അങ്ങനെ അദ്ദേഹം 23 വർഷവും 5 മാസവും 26 ദിവസവും ജീവിച്ചു. ഈ ഹ്രസ്വ കാലയളവിൽ അദ്ദേഹം പറഞ്ഞതോ പ്രകടമാക്കിയതോ ആയ എന്തും അതിന്റേതായ രീതിയിൽ പ്രധാനമാണ്. ഞങ്ങൾ അദ്ദേഹത്തിന്റെ ആശയങ്ങളും ജീവിത തത്വശാസ്ത്രവും ഒരു ഹ്രസ്വ രൂപത്തിൽ ചുവടെ അവതരിപ്പിക്കുന്നു:

മതേതരത്വം

മതത്തെ രാജ്യത്തുനിന്നും രാഷ്ട്രീയത്തിൽനിന്നും വേറിട്ട് നിർത്താൻ ഭഗത് സിംഗ് ആഗ്രഹിച്ചു. മതവും രാഷ്ട്രീയവും കലർത്തുന്നതിന്റെ ദൂഷ്യഫലങ്ങൾ അദ്ദേഹത്തിന് അറിയാമായിരുന്നു. അദ്ദേഹത്തിന്റെ ദൃഷ്ടിയിൽ രാജ്യത്തെ സേവിക്കുക എന്നത് പരമോന്നത മതവും രാജ്യമാണ് അവന്റെ ദൈവവും. 1926 മാർച്ചിൽ അദ്ദേഹം 'നൗജവാൻ ഭാരത് സഭ' രൂപീകരിച്ചു. അതിൽ അംഗമാകുന്നതിന് മുമ്പ് ഓരോ യുവാവും തന്റെ ജാതിയുടെയും മതത്തിന്റെയും താൽപ്പര്യങ്ങളേക്കാൾ രാജ്യത്തിന്റെ താൽപ്പര്യങ്ങൾ പരിഗണിക്കുമെന്ന് പ്രതിജ്ഞയെടുക്കണം. ഭഗത് സിംഗിന്റെ ഈ ആശയമാണ് ഇന്ന് ഇന്ത്യക്ക് ഏറ്റവും ആവശ്യം. മതത്തിന്റെ പേരിൽ അസംസ്കൃത രൂപത്തിലുള്ള അക്രമങ്ങൾ അരങ്ങേറുകയാണ്.രാഷ്ട്രീയത്തിൽ മതത്തിന് സ്ഥാനമില്ല എന്ന് നമ്മുടെ ഭരണഘടനയിൽ

പ്രഖ്യാപിച്ചിട്ടുണ്ടെങ്കിലും ജനങ്ങൾ അത് മറന്ന മട്ടാണ്. മത യാഥാസ്ഥിതികത്വത്തിന് മുമ്പ് അവർ ദേശീയ താൽപ്പര്യങ്ങൾക്ക് ഒരു വിലയും നൽകുന്നില്ല.

ഒരു സിഖ് കുടുംബത്തിലാണ് ഭഗത് സിംഗ് ജനിച്ചതെങ്കിലും, അദ്ദേഹത്തിന്റെ ജീവിതത്തിലേക്ക് കണ്ണോടിച്ചാൽ, അദ്ദേഹം സ്വയം ഒരിക്കലും ഒരു സിഖുകാരനായി കണ്ടിട്ടില്ലെന്ന് വ്യക്തമാകും. അവൻ ഒരു ഭാരതീയനായിരുന്നു, ഭാരതീയതയായിരുന്നു അവന്റെ മതം, ഈ രാജ്യത്തിന്റെ ഭൂമി അവന്റെ ആരാധനയുടെ ദേവതയായിരുന്നു. അവൻ മുഴുവൻ ഇന്ത്യയുടേതായിരുന്നു, ഇന്ത്യ മുഴുവൻ അദ്ദേഹത്തിന്റേതായിരുന്നു. 'നൗജവാൻ ഭാരത് സഭ'യുടെ പ്രധാന ലക്ഷ്യങ്ങളിലൊന്ന് വർഗീയതയിൽ നിന്ന് മുക്തമായ എല്ലാത്തരം സാമൂഹിക, സാമ്പത്തിക, വ്യാവസായിക സംഘടനകളോടും ഐക്യദാർഢ്യം നിലനിറുത്തുക എന്നതായിരുന്നു. ഇന്ത്യക്ക് യഥാർത്ഥത്തിൽ അസ്തിത്വം സംരക്ഷിക്കേണ്ടി വന്നാൽ, വർഗീയതയിൽ അധിഷ്ഠിതമായ എല്ലാ സംഘടനകളും നിരോധിക്കപ്പെടുന്നത് നമ്മുടെ ദേശീയ നേതാക്കൾ ശ്രദ്ധിക്കേണ്ടതുണ്ട്. അല്ലെങ്കിൽ, അതിന്റെ ദൂഷ്യഫലങ്ങൾ സങ്കൽപ്പിക്കാവുന്നതിലും അപ്പുറമായേക്കാം. നമ്മുടെ രാജ്യത്തിന്റെ ഭാവി സുരക്ഷിതമാക്കാൻ ഭഗത് സിങ്ങിന്റെ ചിന്തകളിൽ നിന്ന് നമുക്ക് പ്രചോദനം ലഭിക്കേണ്ടതുണ്ട്.

ദേശീയ ആത്മാവിന്റെ വികസനം

രാജ്യത്തെ ശക്തിപ്പെടുത്തുന്നതിന് യുവാക്കളിൽ ശരിയായ ദേശസ്നേഹം വളർത്തിയെടുക്കുകയും വികസിപ്പിക്കുകയും ചെയ്യേണ്ടത് ആവശ്യമാണെന്നത് ഭഗത് സിംഗിന്റെ ഉറച്ച വിശ്വാസമായിരുന്നു. സ്വാതന്ത്ര്യം ലഭിച്ച് ഇത്രയും വർഷങ്ങൾ കഴിഞ്ഞിട്ടും ഇന്ത്യയിൽ ഈ ആത്മാവ് ശരിയായ രീതിയിൽ വികസിച്ചിട്ടില്ലെന്ന് പ്രസ്താവിക്കുന്നതിൽ ഞങ്ങൾക്ക് ഒരു മടിയുമില്ല, അതേസമയം ദേശീയ പ്രസ്ഥാനങ്ങളുടെ കാലത്ത് ഈ ആത്മാവ് അതിന്റെ ഉന്നതിയിൽ കാണപ്പെട്ടു. യുവാക്കളുടെ രാജ്യസ്നേഹത്തിന്റെ അടിസ്ഥാനത്തിൽ മാത്രമേ ഇന്ത്യക്ക് ഐക്യത്തോടെ നിലനിൽക്കാൻ കഴിയൂ എന്ന് ഭഗത് സിങ്ങിന് അറിയാമായിരുന്നു. അതിനാൽ, 'നൗജവാൻ ഭാരത് സഭ'യുടെ പ്രധാന ലക്ഷ്യം ഇതായിരുന്നു: "ഒരു ഏകീകൃത ഇന്ത്യൻ റിപ്പബ്ലിക്കിനായി ഇന്ത്യൻ യുവാക്കളിൽ രാജ്യസ്നേഹത്തിന്റെ ആത്മാവ് വളർത്തുക."

സോഷ്യലിസ്റ്റ് കാഴ്ചപ്പാട്

ഭഗത് സിംഗിന്റെ രാഷ്ട്രീയ ആശയങ്ങൾ സോഷ്യലിസ്റ്റ് തത്വങ്ങളിൽ അധിഷ്ഠിതമായിരുന്നു. നൗജവാൻ ഭാരത് സഭയുടെ ഇനിപ്പറയുന്ന രണ്ട് ലക്ഷ്യങ്ങളിൽ നിന്നാണ് അദ്ദേഹത്തിന്റെ ആശയങ്ങൾ ഞങ്ങൾ ആദ്യമായി

അറിയുന്നത്: "നിങ്ങളെ കർഷകർക്കും തൊഴിലാളികൾക്കും നേരെയും സമ്പൂർണ്ണവും സ്വതന്ത്രവുമായ റിപ്പബ്ലിക്കിലേക്ക് കൊണ്ടുപോകുന്ന പ്രസ്ഥാനങ്ങളെ പിന്തുണയ്ക്കുന്നതിനും തൊഴിലാളികളെയും കർഷകരെയും സംഘടിപ്പിക്കുന്നതിനും."

1926 മാർച്ചിലാണ് 'നൗജവാൻ ഭാരത് സഭ' രൂപീകരിച്ചതെന്നും ഇന്ത്യൻ നാഷണൽ കോൺഗ്രസ് അപ്പോഴേക്കും സമ്പൂർണ ഇന്ത്യൻ റിപ്പബ്ലിക്കിനെക്കുറിച്ച് ചിന്തിച്ചിട്ടില്ലെന്നും ഇവിടെ പരാമർശിക്കുന്നത് അസ്ഥാനത്തായിരിക്കില്ല. കോൺഗ്രസിന്റെ ലക്ഷ്യം ബ്രിട്ടന്റെ ഭാഗമായി സ്വതന്ത്ര ഇന്ത്യ രൂപീകരിക്കുകയായിരുന്നു, അല്ലാതെ ഒരു പരമാധികാര സ്വതന്ത്ര റിപ്പബ്ലിക് എന്ന നിലയിലല്ല. 1929-ൽ ലാഹോറിൽ നടന്ന സമ്മേളനത്തിൽ സമ്പൂർണ്ണ സ്വാതന്ത്ര്യം വേണമെന്ന ആവശ്യവുമായി കോൺഗ്രസ് രംഗത്തെത്തി. 1917ലെ കമ്മ്യൂണിസ്റ്റ് ആശയങ്ങളുടെയും റഷ്യൻ വിപ്ലവത്തിന്റെയും ഉപജ്ഞാതാവായ കാൾ മാർക്സ് ഭഗത് സിംഗിനെ വളരെയധികം സ്വാധീനിച്ചു. അദ്ദേഹത്തിന്റെ ജീവിതത്തിലെ പല സംഭവങ്ങളും ഇതിന് തെളിവാണ്.

അസംബ്ലി ബോംബ് എപ്പിസോഡിൽ ജയിലിൽ സിറ്റിംഗ് നടത്തിയ ജസ്റ്റിസ് മിഡിൽടൺ കോടതിക്ക് മുമ്പാകെ നടത്തിയ പ്രസ്താവനയിൽ നിന്ന് ഭഗത് സിംഗ് ഒരു സോഷ്യലിസ്റ്റായിരുന്നുവെന്ന് വ്യക്തമാണ്. 1927 ജൂൺ 6-ന് അദ്ദേഹം ഈ പ്രസ്താവന നടത്തി. ഇനിപ്പറയുന്ന ഉദ്ധരണികൾ കാണുക:

"അനീതിയിൽ അധിഷ്ഠിതമായ ഇന്നത്തെ നീതിന്യായ വ്യവസ്ഥ മാറണം എന്നതാണ് ഞങ്ങളുടെ ഉദ്ദേശം. ചൂഷകർ അവരുടെ മൗലികാവകാശങ്ങളും അധ്വാനഫലങ്ങളും നഷ്ടപ്പെടുത്തുന്നുണ്ടെങ്കിലും ഉൽപ്പാദകരും തൊഴിലാളികളുമാണ് സമൂഹത്തിലെ ഏറ്റവും പ്രധാനപ്പെട്ട ഘടകങ്ങൾ. ഒരു വശത്ത് ഭക്ഷ്യധാന്യ ഉത്പാദകർ. പട്ടിണി കിടന്ന് മരിക്കുന്നു, ലോകത്തെ എല്ലാ വിപണികളിലേക്കും തുണി വിതരണക്കാരായ നെയ്ത്തുകാര്, തങ്ങളുടെയും കുട്ടികളുടെയും ശരീരം മറയ്ക്കാൻ പര്യാപ്തമല്ല, മറ്റുള്ളവർക്ക് വേണ്ടി കെട്ടിട നിർമ്മാണത്തിൽ ജോലി ചെയ്യുന്ന വ്യക്തികൾ ചേരികളിൽ ജീവിക്കുകയും മരിക്കുകയും ചെയ്യുന്നു ചേരികളിൽ മറുവശത്ത് മുതലാളിമാരും ചൂഷകരും മറ്റുള്ളവരുടെ പരാന്നഭോജികളായി ജീവിക്കുന്നവരും കോടിക്കണക്കിന് രൂപ എന്തിനും വിധം ചിലവഴിക്കുന്നത് അവരുടെ വ്യാമോഹങ്ങൾക്കനുസരിച്ചാണ്.... അവസാനം അങ്ങനെയൊരു സാമൂഹിക ക്രമം സ്ഥാപിക്കുക എന്നതാണ് വിപ്ലവത്തിന്റെ ലക്ഷ്യം. ഇല്ലാത്തവന്റെ പരമാധികാരം അംഗീകരിക്കപ്പെടുന്ന ഇത്തരം വിനാശകരമായ അപകടങ്ങളെ അഭിമുഖീകരിക്കാൻ തൽഫലമായി, മുതലാളിത്തത്തിന്റെ പിടിയിൽ നിന്നും യുദ്ധം മൂലമുണ്ടാകുന്ന നാശത്തിൽ നിന്നും മനുഷ്യരാശിയെ രക്ഷിക്കാൻ ലോക സമൂഹത്തിന് കഴിയും. അത്തരം അസമത്വങ്ങൾ ഇല്ലാതാക്കാൻ സോഷ്യലിസം മാത്രമാണ്

അദ്ദേഹത്തിന് പ്രതിവിധി. ലാഹോർ സെന്റർ ജയിലിൽ കഴിയുമ്പോൾ കാൾ മാർക്സിനെയും റഷ്യൻ വിപ്ലവത്തെയും കുറിച്ചുള്ള പുസ്തകങ്ങൾക്കായി അദ്ദേഹം ആഹ്വാനം ചെയ്തതിൽ നിന്ന് സോഷ്യലിസം അദ്ദേഹത്തെ എത്രത്തോളം സ്വാധീനിച്ചുവെന്ന് വിലയിരുത്താം. തൂക്കിക്കൊല്ലുന്നതിന് ഏതാനും നിമിഷങ്ങൾക്കുമുമ്പ് അദ്ദേഹം ലെനിന്റെ ജീവചരിത്രത്തിൽ മുഴുകി.

രാജ്യത്തിന് വേണ്ടത് സന്നദ്ധപ്രവർത്തകരെയാണ്, നേതാക്കളെല്ല

നേതൃത്വത്തിലല്ല, പ്രവർത്തനത്തിലാണ് ഭഗത് സിംഗ് വിശ്വസിച്ചത്. രാഷ്ട്രീയക്കാർ തങ്ങളെ തൊഴിലാളികളായും പൊതുജനങ്ങളുടെ സേവകരായും നേതാക്കളായും കണക്കാക്കുന്നു എന്നതാണ് രാജ്യത്തിന്റെ ക്ഷേമം. സോഷ്യലിസം സ്ഥാപിക്കുന്നതിനായി ഇന്ത്യയിലെ വിപ്ലവകാരികൾ 'ഭാരത് സോഷ്യലിസ്റ്റ് റിപ്പബ്ലിക് യൂണിയൻ' സ്ഥാപിച്ചു. ഭഗത് സിംഗ് എഴുതി:

"ഞാൻ യുവാക്കളോട് പറയുന്നത് അവർ പ്രവർത്തകരെന്ന നിലയിൽ ഈ ജോലിയിൽ പങ്കാളികളാകണമെന്നാണ്. നേതൃത്വത്തിന്റെ ചോദ്യമനുസരിച്ച്, ഞങ്ങൾക്ക് ഇതിനകം തന്നെ ധാരാളം ഉണ്ട്. ഞങ്ങളുടെ പാർട്ടിക്ക് നേതാക്കളെ ആവശ്യമില്ല. നിങ്ങൾ ഒരു ലൗകിക വ്യക്തിയോ കുടുംബാംഗമോ ആണെങ്കിൽ. , എങ്കിൽ ഞങ്ങളുടെ അടുത്തേക്ക് വരരുത്.എന്നാൽ ഞങ്ങളുടെ ഉദ്ദേശങ്ങളോട് നിങ്ങൾക്ക് സഹതാപം ഉണ്ടെങ്കിൽ, നിങ്ങൾക്ക് മറ്റൊരു രീതിയിൽ സഹായിക്കാം.കർക്കശമായ അച്ചടക്കത്തിൽ പ്രവർത്തിക്കുന്ന ആളുകൾക്ക് മാത്രമേ പ്രസ്ഥാനത്തെ മുന്നോട്ട് കൊണ്ടുപോകാൻ കഴിയൂ.

എന്നാൽ ഇന്നത്തെ നമ്മുടെ രാഷ്ട്രീയ പാർട്ടികളുടെ അവസ്ഥ അതിന്റെ നേരെ മറിച്ചാണ്. അവർക്ക് അച്ചടക്കം എന്നൊന്നും പേരില്ല. നിസ്സംശയമായും സഹനത്തെയും വ്യക്തിപൂജയെയും അച്ചടക്കം എന്ന് വിളിക്കാൻ കഴിയില്ല. ഈ പാർട്ടികളിലെ ഒരു അംഗവും ഒരു തൊഴിലാളിയായി തുടരാൻ ആഗ്രഹിക്കുന്നില്ല. ഈ പോസ്റ്റിൽ എല്ലാവരുടെയും കണ്ണുകളുണ്ട്. എല്ലാവരും ഒരു നേതാവാകാൻ ആഗ്രഹിക്കുന്നു."

മനുഷ്യത്വവും അക്രമവും

ഭഗത് സിംഗ് സോഷ്യലിസ്റ്റ് ചിന്തകളുടെ സ്വാധീനത്തിലായിരുന്നുവെന്ന് മുകളിൽ സൂചിപ്പിച്ചിട്ടുണ്ട്. മാനവികതയുടെ അടിയുറച്ച പിന്തുണക്കാരനായിരുന്നു അദ്ദേഹം. അവന്റെ ദൃഷ്ടിയിൽ മനുഷ്യജീവിതം ഏറ്റവും പവിത്രമായിരുന്നു.

ഇംഗ്ലീഷുകാരുമായി അദ്ദേഹത്തിന് വ്യക്തിപരമായ ശത്രുത ഉണ്ടായിരുന്നില്ല.

തന്റെ ആശയങ്ങൾ ഉദാഹരിച്ചുകൊണ്ട് അദ്ദേഹം ഡൽഹിയിലെ ജയിലിൽ

കോടതിയിൽ പറഞ്ഞിരുന്നു:

"മനുഷ്യനോടുള്ള നമ്മുടെ സ്നേഹം മറ്റുള്ളവരേക്കാൾ കുറവല്ല. അതിനാൽ ആരോടും അസൂയപ്പെടേണ്ട പ്രശ്നമില്ല. നേരെമറിച്ച്, മനുഷ്യജീവിതം, നമ്മുടെ ദൃഷ്ടിയിൽ, വാക്കുകളിൽ വിവരിക്കാൻ കഴിയാത്തത്ര പവിത്രമാണ്. പകരം. ആരെയെങ്കിലും വേദനിപ്പിക്കാൻ, മനുഷ്യരാശിയെ സേവിക്കാൻ ജീവൻ ത്യജിക്കാൻ ഞങ്ങൾ തയ്യാറാണ്. കൊല്ലുന്നതിൽ ആനന്ദിക്കുന്ന സാമ്രാജ്യത്വ സൈന്യത്തിലെ കൂലിപ്പടയാളികളെപ്പോലെയല്ല ഞങ്ങൾ. നേരെമറിച്ച്, മനുഷ്യജീവനെ സംരക്ഷിക്കാൻ ഞങ്ങൾ ശ്രമിക്കും.

ഉപയോഗശൂന്യമായ രക്തച്ചൊരിച്ചിലിനെ ഭഗത് സിംഗ് അനുകൂലിച്ചില്ലെന്ന് വ്യക്തമാണ്. പക്ഷേ, ഇന്ത്യയുടെ സ്വാതന്ത്ര്യത്തിനുവേണ്ടി അദ്ദേഹത്തിന് അക്രമത്തെ ആശ്രയിക്കേണ്ടിവന്നു. എന്തുകൊണ്ടാണ് അവൻ അങ്ങനെ ചെയ്തത്? ഇതിന് അദ്ദേഹം തന്നെ ഉത്തരം നൽകി:

"മുമ്പത്തെ വിഭാഗത്തിൽ 'സാങ്കൽപ്പിക അക്രമം' എന്ന വാക്ക് ഞങ്ങൾ ഉപയോഗിച്ചിട്ടുണ്ട്. അത് വിശദീകരിക്കാൻ ഞങ്ങൾ ആഗ്രഹിക്കുന്നു. ഞങ്ങളുടെ അഭിപ്രായത്തിൽ, ബലപ്രയോഗം അക്രമാസക്തമായ രീതിയിൽ ഉപയോഗിക്കുമ്പോൾ അത് അന്യായമാണ്. എന്നാൽ ഒരു പ്രത്യേക സേവനത്തിനായി ബലം ഉപയോഗിക്കുമ്പോൾ ഉദ്ദേശ്യം, പിന്നീട് അത് ധാർമ്മിക വീക്ഷണകോണിൽ നിന്ന് മാത്രമായി മാറും, ബലപ്രയോഗം പൂർണ്ണമായും ഉപേക്ഷിക്കുക എന്നത് കേവലം, സാങ്കൽപ്പിക തെറ്റിദ്ധാരണയാണ്."

അദ്ദേഹത്തിന്റെ വാക്കുകൾ എത്രത്തോളം ശരിയാണെന്ന് വായനക്കാർക്ക് തന്നെ തീരുമാനിക്കാം. ഒരു ശത്രു നമ്മുടെ രാജ്യത്തെ ആക്രമിക്കുമ്പോൾ, അല്ലെങ്കിൽ നമ്മുടെ വ്യക്തിപരമായ ജീവിതത്തിൽ ആരെങ്കിലും നമ്മെ ഉപദ്രവിക്കുകയും ജീവിതം അസാധ്യമാക്കുകയും ചെയ്യുമ്പോൾ സഹിക്കുകയും ചെയ്യുന്നത് ഉചിതമാണോ? പിന്നെ എത്ര നാൾ ഒരാൾക്ക് സഹിക്കാൻ കഴിയും? അഹിംസയിലൂടെ ലോകസമാധാനം സാധ്യമാണെങ്കിൽ, ആഭ്യന്തര സുരക്ഷ നിലനിർത്താൻ ഒരു രാജ്യത്തിനും സൈന്യമോ പോലീസോ ആവശ്യമില്ല. അതിനാൽ, ബലപ്രയോഗം, അതായത് ഉയർന്ന ആദർശങ്ങൾക്കുവേണ്ടിയുള്ള അക്രമം, ക്രമരഹിതമായി ഭഗത് സിംഗ് കണക്കാക്കിയില്ല. രാജ്യത്തിന്റെയാകെ താൽപര്യം മുൻനിർത്തി ഇംഗ്ലീഷുകാർക്കെതിരെ അക്രമത്തിന്റെ പാതയാണ് അദ്ദേഹം സ്വീകരിച്ചത്. എന്നാൽ അദ്ദേഹത്തിന്റെ അക്രമം സങ്കുചിതമായ പരിഗണനകൾക്ക് അതീതമായിരുന്നു. ഇംഗ്ലീഷ് വംശത്തോടുള്ള ശത്രുതയോ അസൂയയോ ആയിരുന്നില്ല അതിന്റെ ഉദ്ദേശം ഇന്ത്യക്ക് സമ്പൂർണ്ണ സ്വാതന്ത്ര്യമായിരുന്നു.

അവന്റെ സംസ്കാരത്തിലും നാഗരികതയിലും അഭിമാനിക്കുന്നു

സത്യസന്ധനായ ഒരു ദേശസ്നേഹി തന്റെ രാജ്യത്തിന്റെ സംസ്കാരത്തോടും നാഗരികതയോടും ഉള്ള സ്നേഹം ഹൃദയത്തിൽ സൂക്ഷിക്കുന്നത് സ്വാഭാവികമാണ്. ഭഗത് സിംഗ് അതിന് അപവാദമായിരുന്നില്ല. സോഷ്യലിസ്റ്റ് ചിന്തകളുടെ ശക്തമായ പിന്തുണക്കാരനായിരുന്നു അദ്ദേഹം, മതത്തിൽ വലിയ വിശ്വാസമില്ലാതിരുന്നിട്ടും റഷ്യൻ വിപ്ലവത്തിന്റെ പിതാവായ ലെനിൻ അദ്ദേഹത്തിന്റെ ആദർശമായിരുന്നു, എന്നിട്ടും അദ്ദേഹത്തിന് ഇന്ത്യയോടും ഇന്ത്യൻ സംസ്കാരത്തോടും നാഗരികതയോടും അപാരമായ സ്നേഹമുണ്ടായിരുന്നു. ജീവിതത്തിലെ എല്ലാ അപ്പവും മീനും ഉപേക്ഷിച്ച് വിപ്ലവത്തിന്റെ കൊടുങ്കാറ്റുള്ള പാത അദ്ദേഹം സ്വീകരിച്ചു, ഈ സ്നേഹത്തിന് വേണ്ടി. 'ഭാരത് നൗജവൻ സഭ'യുടെ രൂപീകരണത്തിൽ അദ്ദേഹത്തിന്റെ സംസ്കാരത്തോടുള്ള സ്നേഹത്തിന്റെ ഒരു നേർക്കാഴ്ച നിങ്ങൾക്കുണ്ട്. മറ്റ് ലക്ഷ്യങ്ങൾ കൂടാതെ, ഈ സഭയുടെ ഒരു ലക്ഷ്യം ഇന്ത്യൻ സംസ്കാരത്തിന്റെയും ഇന്ത്യൻ ഭാഷകളുടെയും പ്രചാരണവും വ്യാപനവുമായിരുന്നു. ഇന്ത്യൻ ചരിത്രത്തിലെ രണ്ട് മഹാന്മാരായ ഛത്രപതി ശിവജിയോടും ഗുരു ഗോവിന്ദ് സിങ്ങിനോടും അദ്ദേഹത്തിന് പരിധിയില്ലാത്ത ബഹുമാനമുണ്ടായിരുന്നു. അദ്ദേഹത്തിന്റെ അഭിപ്രായത്തിൽ, രണ്ട് മഹാന്മാരും മഹാനായ വിപ്ലവകാരികളായിരുന്നു. തന്റെ വിപ്ലവത്തിന്റെ പ്രചോദനത്തിന്റെ ഉറവിടമായി അദ്ദേഹം അവരെ കണക്കാക്കി.

"ഈ രാജ്യത്ത് ഒരു പുതിയ പ്രസ്ഥാനം രൂപപ്പെടുകയാണ്, അത് ഞങ്ങൾ നിങ്ങളെ മുൻകൂട്ടി അറിയിച്ചിട്ടുണ്ട്. ഈ പ്രസ്ഥാനം ഗുരു ഗോവിന്ദ് സിംഗ്, ശിവജി, കമാൽ പാഷ, റിസാ ഖാൻ, വാഷിംഗ്ടൺ, ഗാരി ബാൽഡി, ലാ ഫെയെറ്റെ, ലെനിൻ എന്നിവരിൽ നിന്ന് പ്രചോദനം ഉൾക്കൊള്ളുന്നു."

ഗീത ഇന്ത്യൻ സംസ്കാരത്തിന്റെ ഒരു പ്രധാന സൃഷ്ടിയാണ്. ഗീത ഭഗത് സിങ്ങിനെയും ബാധിച്ചു. ജയിൽ കാലത്ത് കമ്മ്യൂണിസ്റ്റ് സാഹിത്യത്തോടൊപ്പം ഗീതയും പഠിച്ചിട്ടുണ്ടാകാം. ഗീതയുടെ നിഷ്കം കർമ്മയോഗത്തിന്റെ (വേർപെടുത്തിയ പ്രവർത്തനം) സ്വാധീനം കാരണം, ജീവിതത്തിന്റെ സുഖസൗകര്യങ്ങൾ ഉപേക്ഷിച്ച്, വേർപിരിഞ്ഞ വികാരത്തോടെ അദ്ദേഹം തന്റെ മാതൃരാജ്യത്തിന്റെ സേവനത്തിന്റെ പാത തിരഞ്ഞെടുത്തതായി തോന്നുന്നു. ഗീതയോടുള്ള സ്നേഹം അദ്ദേഹത്തിന്റെ ഒരു കത്തിൽ നിന്നും വെളിപ്പെടുന്നു. അസംബ്ലി ബോംബ് കാണ്ടുമായി ബന്ധപ്പെട്ട് തന്റെ ആദ്യ അറസ്റ്റിൽ ജയിലിൽ നിന്ന് പിതാവിന് അദ്ദേഹം ഈ കത്ത് എഴുതി:

"അതെ, പറ്റുമെങ്കിൽ കുതുബിൽ കിട്ടുന്ന ഗീത രഹസ്യവും നെപ്പോളിയന്റെ ബോയിറ്റ് സുആനെ ഉംരെയും കുറച്ച് നോവലുകളും കൊണ്ടുവരിക."

ഫലങ്ങളെ കുറിച്ച് ആകുലപ്പെടാതെ ആത്മാർത്ഥമായി പോരാടുകയും മരണത്തെ ഒട്ടും ഭയപ്പെടാതിരിക്കുകയും ചെയ്യുന്ന അദ്ദേഹത്തിന്റെ സ്വഭാവവിശേഷങ്ങളിൽ അദ്ദേഹം എല്ലാ ഗൗരവത്തോടെയും ഗീത പഠിച്ചുവെന്നത് കൂടുതൽ വ്യക്തമാക്കുന്നു. വിദ്യാർത്ഥി ജീവിതകാലത്ത് ഡി.എ.വി. ലാഹോറിലെ സ്കൂൾ, സംസ്കൃതം അദ്ദേഹത്തിന്റെ പ്രിയപ്പെട്ട വിഷയമായിരുന്നു, അദ്ദേഹത്തിന്റെ ആദ്യകാല ജീവിതത്തെക്കുറിച്ച് മുൻ അധ്യായത്തിൽ സൂചിപ്പിച്ചിരുന്നു.

ത്യാഗം അത്യാവശ്യമാണ്

ലക്ഷ്യം നേടുന്നതിന് ത്യാഗം അനിവാര്യമാണെന്ന ഭഗത് സിങ്ങിന്റെ കൃത്യമായ ബോധ്യം ഇതായിരുന്നു. അദ്ദേഹത്തിന്റെ ജീവിതത്തിന്റെ പ്രധാന ലക്ഷ്യം ഇന്ത്യക്ക് സ്വാതന്ത്ര്യം നേടുക എന്നതായിരുന്നു. അതുകൊണ്ട് തന്നെ അതിനായി ഏറ്റവും വ്യത്യസ്തമായ പരീക്ഷണം നടത്താൻ അദ്ദേഹം തയ്യാറായി, സ്വന്തം ജീവൻ ബലിയർപ്പിച്ചാണ് അദ്ദേഹം ആ പരീക്ഷണം നടത്തിയത്. ലക്ഷ്യങ്ങൾ എളുപ്പത്തിൽ നേടിയെടുക്കാൻ കഴിയില്ലെന്നും അതിനായി അവിശ്രമം പ്രയത്നിക്കണമെന്നും അദ്ദേഹം പറഞ്ഞു.

"ഒരു സോഷ്യലിസ്റ്റ് ജനാധിപത്യം സ്ഥാപിക്കുന്നതിനായി തീക്ഷ്ണതയോടെ പ്രവർത്തിക്കാൻ ഞാൻ യുവാക്കളോട് അഭ്യർത്ഥിക്കാൻ ആഗ്രഹിക്കുന്നു. അവർ ഈ പോരാട്ടം തളരാതെ തുടർന്നാൽ, അവർക്ക് അവരുടെ ലക്ഷ്യങ്ങൾ നേടാനാകും. ഒരു വർഷം കൊണ്ടല്ല, കനത്ത ത്യാഗത്തിന് ശേഷം. നിർണായകമായ പരിശോധനകൾക്ക് വിധേയമാകുന്നു."

എന്തെങ്കിലും നേടണമെങ്കിൽ എന്തെങ്കിലും നഷ്ടപ്പെടണം. ഒറ്റയ്ക്കല്ല, ഒരു വലിയ സംഖ്യ. ഈ വികാരങ്ങളുമായി പ്രവർത്തിക്കുന്ന ഒരാൾ തന്റെ ലക്ഷ്യങ്ങൾ കൈവരിക്കുന്നു. ഭഗത് സിംഗിന്റെ മേൽപ്പറഞ്ഞ വരികൾ ഈ പാഠം നമ്മെ പഠിപ്പിക്കുന്നു. ഭഗത് സിംഗിനെ ലാഹോർ ജയിലിൽ മരണമുറിയിലേക്ക് അയച്ചപ്പോൾ, സഹപ്രവർത്തകരോട് വിടപറഞ്ഞുകൊണ്ട് അദ്ദേഹം പറഞ്ഞു:

"സുഹൃത്തുക്കളേ, മീറ്റിംഗുകളും വേർപിരിയലുകളും ഒരു ജീവിതരീതിയാണ്. ഒരുപക്ഷേ ഞങ്ങൾ വീണ്ടും കണ്ടുമുട്ടിയേക്കാം. നിങ്ങളുടെ വാചകങ്ങൾ പൂർത്തിയാക്കിയ ശേഷം, നിങ്ങൾ നിങ്ങളുടെ വീടുകളിലേക്ക് മടങ്ങുമ്പോൾ, ലൗകിക പ്രവർത്തനങ്ങളിൽ ഏർപ്പെടരുത്. ബ്രിട്ടീഷുകാരെ ഓടിക്കുന്നത് വരെ സംതൃപ്തരായി ഇരിക്കരുത്. ഇന്ത്യയിൽ സോഷ്യലിസ്റ്റ് ജനാധിപത്യം സ്ഥാപിതമായിരിക്കുന്നു, ഇതാണ് നിങ്ങൾക്കുള്ള എന്റെ അവസാന സന്ദേശം. അതിനാൽ, നിങ്ങളുടെ ലക്ഷ്യസ്ഥാനത്ത് എത്തുന്നതുവരെ നിൽക്കാതെ നീങ്ങുക. ഇതായിരുന്നു അദ്ദേഹത്തിന്റെ തത്വം. ഇത് ഒരു വികാരമാണ് ഏറ്റവും ഉയർന്ന ക്രമത്തിന്റെ ത്യാഗം.

ഐക്യത്തിന്റെ ഒരു പിന്തുണക്കാരൻ

വ്യത്യസ്ത മതങ്ങളുടെയും സമുദായങ്ങളുടെയും രാജ്യമാണ് ഇന്ത്യ. വ്യത്യസ്ത മതക്കാരാണെങ്കിലും ഇവിടെ ആളുകൾ നൂറ്റാണ്ടുകളായി ഒരുമിച്ചു ജീവിക്കുന്നു. ഇതോടൊപ്പം, വ്യത്യസ്ത മതങ്ങളിൽ പെട്ട ഈ അനുയായികൾ പൊതുപൂർവികരുടെ മക്കളാണെന്നതും സത്യമാണ്. അതുകൊണ്ട് മതത്തിൽ വ്യത്യാസമുണ്ടെങ്കിലും അവർ പരസ്പരം സഹോദരങ്ങളാണ്. എന്നാൽ ചിലപ്പോൾ, വർഗീയ മതഭ്രാന്തന്മാരുടെ വഴിതെറ്റി, അവർ ഒരു ചെസ്സ് പണയത്തിൽ കഷണങ്ങളായി പ്രവർത്തിക്കുകയും രക്തദാഹികളായി വളരുകയും ചെയ്യുന്നു. മതത്തിന്റെ ശരിയായ അർത്ഥത്തിൽ വിശ്വസിക്കുന്ന ഒരു സത്യസന്ധനായ മനുഷ്യൻ ഒരിക്കലും അത്തരം ചിന്തകളെയും പ്രവർത്തനങ്ങളെയും ന്യായീകരിക്കുകയില്ല. ഭഗത് സിംഗും ഒരു യഥാർത്ഥ മനുഷ്യനായിരുന്നു. അവന്റെ ദൃഷ്ടിയിൽ മാനവികതയാണ് ഏറ്റവും ഉയർന്ന മതം, എല്ലാ ഇന്ത്യക്കാരെയും അവർ പരസ്പരം സഹോദരന്മാരായി കണക്കാക്കി. അങ്ങനെ അവർ തമ്മിൽ കലഹിക്കുന്നത് കണ്ട് അവന്റെ ആത്മാവ് കരഞ്ഞു. ശ്രീ ദീന നാഥ് അലങ്കാര് ഈ സന്ദർഭത്തിൽ ഒരു സംഭവത്തെ പരാമർശിക്കുന്നു:

"അദ്ദേഹം (ഭഗത് സിംഗ്) രാത്രി വരാന്തയുടെ മേൽക്കൂരയിൽ ഇരുന്നു കരഞ്ഞു. കുറച്ച് ദിവസമായി ഞാൻ കരുതി, ഇത് അവന്റെ കുടുംബത്തിലെ സാഹചര്യങ്ങൾ കാരണമാണെന്ന്. ഒരിക്കൽ ഞാൻ രാത്രി പന്ത്രണ്ട് മണിക്ക് എഴുന്നേറ്റപ്പോൾ അവൻ കരയുന്നത് കണ്ടു. ഞാൻ അവനെ ആശ്വസിപ്പിച്ചു, അവന്റെ കരച്ചിലിന്റെ കാരണം ചോദിച്ചു, അവൻ സംസാരിക്കുന്നതിന് മുമ്പ് വളരെ നേരം നിശബ്ദനായി, "എന്റെ മാതൃരാജ്യത്തിന്റെ ദയനീയാവസ്ഥ കണ്ട് എന്റെ ഹൃദയം പൂർണ്ണമായും തകർന്നു. ഒരു വശത്ത് അന്യഗ്രഹജീവികളുടെ ക്രൂരതകൾ, മറുവശത്ത് സഹോദരൻ സഹോദരന്റെ തൊണ്ടയിലാണ്. ഇത്തരമൊരു സാഹചര്യത്തിൽ ഈ ബന്ധനങ്ങൾ എങ്ങനെ അഴിക്കും?

1925-ൽ ഭഗത് സിംഗ് വീർ അർജുനുവേണ്ടി ഡൽഹിയിൽ പ്രവർത്തിക്കുമ്പോൾ ഇന്ത്യ വർഗീയ കലാപത്തിൽ കത്തിക്കയറുകയായിരുന്നു. ഡൽഹിയെയും ബാധിക്കാതെ നിൽക്കാനായില്ല. അതുകൊണ്ട് തന്നെ, ഭഗത് സിങ്ങിനെപ്പോലെ സത്യസന്ധനായ ഒരു ദേശസ്നേഹിക്ക് ഈ സാഹചര്യത്തിൽ ദയനീയമായി തോന്നുന്നത് സ്വാഭാവികമായിരുന്നു.

എല്ലാ ഇന്ത്യക്കാരും ഒന്നായി ജീവിക്കണമെന്നത് അദ്ദേഹത്തിന്റെ ഹൃദയാഭിലാഷമായിരുന്നു. 1928-ൽ ലാഹോറിൽ അദ്ദേഹം 'വിദ്യാർത്ഥി യൂണിയൻ' ഉണ്ടാക്കിയത് ഈ ലക്ഷ്യത്തോടെയാണ്. സാധാരണയായി വിദ്യാർത്ഥികളെ അതിന്റെ അംഗങ്ങളാക്കി, കാരണം അവർ ഭാവിയിലെ ഇന്ത്യയുടെ

സൃഷ്ടികളായിരുന്നു. രാജ്യത്തിന്റെ ഐക്യത്തിനായി സാമൂഹിക വിപത്തുകൾ ഇല്ലാതാക്കുക എന്നതായിരുന്നു ഈ യൂണിയന്റെ പ്രധാന പ്രവർത്തനം. ജാതീയത, തൊട്ടുകൂടായ്മ തുടങ്ങിയ സങ്കുചിത ചിന്തകൾ അകറ്റാൻ ഹിന്ദുക്കളും മുസ്ലീങ്ങളും വിവിധ ജാതി മതസ്ഥരും ഒന്നിച്ചിരുന്ന് ഭക്ഷണം കഴിക്കുന്ന ഉച്ചഭക്ഷണം ഈ യൂണിയൻ സംഘടിപ്പിച്ചിരുന്നുവെന്ന് രണ്ടാമത്തെ അധ്യായത്തിൽ ഞങ്ങൾ ഇതിനകം എഴുതിയിട്ടുണ്ട്. അവരുടെ മതവും ജാതിവാദത്തെ പല്ലും നഖവും എതിർത്തു.

അങ്ങനെ ഭഗത് സിംഗ് ദേശീയ മനോഭാവത്തിന്റെ ശക്തമായ പിന്തുണക്കാരനും മതേതര രാഷ്ട്രീയത്തിന്റെ ചിന്തകനും ഉയർന്ന ആദർശങ്ങളുടെ സോഷ്യലിസ്റ്റുമായിരുന്നു. അദ്ദേഹം മനുഷ്യത്വത്തിന്റെ യഥാർത്ഥ സ്നേഹിയായിരുന്നു, ഫോണി ആദർശവാദത്തിന്റെ എതിരാളി, തന്റെ സംസ്കാരത്തിലും നാഗരികതയിലും അഭിമാനിക്കുന്നവനും ദേശീയ ഐക്യത്തിന്റെ പ്രചാരകനുമായിരുന്നു. ഇന്ത്യയുടെ സുവർണ്ണ ഭാവിയാണ് അദ്ദേഹം സ്വപ്നം കണ്ടത്. രാജ്യത്തിന്റെ സ്വാതന്ത്ര്യത്തിനായി തന്റെ വിലപ്പെട്ട ജീവിതം ബലിയർപ്പിച്ച സത്യസന്ധനായ മനുഷ്യനും സത്യസന്ധനായ ഇന്ത്യക്കാരനുമായിരുന്നു അദ്ദേഹം.

11

ഭഗത് സിംഗിന്റെ വിലയിരുത്തൽ

ഭഗത് സിങ്ങിന്റെ പേര് തൊപ്പി ധരിച്ച, ഇളം കൂർത്ത മീശയും കൂർത്ത കണ്ണുകളുമുള്ള ആരോഗ്യവാനും പൊക്കമുള്ളതുമായ ഒരു യുവാവിന്റെ ചിത്രം ഉണർത്തുന്നു. ഒരു വ്യക്തിയെ വിലയിരുത്തുക എളുപ്പമല്ല. ഒരാൾ ആ അഭ്യാസത്തിൽ ഏർപ്പെട്ടാലും മറ്റുള്ളവർ അവനുമായി യോജിക്കണമെന്നില്ല. എന്തുതന്നെയായാലും, ഭഗത് സിംഗ് ഇന്ത്യൻ ചരിത്രത്തിൽ അതുല്യമായ സ്ഥാനമാണ് വഹിക്കുന്നത്.

വെറും 23 വയസ്സും 5 മാസവും പ്രായമുള്ളപ്പോൾ മാതൃരാജ്യത്തിന് വേണ്ടി ഭഗത് സിംഗ് രക്തസാക്ഷിയായി. ഈ ചെറുപ്രായത്തിലും, ജീവിതത്തിന്റെ അവസാന രണ്ട് വർഷത്തിലേറെയും അദ്ദേഹം പോലീസ് ലോക്കപ്പിലോ ജയിലുകളിലോ ചെലവഴിച്ചു. എന്നിട്ടും, താൻ ജനിച്ച രാജ്യത്തിന്റെ അടിമത്തത്തിന്റെ ചങ്ങലകൾ അറുക്കാൻ അദ്ദേഹം വാഗ്ദാനം ചെയ്ത ത്യാഗത്തിന്റെ ഉദാഹരണങ്ങൾ ലോകചരിത്രത്തിൽ കുറവാണ്. ആ ചെറുപ്പത്തിൽ ജീവിച്ചിരുന്ന ഈ യുവാവ് തന്റെ ജീവത്യാഗത്തിന് ശേഷവും ബ്രിട്ടീഷ് സർക്കാരിന് ഉറക്കമില്ലാത്ത രാത്രികൾ സമ്മാനിച്ചത് എന്താണ്? രാഷ്ട്രീയത്തിലെ പ്രഗത്ഭരായ നേതാക്കളെയും പരിചയസമ്പന്നരായ കളിക്കാരെയും ഈ യുവാവിനെക്കുറിച്ച് ചിന്തിക്കാൻ പ്രേരിപ്പിച്ചതെന്താണ്? എല്ലാത്തിനുമുപരി, എന്തുകൊണ്ട്? അക്കാലത്ത് ഇന്ത്യൻ രാഷ്ട്രീയത്തിൽ അതിശക്തമായ പ്രതിച്ഛായയുണ്ടായിരുന്ന മഹാത്മാഗാന്ധിയെപ്പോലും ഈ ധീരന്റെ രക്തസാക്ഷിത്വത്തിന്റെ പേരിൽ വിമർശിച്ചതിന്റെ കാരണം എന്തായിരുന്നു? സാധാരണയായി, ഒരു പ്രവൃത്തിക്ക് പിന്നിൽ ഒരു കാരണമുണ്ട്. ഭഗത് സിംഗിന്റെ ജനപ്രീതി ഭാഗികമായി ഇങ്ങനെ വിശദീകരിക്കാം. ഇംഗ്ലീഷുകാരുടെ ദൃഷ്ടിയിൽ അവൻ ഒരു ഭീകരനായിരുന്നു, എന്നാൽ ഇന്ത്യക്കാരുടെ കണ്ണിൽ, ഒരു ദേശസ്നേഹി. ചില പണ്ഡിതന്മാർ മഹാത്മാഗാന്ധിയെയും ഭഗത് സിംഗിനെയും താരതമ്യം ചെയ്യാൻ ശ്രമിച്ചിട്ടുണ്ട്. ചിലർ അദ്ദേഹത്തെ ധീരതയുടെ പ്രതീകമായി കണക്കാക്കുന്നു, ഭഗത് സിംഗും സ്വയം സ്വാതന്ത്ര്യത്തിന്റെ പോരാളിയും യുദ്ധത്താവുഥാരനുമാണെന്ന് വിശേഷിപ്പിച്ചു. ഇതുകൂടാതെ, മറ്റ് പല പണ്ഡിതന്മാരും രാഷ്ട്രീയക്കാരും അവരുടെ വീക്ഷണകോണിൽ നിന്ന് അദ്ദേഹത്തെ വിലയിരുത്തിയിട്ടുണ്ട്. ഈ വിഷയത്തെ വിവിധ കോണുകളിൽ നിന്ന് നോക്കാനുള്ള ഒരു ചെറിയ ശ്രമം ഇവിടെ നടത്തിയിട്ടുണ്ട്.

മഹാത്മാ ഗാന്ധിയും ഭഗത് സിംഗും

ചിന്തകളുടെ വീക്ഷണകോണിൽ മഹാത്മാഗാന്ധിയും ഭഗത് സിംഗും തമ്മിൽ പൊതുവായി ഒന്നുമില്ല. മഹാത്മാഗാന്ധി തികച്ചും അഹിംസയുടെ ആളായിരുന്നുവെങ്കിലും, ഭഗത് സിംഗ് ഒരു വിപ്ലവകാരിയായിരുന്നു, തന്റെ ലക്ഷ്യം-ഇന്ത്യയുടെ സ്വാതന്ത്ര്യം നേടിയെടുക്കാൻ അക്രമം തെറ്റാണെന്ന് കരുതിയിരുന്നില്ല. ഇരുവരും തീവ്രവാദികളായിരുന്നു. ഒന്ന് അഹിംസയുടെ തീവ്രവാദി, മറ്റൊന്ന് വിപ്ലവത്തിന്റെ തീവ്രവാദി; എന്നാൽ ഇന്ത്യൻ പൊതുസമൂഹത്തിന് ഇരുവരും ഒരുപോലെ പ്രിയപ്പെട്ടവരും ആദരണീയരുമായിരുന്നു. മാതൃരാജ്യത്തിന്റെ സ്വാതന്ത്ര്യത്തിനായി ഇരുവരും പോരാടി. ഈ പോരാട്ടത്തിൽ ഭഗത് സിംഗ് സ്വയം രക്തസാക്ഷിത്വം വരിച്ചു, എന്നാൽ ഗാന്ധിജി അതിൽ വിജയിക്കുകയും കൊലയാളിയുടെ വെടിയുണ്ടകളിലേക്ക് വീഴുകയും ചെയ്തു. ശ്രീ കെ.കെ. ഖുല്ലർ തന്റെ പുസ്തകമായ ഷഹീദ് ഭഗത് സിംഗ്: കുച്ച് അധ്ഖുലേ പൃഷ്ത ഈ സന്ദർഭത്തിൽ എഴുതുന്നു: "രാഷ്ട്രീയ വീക്ഷണകോണിൽ, രണ്ടുപേരും അവരുടെ പ്രായത്തിലുള്ള ചിന്താഗതിക്കാരായിരുന്നു, ഒരു നദിയുടെ രണ്ട് തീരങ്ങൾ പോലെ, അത് കൂടിച്ചേരുമ്പോൾ മാത്രമേ പരസ്പരം കണ്ടുമുട്ടാൻ കഴിയൂ. സമുദ്രം.അല്ലെങ്കിൽ അനന്തതയിൽ മാത്രം കണ്ടുമുട്ടുന്ന സമാന്തര രേഖകൾ എന്ന് അവയെ വിശേഷിപ്പിക്കാം.രണ്ടുപേരും മാതൃരാജ്യത്തിന് വേണ്ടി ജീവൻ ബലിയർപ്പിച്ച് അനശ്വരരായി.ഒരാൾ കൊലയാളിയുടെ വെടിയുണ്ടകളിൽ വീണു, ഭഗത് സിംഗ് സർക്കാരിനോടുള്ള അവസാന അഭ്യർത്ഥന. ഒരു സാധാരണ കുറ്റവാളിയെ തൂക്കിക്കൊല്ലുന്നതിന് പകരം ഒരു യുദ്ധത്തടവുകാരനായി അവനെ വെടിവെച്ചു കൊല്ലണം, സ്വഭാവം, ധൈര്യം, നിർഭയത്വം എന്നിവയിൽ രണ്ടുപേരും സാധാരണ മനുഷ്യർക്ക് പോകാൻ എളുപ്പമല്ലാത്ത മാനദണ്ഡങ്ങൾ സ്ഥാപിച്ചു. വ്യക്തികൾ, അവർ പ്രസ്ഥാനങ്ങൾ ആയിരുന്നു, ഗാന്ധിജി ഇരുന്ന സ്ഥലം ഒരു ക്ഷേത്രമായിരുന്നു, അദ്ദേഹം നടന്ന സ്ഥലം പവിത്രമായിരുന്നു, ഭഗത് സിങ്ങിനെ തൂക്കിലേറ്റി സംസ്കരിച്ച സ്ഥലങ്ങൾ തീർത്ഥാടന കേന്ദ്രങ്ങളായി മാറിയിരിക്കുന്നു, ഭഗത് സിംഗിനെക്കുറിച്ച് എഴുതാൻ കഴിയില്ല. കണ്ണീരൊഴുക്കാതെ അല്ലെങ്കിൽ വികാരം വളരാതെ. തൂങ്ങിക്കിടക്കുന്ന പ്ലാറ്റ്ഫോമിൽ ഊഞ്ഞാലാടുമ്പോൾ ഭഗത് സിംഗ് കൂടുതൽ യഥാർത്ഥ ജീവിതം നയിച്ചു. ഗാന്ധിജിയുടെ കൊലപാതകത്തെ തൊണ്ട ശ്വാസം മുട്ടിക്കാതെ വിവരിക്കുന്നതും ഒരുപോലെ ബുദ്ധിമുട്ടാണ്. മറക്കാൻ പറ്റാത്ത ഓർമ്മകൾ ബാക്കി വെച്ചവരാണ് ഇരുവരും. ഇരുവരുടെയും മരണം ജനങ്ങളുടെ ഹൃദയത്തിൽ രക്തസാക്ഷിത്വത്തിന്റെ തലം ഉയർത്തി.

അങ്ങനെ രണ്ടുപേർക്കും ഒരു പൊതുലക്ഷ്യം ഉണ്ടായിരുന്നു-മാതൃരാജ്യത്തിന്റെ സ്വാതന്ത്ര്യം-അവരുടെ ആശയങ്ങൾക്ക് വ്യത്യസ്തമായ ഒരു ലോകമുണ്ടായിരുന്നു.

രണ്ടുപേരും അവരവരുടെ പ്രദേശങ്ങളിൽ തീവ്രവും മികച്ചതുമായ പോരാളികളായിരുന്നു. ഗാന്ധിജിയുടെ ധീരത സത്യത്തിലും സമാധാനത്തിലും അധിഷ്ഠിതമായിരുന്നു, ഭഗത് സിംഗ് ധീരനായ അതുല്യ യോദ്ധാവായിരുന്നു. ഒന്നിനെക്കാൾ വലുത് എന്ന് വിളിക്കുന്നത് മറ്റൊന്നിനോട് ചെയ്യുന്ന അനീതിയാണ്.

പോരാളി, തീവ്രവാദിയല്ല

ഭാരതമാതാവിന്റെ വിശിഷ്ടനും അർഹനുമായ പുത്രൻ ഭഗത് സിംഗ് ബ്രിട്ടീഷ് സർക്കാരിന് ജീവിതം നരകമാക്കിയിരുന്നു. ഭഗത് സിംഗിൽ അവർ ബ്രിട്ടീഷ് സാമ്രാജ്യത്തിൽ തൂങ്ങിക്കിടക്കുന്ന ഒരു വാൾ കണ്ടു. ഭഗത് സിങ്ങിന്റെ പേര് ബ്രിട്ടീഷ് സർക്കാരിന് ഭയങ്കരമായി മാറിയിരുന്നു. ഇന്ത്യ ഇന്ത്യക്കാരുടേതാണെങ്കിലും ഇംഗ്ലീഷുകാർ ഇവിടെ യജമാനന്മാരായിരുന്നു. ഇന്ത്യക്കാർ പരിതാപകരമായ അവസ്ഥയിലായിരുന്നു, ബ്രിട്ടീഷ് സർക്കാരാണ് അവരെ ഇത്രയും പരിതാപകരമായ അവസ്ഥയിലേക്ക് നയിച്ചത്. ഇത് ക്രൂരതയാണെന്നും ബ്രിട്ടീഷ് സർക്കാരിന്റെ ക്രൂരതയാണെന്നും വ്യക്തമാണ്. ഈ ക്രൂരത അവസാനിപ്പിക്കാൻ ഭഗത് സിംഗ് തീരുമാനിച്ചു. ഇംഗ്ലീഷുകാർ അപകടം തിരിച്ചറിഞ്ഞു, അവർ ഈ ദേശസ്നേഹിയെ തീവ്രവാദി, ക്രിമിനൽ, വ്യക്തിത്വമില്ലാത്ത വ്യക്തി, സാമൂഹിക ഘടകമല്ലെന്നും എന്തല്ലെന്നും വിശേഷിപ്പിച്ചു. അവർ അങ്ങനെ പറയുന്നത് സ്വാഭാവികമായിരുന്നു. ഒരു സ്വേച്ഛാധിപതിയിൽ നിന്ന് നിങ്ങൾക്ക് എങ്ങനെ ആത്മാർത്ഥമായ നീതി പ്രതീക്ഷിക്കാനാകും? ഫ്രാങ്ക് മൊറേസും അദ്ദേഹത്തെ ഒരു തീവ്രവാദി, നിർഭയ പോരാളി എന്ന് വിളിച്ചിട്ടുണ്ട് - "ഭഗത് സിംഗ് ഒരു പ്രധാന വ്യക്തിയായിരുന്നു, ഒരു തീവ്രവാദി, ഒരു നിർഭയ യോദ്ധാവായിരുന്നു, അദ്ദേഹത്തിന്റെ തുറന്ന ബൗദ്ധിക മുഖം അദ്ദേഹത്തിന്റെ വിമത പ്രവർത്തനങ്ങളുടെ ഒരു നേർക്കാഴ്ച നൽകി."

സ്വന്തം രാജ്യത്തെ സ്നേഹിക്കുന്നത് കുറ്റകരമല്ല. മാതൃരാജ്യത്തിന്റെ പ്രതിരോധം, സുരക്ഷ, സ്വാതന്ത്ര്യം എന്നിവയെ മുൻനിർത്തി ആരെങ്കിലും ശത്രുവിനെ ഭയപ്പെടുത്തുകയോ ചെയ്താൽ അതിനെ അവന്റെ ദുഷ്പ്രവൃത്തിയായി വിശേഷിപ്പിക്കാനാവില്ല. അതൊരു മാന്യമായ പ്രവർത്തനമാണ്. പിന്നെ എങ്ങനെയാണ് അവനെ തീവ്രവാദി എന്ന് വിളിക്കുക? അത്തരത്തിലൊരു അപൂർവ വ്യക്തിയായിരുന്നു ഭഗത് സിംഗ്. 1931 ഫെബ്രുവരി 2-ന് തന്റെ രാജ്യത്തെ യുവജനങ്ങൾക്ക് നൽകിയ സന്ദേശത്തിൽ അദ്ദേഹം ഇങ്ങനെ പറഞ്ഞു:

"ഞാൻ ഒരു തീവ്രവാദിയാണെന്ന് പരക്കെ അനുമാനിക്കപ്പെടുന്നു. പക്ഷേ ഞാൻ ഒരു തീവ്രവാദിയല്ല. ചില കൃത്യമായ ആശയങ്ങളും കൃത്യമായ ആദർശങ്ങളും ദീർഘമായ പരിപാടികളുമുള്ള ഒരു വിപ്ലവകാരിയാണ് ഞാൻ."

രാജ്യത്തിനുവേണ്ടി ശത്രുവിനെ കൊലപ്പെടുത്തിയാൽ ഒരാളെ കുറ്റവാളി എന്ന്

വിളിക്കാനാവില്ല. അങ്ങനെയാണെങ്കിൽ, രാജ്യത്തിന്റെ പ്രതിരോധത്തിനായി പോരാടുന്ന സൈനികരും കുറ്റവാളികൾ എന്ന് വിളിക്കപ്പെടും. ഭഗത് സിംഗിനും ഇത് ബാധകമാണ്, അദ്ദേഹം തന്നെ ലാഹോർ ഹൈക്കോടതിയിൽ നിയമസഭാ ബോംബ് കണ്ടിൽ പറഞ്ഞു:

"നിയമസഭയിൽ ഞങ്ങൾ എറിഞ്ഞ ബോംബുകൾ ആരെയും ശാരീരികമായും മാനസികമായും വേദനിപ്പിച്ചിട്ടില്ല എന്നതാണ് ഒന്നാമത്തെ കാര്യം, ഈ കാഴ്ചപ്പാടിൽ ഞങ്ങൾക്ക് നൽകിയ ശിക്ഷ ഏറ്റവും കഠിനമായത് മാത്രമല്ല, അത് ഉദ്ദേശത്തോടെയാണ് നൽകുന്നത്. മറ്റൊരു കാഴ്ചപ്പാടിൽ നിന്ന് നോക്കുമ്പോൾ, പ്രതിയുടെ മാനസികാവസ്ഥ അറിയുന്നത് വരെ നിങ്ങൾക്ക് യഥാർത്ഥ ഉദ്ദേശ്യം അറിയില്ല, ലക്ഷ്യം പൂർണ്ണമായും മറന്നാൽ, നിങ്ങൾ ആരോടും നീതി കാണിക്കില്ല, കാരണം ലക്ഷ്യത്തെക്കുറിച്ചുള്ള അറിവിന്റെ അഭാവത്തിൽ. പട്ടാളത്തിലെ ഉന്നതൻമാർ പോലും സാധാരണ കൊലപാതകികളെ പോലെ കാണപ്പെടും, സർക്കാർ നികുതി പിരിവുകാരിൽ ഭൂരിഭാഗവും കള്ളന്മാരും കള്ളന്മാരുമായി പ്രത്യക്ഷപ്പെടും, ജഡ്ജിമാർക്കെതിരെ കൊലക്കുറ്റം ചുമത്തപ്പെടും.ഇത് സാമൂഹിക ക്രമത്തെയും സംസ്കാരത്തെയും രക്തച്ചൊരിച്ചിലിലേക്കും കള്ളനിലേക്കും കള്ളത്തരത്തിലേക്കും ചുരുക്കും. ലക്ഷ്യങ്ങൾ അവഗണിച്ചാൽ, ജനങ്ങളോട് നീതി പുലർത്താൻ സർക്കാരിന് എന്താണ് അവകാശം?ലക്ഷ്യങ്ങൾ അവഗണിച്ചാൽ മതത്തിന്റെ പ്രചാരണം അസത്യപ്രചാരണമായി കാണപ്പെടും, ഓരോ പ്രവാചകന്മാരും കോടികൾ തെറ്റിദ്ധരിപ്പിച്ച കുറ്റത്തിന് ചുമത്തപ്പെടും. നിരപരാധികളും അജ്ഞരുമായ മനുഷ്യർ. ലക്ഷ്യങ്ങൾ പരിഗണിച്ചില്ലെങ്കിൽ, കർത്താവായ യേശുക്രിസ്തു അസ്വസ്ഥതകൾ ഉണർത്തുന്നവനായും സമാധാനം തകർക്കുന്നവനായും കലാപം പ്രചരിപ്പിക്കുന്നവനായും പ്രത്യക്ഷപ്പെടുകയും നിയമത്തിന്റെ ദൃഷ്ടിയിൽ അപകടകാരിയായി കണക്കാക്കുകയും ചെയ്യും.

യഥാർത്ഥത്തിൽ ഭഗത് സിംഗ് ഒരു യുദ്ധത്തടവുകാരനായിരുന്നു. മാതൃരാജ്യത്തിന്റെ സംരക്ഷണത്തിനും അടിമത്തം അവസാനിപ്പിക്കുന്നതിനുമായി അദ്ദേഹം ബ്രിട്ടീഷ് സർക്കാരിനെതിരെ യുദ്ധം ചെയ്തു. അദ്ദേഹവും സമാനമായ അഭിപ്രായക്കാരനായിരുന്നു. അതിനാൽ, ഇംഗ്ലീഷുകാർ അവനെ തീവ്രവാദി എന്ന് വിളിച്ചാൽ, അവർ സത്യമാണ് പറയുന്നതെന്ന് അർത്ഥമാക്കുന്നില്ല. കാരണം രാഷ്ട്രീയത്തിൽ ആളുകൾ പൊതുസമൂഹത്തിൽ ശത്രുവിനെ തരംതാഴ്ത്താൻ പലതും പറയുന്നു, അതിനാൽ അത്തരം ആരോപണങ്ങൾ അർത്ഥശൂന്യമാണ്.

വ്യത്യസ്ത പണ്ഡിതന്മാരുടെയും രാഷ്ട്രീയക്കാരുടെയും കണ്ണിൽ

ബ്രിട്ടീഷ് ഗവൺമെന്റിന്റെ പ്രതികൂല അഭിപ്രായം പരിഗണിക്കാതെ തന്നെ ഭഗത് സിംഗ് ഭാരതമാതാവിന്റെ ആത്മാർത്ഥ പുത്രനും സേവകനുമായിരുന്നുവെന്ന്

സ്ഥിരീകരിക്കപ്പെട്ടിരിക്കുന്നു. ഈ അതുല്യ ധീരന് തന്റെ വ്യക്തിത്വത്തിൽ അത്തരം ചില പ്രത്യേകതകൾ ഉണ്ടായിരുന്നു, അവരുടെ പ്രാധാന്യം ഇന്ത്യക്കാരല്ല, വിദേശ പണ്ഡിതന്മാരും രാഷ്ട്രീയക്കാരും തിരിച്ചറിയുന്നു.

ഇന്ത്യയുടെ സുന്ദരമായ ഭാവിയാണ് ഭഗത് സിംഗ് സ്വപ്നം കണ്ടത്. കോൺഗ്രസ് അതിന്റെ ലാഹോർ സമ്മേളനത്തിൽ ഇന്ത്യക്ക് സമ്പൂർണ സ്വയം ഭരണം വേണമെന്ന ആവശ്യം ഉന്നയിച്ചു, എന്നാൽ അതിനുമുമ്പ്, തന്റെ പരിപാടികളുടെ ലക്ഷ്യമായി അദ്ദേഹം ഇന്ത്യക്ക് സമ്പൂർണ സ്വാതന്ത്ര്യം നൽകിയിരുന്നു. ഇക്കാര്യത്തിൽ ഭഗത് സിംഗിനെ ദർശകൻ എന്ന് വിളിക്കാം. ഭഗത് സിങ്ങിന്റെ ഈ ഗുണത്തെക്കുറിച്ച് സംസാരിച്ച ഡോ. റാം മനോഹർ ലോഹ്യ, സാമൂഹികവും സാമ്പത്തികവുമായ അസമത്വങ്ങളെക്കുറിച്ച് അറിയാത്ത ധീരരായ പോരാളികളും അതിശക്തമായ ഭാഷയിൽ സംസാരിക്കുന്ന രാഷ്ട്രീയക്കാരും വ്യക്തികൾ എന്ന നിലയിൽ ഭീരുക്കൾ ഒരു രാജ്യത്തിന്റെ സ്വാതന്ത്ര്യത്തിന് അത്ര അപകടകരമല്ലെന്ന് പറഞ്ഞു. ഭഗത് സിംഗ് തന്റെ സമകാലികരെക്കാൾ ഉയർന്നവനായിരുന്നു. ഇന്ത്യയുടെ ഭാവി അരനൂറ്റാണ്ട് മുമ്പേ അദ്ദേഹം മുൻകൂട്ടി കണ്ടിരുന്നു.

ഭഗത് സിംഗിന്റെ വ്യക്തിത്വത്തിന് എല്ലാ ഗുണങ്ങളും ഉണ്ടായിരുന്നു. അവനുമായി സമ്പർക്കം പുലർത്തിയ എല്ലാവരിലും ഒരുതരം മാന്ത്രികവിദ്യ ഉണ്ടായിരുന്നു. ഈ സദ്ഗുണങ്ങളെ അഭിനന്ദിച്ചുകൊണ്ട് ഡോ. സത് പാൽ പറഞ്ഞു, "എനിക്ക് കോൺഗ്രസിലും 'നൗജവാൻ ഭാരത് സഭ'യിലും പ്രവർത്തിക്കാൻ അവസരം ലഭിച്ചു. കൂടുതൽ ഉപകാരപ്രദവും പ്രോത്സാഹജനകവും മിടുക്കനും ധീരനും ബുദ്ധിശക്തിയുമുള്ള ഒരു യുവാവിനെ ജോലി ചെയ്യാൻ എപ്പോഴെങ്കിലും ലഭിച്ചിട്ടുണ്ടോ എന്ന് ഞാൻ ഓർക്കുന്നില്ല. എന്റെ പൊതുജീവിതത്തിനുള്ളിൽ, നിങ്ങൾക്ക് പോസ്റ്റർ ഒട്ടിക്കണമെങ്കിൽ, അവൻ തയ്യാറാണ്, നിങ്ങൾക്ക് ദുർഗന്ധം വിതറുകയാണെങ്കിൽ, അവൻ അവിടെ ഉണ്ടായിരുന്നു, നിങ്ങൾക്ക് ഒരു സ്പീക്കർ വേണമെങ്കിൽ, അവൻ തീയും ഗന്ധകവുമാണ്, ഞാൻ അർത്ഥമാക്കുന്നത്, അവൻ എല്ലാം ഭക്തിയോടെ ചെയ്തു. സ്വാർത്ഥതയിൽ നിന്നും അസൂയയിൽ നിന്നും അത്യാഗ്രഹത്തിൽ നിന്നും അവൻ എപ്പോഴും അകന്നിരുന്നു എന്ന വസ്തുതയാണ് പൊതുജനങ്ങളിൽ അസാധാരണമായ ആഘാതം സൃഷ്ടിച്ചത്.അദ്ദേഹത്തിൽ വളരെയധികം ഗുണങ്ങൾ ഉണ്ടായിരുന്നു, ഒരാൾ അവനിൽ ഒരു സുന്ദരനായ മകനെയും പ്രിയ സുഹൃത്തിനെയും മാന്യനായ ഒരു നേതാവിനെ കണ്ടെത്തി."

മോത്തിലാൽ നെഹ്റുവിനെ അദ്ദേഹം എത്രത്തോളം സ്വാധീനിച്ചുവെന്ന് ഭഗത് സിങ്ങുമായുള്ള കൂടിക്കാഴ്ചയിലും അദ്ദേഹത്തെ രക്ഷിക്കാൻ അദ്ദേഹം നടത്തിയ ശ്രമങ്ങളിലും നിന്ന് മനസ്സിലാക്കാൻ കഴിയും. ഒരിക്കൽ സെൻട്രൽ ലെജിസ്ലേറ്റീവ് അസംബ്ലിയിൽ സംസാരിക്കുമ്പോൾ അദ്ദേഹം പറഞ്ഞു, "അദ്ദേഹം മഹാത്മാവുള്ള ധീരനും ആരാധന അർഹിക്കുന്ന ചെറുപ്പക്കാരനുമാണ്."

പണ്ഡിറ്റ് മോത്തിലാൽ നെഹ്റുവിന്റെ കാര്യത്തിലെന്നപോലെ, മഹാമന മദൻ മോഹൻ മാളവ്യയും ഭഗത് സിങ്ങിനോട് അപാരമായ ബഹുമാനം പുലർത്തിയിരുന്നു; ഭഗത് സിംഗ്, രാജ് ഗുരു, സുഖ് ദേവ് എന്നിവരുടെ വധശിക്ഷ ഇളവ് ചെയ്യുന്നതിനായി അദ്ദേഹം വൈസ്രോയിക്ക് ദയാഹർജി നൽകി. ഈ ധീരരായ വ്യക്തികളെ അഭിനന്ദിച്ചുകൊണ്ട് അദ്ദേഹം പറഞ്ഞു, "ഭഗത് സിങ്ങും അദ്ദേഹത്തിന്റെ കൂട്ടാളികളും സാധാരണക്കാരല്ല. അവരുടെ അക്രമ പ്രവർത്തനങ്ങളുടെ പേരിൽ നിങ്ങൾക്ക് എത്ര വരെയും വിമർശിക്കാൻ കഴിയുന്ന വ്യക്തികളാണ് അവർ. എന്നാൽ അവരിൽ നിന്ന് പ്രചോദനം ഉൾക്കൊണ്ടിട്ടില്ല. സ്വാർത്ഥതയുടെ വികാരങ്ങൾ. ഈ വ്യക്തികളെയെല്ലാം പ്രചോദിപ്പിക്കുന്നത് രാജ്യസ്നേഹത്തിന്റെ ഉയർന്ന ആശയങ്ങളാലും അവരുടെ രാജ്യത്തിന്റെ സ്വാതന്ത്ര്യത്തോടുള്ള വികാരത്താലും."

വിപ്ലവകാരിയായ ഭഗത് സിങ്ങിനെ അഭിനന്ദിച്ചുകൊണ്ട് പ്രശസ്ത സോഷ്യലിസ്റ്റ് നേതാവ് ആചാര്യ നരേന്ദ്ര ദേവ് പറഞ്ഞു, "ഭഗത് സിങ്ങും മറ്റ് വിപ്ലവകാരികളും തമ്മിലുള്ള പ്രധാന വ്യത്യാസം, അതിന്റെ അടിമത്തത്തിനെതിരെ മത്സരിക്കാൻ ഇന്ത്യക്ക് അവകാശമുണ്ടെന്ന് അദ്ദേഹം അസാധാരണമായ രീതിയിൽ പ്രഖ്യാപിച്ചതാണ്. അദ്ദേഹത്തിന്റെ വീര്യം ഒരു പ്രത്യേക കാര്യമാണ്. നമുക്ക് എന്നെന്നും മാതൃകയായി വർത്തിക്കും.. ദേശീയതയുടെ ഒരു അംശവും അവശേഷിപ്പിക്കാത്ത, ദീർഘകാലമായി വൈദേശിക ഭരണത്തിൻ കീഴിലായിരുന്ന, എന്തുകൊണ്ടാണ് ഒരു രാഷ്ട്രം ഹൃദയത്തിന് പ്രിയപ്പെട്ട ഇത്തരം ധീരമായ സംഭവങ്ങൾ കാണാത്തത്? ഇംഗ്ലീഷുകാരുടെ മുഖം കണ്ട് ഭയന്ന അന്യഗ്രഹശക്തിയെ നേരിടാൻ അതിന് ധൈര്യമില്ലെന്ന് കരുതി?ഭഗത്സിങ്ങിന്റെ പേര് അവന്റെ ചുണ്ടിൽ ഉദിക്കുമ്പോൾ ഒരു നിമിഷം മുമ്പ് മിന്നൽപ്പിണരുകൾ മിന്നിമറയുന്നു.ഒരുനിമിഷം മനുഷ്യന്റെ എല്ലാ ദൗർബല്യങ്ങളും അപ്രത്യക്ഷമായി എല്ലാവരും സ്വയം കണ്ടെത്തുന്നു. സ്പർശിക്കുന്ന വികാരങ്ങളുടെ ഒരു പുതിയ ലോകത്ത്."

അടിമ ഇന്ത്യയെ സ്വാതന്ത്ര്യത്തിന്റെ പ്രാധാന്യവും അതിലൂടെ സഞ്ചരിക്കാനുള്ള വഴിയും പഠിപ്പിക്കാൻ ഭഗത് സിംഗ് ഒരു വഴിവിളക്കായി പ്രവർത്തിച്ചു. അടിമത്തത്തിന്റെ അപമാനകരമായ ജീവിതം നയിക്കുന്നതിനേക്കാൾ അഭികാമ്യമാണ് മാതൃരാജ്യത്തിന്റെ സേവനത്തിൽ മരണത്തെ ആശ്ലേഷിക്കുന്നതാണെന്ന സന്ദേശം അടിമ ഇന്ത്യക്കാർക്ക് അദ്ദേഹം നൽകി. മാതൃരാജ്യത്തിനുള്ള സ്വാതന്ത്ര്യം മാത്രമായിരുന്നു അദ്ദേഹത്തിന്റെ ജീവിതലക്ഷ്യം. തന്റെ വിപ്ലവ സുഹൃത്ത് വിജയ് കുമാർ സിൻഹയുടെ വാക്കുകളിൽ, "ആത്മത്യാഗത്തിന്റെ ആത്മാവിനെ സംബന്ധിച്ചിടത്തോളം, അദ്ദേഹത്തിന് അത് യഥേഷ്ടം ഉണ്ടായിരുന്നു. വിപ്ലവ പ്രസ്ഥാനത്തിന് വേണ്ടി ജീവൻ ത്യജിക്കാൻ

അദ്ദേഹം എപ്പോഴെങ്കിലും തയ്യാറായിരുന്നു. അസംബ്ലിയിൽ ബോംബ് എറിയുക, ബോംബെറിഞ്ഞ ശേഷം രക്ഷപ്പെടണമെന്ന് ആരോ ഉപദേശിച്ചു.എന്നാൽ നിശ്ചയദാർഢ്യത്തോടെ ഇതിനെ എതിർത്തു.താൻ തന്നെ അറസ്റ്റുചെയ്ത് കുറ്റക്കാരനാണെന്ന് തെളിയിക്കണമെന്ന് അദ്ദേഹം ഊന്നിപ്പറഞ്ഞു. സോണ്ടേഴ്സിന്റെ കൊലപാതകത്തിൽ അദ്ദേഹം പങ്കാളിയാകാൻ പാർട്ടി ആഗ്രഹിച്ചില്ല, പക്ഷേ ഭഗത് സിംഗ് റിസ്ക് എടുക്കാൻ അത്യുത്സാഹം കാണിച്ചതിനാൽ അവസാനം വരെ അദ്ദേഹത്തെ തടയാൻ കഴിഞ്ഞില്ല.

ഭഗത് സിംഗ് ഒരു വിപ്ലവകാരിയും മഹാത്മാഗാന്ധി അഹിംസയുടെ അപ്പോസ്തലനുമായിരുന്നു. അപ്പോഴും അദ്ദേഹത്തിന്റെ ജനപ്രീതിയും പ്രാധാന്യവും ഗാന്ധിജിയേക്കാൾ ഒട്ടും കുറവായിരുന്നില്ല. അതുകൊണ്ടാണ് ഡോ.പട്ടാഭി സീതാരാമയ്യ എഴുതിയത് "ഗാന്ധിജിയുടേത് പോലെ തന്നെ ഇന്ത്യയിൽ ഭഗത് സിംഗിന്റെ പേര് പ്രചാരത്തിലുണ്ടായിരുന്നു എന്ന് പറഞ്ഞാൽ അതിശയോക്തിയാകില്ല."

പട്യാലയിലെ പഞ്ചാബി സർവ്വകലാശാലയുടെ മുൻ വൈസ് ചാൻസലർ കൃപാൽ സിംഗ് നാരംഗ്, ഭഗത് സിങ്ങിന്റെ അചഞ്ചലമായ ദേശസ്നേഹത്തോടുള്ള ആദരവ് പ്രകടിപ്പിച്ചുകൊണ്ട് എഴുതുന്നു:

"ഭഗത് സിങ്ങിന്റെ വിപ്ലവ ജീവിതം ഓരോ ഇന്ത്യൻ പൗരന്റെയും ഒരു പ്രതീകമാണ്, ഒരു വിളക്കുസ്തംഭമാണ്. അസാമാന്യമായ ഊർജവും കാഴ്ചയുമുള്ള ഒരു ചെറുപ്പക്കാരനായിരുന്നു അദ്ദേഹം, ഇന്ത്യൻ മനഃസാക്ഷിയെ പിടിച്ചുകുലുക്കുകയും ലോകത്തിലെ ഏറ്റവും വലിയ സാമ്രാജ്യത്വ ശക്തിക്ക് മുന്നറിയിപ്പ് നൽകുകയും ചെയ്തു. അദ്ദേഹം യഥാർത്ഥവും ഉന്നതവുമായ രാജ്യസ്നേഹിയായിരുന്നു. ഭാരതമാതാവിന്റെ സ്വാതന്ത്ര്യത്തിനായി അദ്ദേഹം ചെയ്ത നിർഭയമായ ത്യാഗങ്ങൾ അദ്ദേഹത്തിന്റെ കാലഘട്ടത്തിലെ യുവാക്കളിൽ പുതിയ അവബോധവും തീക്ഷ്ണതയും നിറയ്ക്കാൻ കാരണമായി. ഇതിന് സ്വതന്ത്ര ഇന്ത്യ അദ്ദേഹത്തോട് വളരെയധികം കടപ്പെട്ടിരിക്കുന്നു, അദ്ദേഹത്തിന്റെ ധീരതയും ഒരിക്കലും മറക്കാൻ കഴിയില്ല. രാജ്യത്തോടുള്ള സമാനതകളില്ലാത്ത സ്നേഹവും ത്യാഗവും, അദ്ദേഹം ദേശീയ നിർമ്മാണത്തിന്റെയും ആദരവിന്റെയും ശോഭയുള്ള പാത ഒരുക്കി, തന്റെ കാലത്തെ യുവാക്കൾ അഭിമുഖീകരിച്ച അഗാധമായ നിരാശ ഇല്ലാതാക്കി.

രക്തസാക്ഷി ഭഗത് സിംഗ് ഇന്ത്യൻ മനസ്സിൽ ധീരതയുടെയും പ്രതീകമായി മാറി. ഇക്കാര്യം ചൂണ്ടിക്കാട്ടി മുൻ കേന്ദ്രമന്ത്രി ഡോ. കരൺ സിംഗ് എഴുതി:

"ഇന്ത്യയുടെ സ്വാതന്ത്ര്യത്തിനായി ജീവൻ ബലിയർപ്പിച്ചവരിൽ ധീരനായ പോരാളിയും കരിസ്മാറ്റിക് വ്യക്തിയുമായിരുന്നു സർദാർ ഭഗത് സിംഗ്. പഞ്ചാബിലെ നിവാസിയായിരുന്നു അദ്ദേഹം, ഭഗത് സിങ്ങിന്റെ മഹത്തായ

പ്രവൃത്തി 'ത്യാഗം' പോലെ ചെയ്തു. പൗരുഷവും ധൈര്യവും, തന്റെ കാലത്തെ യുവാക്കൾ സ്വീകരിച്ച കലാപത്തിന്റെ പ്രത്യയശാസ്ത്രത്തിന്റെ പ്രതീകമായി അദ്ദേഹം മാറി, അദ്ദേഹത്തിന്റെ കഥ ഒരു ഇതിഹാസമായി മാറി, സ്വാതന്ത്ര്യത്തിന്റെ പശ്ചാത്തലത്തിൽ അദ്ദേഹത്തിന്റെ പേര് ദേശസ്നേഹത്തിന്റെയും ത്യാഗത്തിന്റെയും പര്യായമായി മാറി.

ഭഗത് സിംഗ് തന്റെ മഹത്തായ പ്രവർത്തനങ്ങൾക്ക് ഇന്ത്യക്കാരുടെ ഹൃദയങ്ങളിൽ എന്നേക്കും ജീവിക്കും. ഭഗത് സിങ്ങിനെയും അദ്ദേഹത്തിന്റെ രണ്ട് കൂട്ടാളികളെയും തൂക്കിലേറ്റിയപ്പോൾ, ലാഹോറിലെ ഉറുദു ദിനപത്രമായ പായം എഴുതി:

"ഇന്ത്യ ഈ മൂന്ന് രക്തസാക്ഷികളെ മുഴുവൻ ബ്രിട്ടനെക്കാളും ഉയർന്നതായി കണക്കാക്കുന്നു. ആയിരക്കണക്കിന് ലക്ഷക്കണക്കിന് ഇംഗ്ലീഷുകാരെ കൊന്ന് തൂക്കിലേറ്റിയതിന് പ്രതികാരം ചെയ്യാൻ ഞങ്ങൾക്ക് കഴിയില്ല. നിങ്ങൾ ഇന്ത്യയെ മോചിപ്പിച്ചതിന് ശേഷം ഈ പ്രതികാരം പൂർത്തിയാകും. അപ്പോൾ ബ്രിട്ടന്റെ മഹത്വം മണ്ണിൽ കടക്കും. ഓ, ഭഗത് സിംഗ്! രാജ് ഗുരു! സുഖ് ദേവ്! നിന്നെ കൊന്നതിൽ ഇംഗ്ലീഷുകാർ സന്തോഷിക്കുന്നു, പക്ഷേ അവർ തെറ്റിദ്ധരിച്ചു, അവർ നിങ്ങളെ കൊന്നിട്ടില്ല, അവരുടെ ഭാവി അവർ കുത്തിക്കീറി, നിങ്ങൾ ജീവിച്ചിരിക്കുന്നു, എപ്പോഴും ജീവിച്ചിരിക്കും."

ഭഗത് സിംഗിനെപ്പോലുള്ള മനുഷ്യർ അപൂർവ്വമായി ജനിക്കുന്നു. ശ്രീ കെ.കെ. ഈ സന്ദർഭത്തിൽ ഖുല്ലർ എഴുതുന്നു:

"ഭഗത് സിങ്ങിന്റെ ജീവിതത്തിന്റെയും മരണത്തിന്റെയും നിഗമനം ഇതാണ്: ആളുകളെ അടിച്ചമർത്തിക്കൊണ്ട് നിങ്ങൾക്ക് ആശയങ്ങളെ അടിച്ചമർത്താൻ കഴിയില്ല. ഭഗത് സിങ്ങിനെപ്പോലൊരു മനുഷ്യൻ നിരവധി നൂറ്റാണ്ടുകളിൽ ഒരിക്കൽ ജനിക്കുന്നു. അവൻ ജീവിക്കാൻ മരണം തിരഞ്ഞെടുത്തു."

ഭഗത് സിംഗിന്റെ ഗുണങ്ങൾ പണ്ഡിറ്റ് ജവഹർലാൽ നെഹ്റുവിനെ വളരെയധികം സ്വാധീനിച്ചു. ജയിലിൽ അദ്ദേഹത്തെ സന്ദർശിക്കാറുണ്ടായിരുന്നു. ഭഗത് സിംഗിനെ അഭിനന്ദിക്കുകയും അദ്ദേഹത്തിന്റെ പ്രാധാന്യം അംഗീകരിക്കുകയും ചെയ്തുകൊണ്ട് അദ്ദേഹം അഭിപ്രായപ്പെട്ടു, "ഈ യുവാവ് പെട്ടെന്ന് ജനപ്രിയനാകാൻ കാരണം എന്താണ്?" നേതാജി സുഭാഷ് ചന്ദ്രബോസ് അദ്ദേഹത്തെ ഒരു പ്രതീകമായി അംഗീകരിച്ചു. "ഭഗത് സിംഗ് ഒരു വ്യക്തിയല്ല, അവൻ ഒരു പ്രതീകമാണ്. അവൻ വിമത ബോധം പുറത്തെടുത്തു."

ഭഗത് സിങ്ങിന്റെ ജീവചരിത്രകാരനായ മേജർ ഗുരു ദേവ് സിംഗ് ഡിയോൾ അദ്ദേഹത്തെ ഒരു യഥാർത്ഥ വിപ്ലവകാരി എന്ന് വിശേഷിപ്പിച്ചു:

"ഭഗത് സിംഗ് ഈ വാക്കിന്റെ യഥാർത്ഥ അർത്ഥത്തിൽ ഒരു വിപ്ലവകാരിയായിരുന്നു. ആഗ്രഹിച്ച (ശരിയായ) ലക്ഷ്യസ്ഥാനത്ത് എത്താനുള്ള

എല്ലാത്തരം മാർഗങ്ങളുടെയും ഔചിത്യത്തിൽ അദ്ദേഹം വിശ്വസിച്ചു. തന്റെ ഹ്രസ്വ രാഷ്ട്രീയ ജീവിതത്തിൽ, അദ്ദേഹം ഒരിക്കലും സ്വയം ശ്രദ്ധിക്കുകയോ പ്രതിരോധിക്കാൻ ശ്രമിക്കുകയോ ചെയ്തില്ല. ഡ്യൂട്ടി ആവശ്യപ്പെടുന്ന സന്ദർഭങ്ങളിൽ പോലും അവൻ തന്നെ."

ഭഗത് സിങ്ങിന്റെ പ്രവർത്തനങ്ങളെ അവലോകനം ചെയ്യുമ്പോൾ, ഒരു സാധാരണ മനുഷ്യന് സങ്കൽപ്പിക്കാൻ പോലും കഴിയാത്തത്ര ചുരുങ്ങിയ ജീവിതത്തിനുള്ളിൽ ഭഗത് സിംഗ് തന്റെ ഉദാത്തമായ ആദർശങ്ങളുടെ ആ ഉന്നതങ്ങളിൽ എത്തി എന്ന് പറയാം. രാഷ്ട്ര രൂപീകരണത്തിന് അടിത്തറ പാകുന്നതിൽ അദ്ദേഹം നൽകിയ സംഭാവനകൾക്ക് ഈ രാജ്യം എന്നേക്കും അദ്ദേഹത്തോട് കടപ്പെട്ടിരിക്കും. നമ്മുടെ സംസ്കാരത്തിൽ 'ദേവത' എന്ന വാക്കിന്റെ അർത്ഥം കൊടുക്കുന്നവൻ എന്നാണ്. ഇന്ത്യയെ ഒരു രാഷ്ട്രമായി രൂപീകരിക്കുന്നതിന് ഭഗത് സിംഗ് തന്റെ ഏറ്റവും പ്രിയപ്പെട്ട കാര്യം നൽകി, ത്യാഗം ചെയ്തു, അതിനാൽ, ഈ കാഴ്ചപ്പാടിൽ, അദ്ദേഹം രാജ്യത്തിന് ഒരു ദേവതയെപ്പോലെയാണ്, ദൈവമാണ്. ത്യാഗത്തിന്റെയും രാജ്യസ്നേഹത്തിന്റെയും ത്യാഗത്തിന്റെയും പ്രതീകമായി അദ്ദേഹം മാറി. ഒരു നല്ല ഗുണത്തിന്റെ പ്രതീകമാകുക എന്നത് അതിൽ തന്നെ സവിശേഷമാണ്. ഇതിനെ ജീവിതത്തിന്റെ പ്രസക്തി, യഥാർത്ഥ ലക്ഷ്യം അല്ലെങ്കിൽ പൂർത്തീകരണം എന്ന് വിളിക്കാം. ഇതാണ് ഏറ്റവും ഉയർന്ന നേട്ടം. അതുകൊണ്ട് തന്നെ ഭഗത് സിങ്ങിനെ വിലയിരുത്താനോ അദ്ദേഹത്തിന് സ്ഥാനം നൽകാനോ കഴിയില്ല. അവനെ ആരുമായും താരതമ്യം ചെയ്യാൻ കഴിയില്ല. അവസാനം ഇത്രയേ പറയാൻ കഴിയൂ, അവൻ തന്നെ അവന്റെ താരതമ്യമാണ്. ഭഗത് സിംഗ് ഭഗത് സിംഗിന് തുല്യമാണ്.